മലപ്പുറത്തിന്റെ
നാടക പ്രസ്ഥാനം

INSIGHT PUBLICA®

Nadakkavu, Kozhikode, Kerala, 673011
www.insightpublica.com
e-mail: insightpublica@gmail.com
Title: **Malappurathinte Nadaka Prasthanam**
(Malayalam)
Author: **Basheer Chungathara**
First Edition: May 2023
Book Design: kjvj@insight

Printed and Published by
InsightinPublica Printers & Publishers Pvt. Ltd.
ISBN 978-93-5517-373-7
₹ 300

മലപ്പുറത്തിന്റെ നാടക പ്രസ്ഥാനം

(പഠനം)

ബഷീർ ചുങ്കത്തറ

INSIGHT PUBLICA®

സമർപ്പണം

ഈ പുസ്തകം തയ്യാറാക്കുന്നതിന്
ഏറ്റവും കൂടുതൽ സഹായങ്ങൾ തന്ന
സാംസ്കാരിക സംഘടനാ രംഗത്തെ ഗുരുനാഥൻ
പാലക്കീഴ് നാരായണൻ മാസ്റ്ററുടെ ഓർമ്മകൾക്ക് മുന്നിൽ
ആദരപൂർവം സമർപ്പിക്കുന്നു.

മലപ്പുറം ജില്ലയിലെ ചുങ്കത്തറ സ്വദേശി. പിതാവ് മുത്തിരി മുഹമ്മദുണ്ണി (1938-2006), മാതാവ് ചേലാക്കോടൻ നഫീസ. കേന്ദ്രസർക്കാറിന്റെ ടെലികോം വകുപ്പിൽ 10 വർഷവും, കേരള സംസ്ഥാന വൈദ്യുതി ബോർഡിൽ 26 വർഷവും സേവനം പൂർത്തിയാക്കി അസിസ്റ്റന്റ് എക്സിക്യൂട്ടീവ് എഞ്ചിനീയർ ആയി വിരമിച്ചു. സർക്കാർ സ്ഥാപനമായ മഹാകവി മോയിൻകുട്ടി വൈദ്യർ മാപ്പിളകലാ അക്കാദമി(കൊണ്ടോട്ടി) യുടെ സെക്രട്ടറിയാണ്. പുരോഗമന കലാസാഹിത്യസംഘത്തിന്റെ മദ്ധ്യമേഖലയുടെ സെക്രട്ടറിയാണ്.

'ഇശൽ ചക്രവർത്തി മോയിൻകുട്ടി വൈദ്യർ' എന്ന കൃതിക്ക് അബൂദാബി ശക്തി അവാർഡും, 'ധീരപാദുകം' എന്ന കവിതക്ക് കേരള പുരോഗമന വേദി(പയ്യന്നൂർ)യുടെ പി. കുഞ്ഞിരാമൻനായർ അവാർഡും ലഭിച്ചു.

കുടുംബം: ഭാര്യ പി.കെ. സൈനബ (ജനാധിപത്യ മഹിളാ അസോസി യേഷൻ ദേശീയ ഉപാദ്ധ്യക്ഷയും സി.പി.ഐ(എം) സംസ്ഥാന സമിതി അംഗവുമാണ്). അസിം ഹാഷ്മി, പാഷിയ (മക്കൾ), നിഖിൽ, റോഫിനാ ബബിൻ (മരുമക്കൾ), ഹെഗൽ റോഹസ്, നെഹിർ, ഹെഷൽ റോഹസ് (പേരമക്കൾ).

വിലാസം: ഗ്രാൻമ, തച്ചങ്കോട്, ചുങ്കത്തറ-മലപ്പുറം-679 334
ഫോൺ : 9447171566, Email:basheerchungathara@gmail.com

പ്രസിദ്ധീകരിച്ച കൃതികൾ

നോവൽ: *ഉണ്ണിക്കൗസു.*

കഥകൾ: *മായ്ക്കാൻ കഴിയാത്ത മണൽ ചിത്രങ്ങൾ,കറന്റ്കാരന്റെ കഥകൾ, സ്വാതന്ത്ര്യസമര കഥകൾ.*

കവിത: *പ്രതിബദ്ധ കവിതകൾ, ജീവചരിത്രം: കനൽവഴികളിൽ കാലിടറാ തെ, പോരാളി-സഖാവ് കുഞ്ഞാലിയുടെ ജീവിത കഥ,*

പഠനം, ലേഖനങ്ങൾ: *ഇശൽ ചക്രവർത്തി മോയിൻകുട്ടി വൈദ്യർ, മലബാർ കലാപം-ഇ.എം.എസിന്റെ ആഹ്വാനവും താക്കീതും, കെ.ജി. ഉണ്ണീൻ കലയും ജീവിതവും* (എഡിറ്റർ), *മലബാർ സമരവും ഇടതുപക്ഷവും*

ബാലസാഹിത്യം: *ഹുസ്നുൽ ജമാലും ബദ്റുൽ മുനീറും, മോയിൻകുട്ടി വൈ ദ്യരുടെ ബാലകഥകളും മലപ്പുറം ഖിസ്സയും, അലാവുദ്ദീനും അത്ഭുതവിളക്കും, കുന്നോളം ചിന്തിച്ച കുരുന്നുകൾ*

ബഷീർ ചുങ്കത്തറ

ഉള്ളടക്കം

ആമുഖം

1969 ജൂൺ 16ന് നിലവിൽ വന്ന മലപ്പുറം ജില്ലയിൽ ഉൾപ്പെടുന്ന പ്രദേശങ്ങൾ മുമ്പ് കോഴിക്കോട്-പാലക്കാട് ജില്ലകളുടെ ഭാഗമായിരുന്നു. തമിഴ്നാട്ടിൽ നിന്നും വന്നിരുന്ന നാടകസംഘങ്ങൾ അവതരിപ്പിച്ചിരുന്ന പുരാണ കഥകളെ ആസ്പദമാക്കിയുള്ള സംഗീത നാടകങ്ങളായിരുന്നു കേരളത്തിന്റെ മറ്റു പലഭാഗങ്ങളിലുമെന്നപോലെ ഇവിടുത്തെയും നാടക പ്രവർത്തനങ്ങളുടെ തുടക്കം.

"മലയാള നാടക ചരിത്രം" എന്ന പേരിൽ കേരളത്തിന്റെ നാടക പ്രസ്ഥാനത്തെക്കുറിച്ച് കേരള സാഹിത്യ അക്കാദമി ഒരു ഗ്രന്ഥം പ്രസിദ്ധീകരിക്കാൻ തീരുമാനിച്ചിരുന്നു. എം. മുകുന്ദൻ പ്രസിഡണ്ടും പുരുഷൻ കടലുണ്ടി സെക്രട്ടറിയുമായിരുന്ന ഭരണസമിതിയായിരുന്നു ആ തീരുമാനമെടുത്തത്. ഒട്ടേറെ പേരുടെ കൂട്ടായ പ്രവർത്തനങ്ങൾ വഴി തയ്യാറാക്കാൻ ഉദ്ദേശിച്ചിരുന്നതായിരുന്നു ആ ഗ്രന്ഥം. എന്നാൽ അത് പൂർത്തിയാക്കാൻ ആ കമ്മിറ്റിയുടെ കാലത്ത് കഴിഞ്ഞില്ല. തുടർന്നു വന്ന ഭരണ സമിതി ആ പ്രൊജക്ടുമായി മുന്നോട്ട് പോയതുമില്ല.

മലയാള നാടകാവതരണവുമായി ബന്ധപ്പെട്ട റഫറൻസിനുള്ള ഒരു ആധികാരിക രേഖയായും നാടകത്തിനായി ജീവിതം സമർപ്പിച്ചിട്ടും ചരിത്രത്തിന്റെ ഭാഗമാകാതെ പോയവർക്ക് ഇടം നൽകുന്ന ഒന്നായും ആ ഗ്രന്ഥം മാറണം എന്നും ഉദ്ദേശിക്കപ്പെട്ടിരുന്നു. ഓരോ ജില്ലയിലെയും നാടക ഗ്രാമങ്ങൾ, കലാസമിതികൾ, അമേച്വർ-പ്രൊഫഷണൽ നാടകങ്ങൾ, തിയേറ്ററുകൾ, ക്യാമ്പുകൾ, മത്സരങ്ങൾ, അരങ്ങിലും

അണിയറയിലും പ്രവർത്തിച്ചവർ തുടങ്ങിയ വിവരങ്ങൾ ശേഖരിച്ച് വിശദമായ ഒരു ലേഖനം തയ്യാറാക്കി അയക്കാൻ വ്യത്യസ്തരായ ആളുകളെയാണ് ചുമതലപ്പെടുത്തിയിരുന്നത്. മലപ്പുറം ജില്ലയിൽ ആ ചുമതല തന്നിരുന്നത് എനിക്കായിരുന്നു.

മലപ്പുറത്തിന്റെ നാടക ചരിത്രത്തിലേക്ക് എന്റെ അന്വേഷണങ്ങൾ നീങ്ങുന്നതിന് പ്രേരണയായത് മുകളിൽ സൂചിപ്പിച്ച കാര്യം ചുമതലപ്പെടുത്തിക്കൊണ്ട് കേരള സാഹിത്യ അക്കാദമി സെക്രട്ടറിയിൽ നിന്നും ലഭിച്ച കത്താണ്. അതിന്റെ അടിസ്ഥാനത്തിൽ നാടകവുമായി ബന്ധപ്പെട്ട ഒട്ടേറെ പ്രഗത്ഭരെ നേരിൽ കണ്ടും രേഖകൾ പരിശോധിച്ചും വളരെയധികം വിവരങ്ങൾ സമാഹരിച്ചു. കലാപഠനവുമായി ബന്ധപ്പെട്ടവർക്ക് പ്രയോജനപ്പെടാനിടയുള്ള ആ അറിവുകൾ ആർക്കും ഉപകാരപ്പെടാതെ പോകുന്നത് ഉചിതമല്ലല്ലോ എന്ന ചിന്തയിൽ നിന്നാണ് ഈ കൃതിയുടെ പിറവി.

പതിറ്റാണ്ടുകളോളം കേരളത്തിലെ ഓരോ ഗ്രാമത്തിലും ചലനങ്ങൾ ഉണ്ടാക്കിക്കൊണ്ട് നിലനിന്നിരുന്ന ഒന്നാണ് നമ്മുടെ നാടക പ്രസ്ഥാനം. പതിനായിരക്കണക്കിന് മനുഷ്യർ അതിന്റെ പ്രവർത്തകരായി വിവിധ കാലയളവുകളിൽ വന്നുപോയി. ഇന്നും അത് തുടർന്നുകൊണ്ടിരിക്കുന്നു. ലക്ഷക്കണക്കിന് മനുഷ്യരിൽ എല്ലാകാലത്തും ആ പ്രവർത്തനങ്ങൾ സ്വാധീനം ചെലുത്തി. അങ്ങിനെയുള്ള ഒരു മഹാ പ്രസ്ഥാനത്തിന്റെ ചരിത്രം തയ്യാറാക്കി നോക്കുക എന്നത് ഒരു ജില്ലയുടെ കാര്യത്തിലാണെങ്കിൽ പോലും അതൊരു ശ്രമകരമായ ജോലിയാണ്.

ഇപ്പോൾ രംഗത്തില്ലാത്തവരും വിശ്രമജീവിതം നയിക്കുന്നവരുമായ മുതിർന്ന നാടക കലാപ്രതിഭകൾ, ഇപ്പോൾ രംഗത്തുള്ളവർ എന്നിവരിലെ കഴിയാവുന്നത്ര പേരെ നേരിൽ കണ്ട് വിവരങ്ങൾ ശേഖരിക്കാൻ ശ്രമിച്ചിരുന്നു. അവരിൽ നിന്നും കിട്ടിയ വിവരങ്ങൾ അവരുടെ തന്നെ സഹപ്രവർത്തകരെ കാണിച്ച് പിശകുകൾ തിരുത്താനും ശ്രദ്ധിച്ചിരുന്നു. എങ്കിലും ഒരു വ്യക്തിക്ക് മാത്രമായി അതിനുവേണ്ടി ചെയ്യാവുന്ന കാര്യങ്ങൾക്ക് വളരെയേറെ പരിമിതികളുണ്ട്. ഒരു വലിയ കൂട്ടായ്മയുടെ നേതൃത്വത്തിൽ ഒരു ബൃഹത്സംരംഭമായിട്ടാണ് അത് നടക്കുന്നതെങ്കിൽ കുറേയൊക്കെ അത് ഫലപ്രദമാക്കാൻ കഴിഞ്ഞേക്കും. ഇതിൽ പരാമർശിച്ചിട്ടുള്ളവയേക്കാൾ വലിയ സംഭാവനകൾ നൽകിയ സമിതികളും വ്യക്തികളും ഉണ്ടാകാം. അവിടെ എനിക്ക് എത്തിപ്പെടാൻ കഴിഞ്ഞില്ല എന്നേ കണക്കാക്കേണ്ടതുള്ളൂ. അല്ലാതെ അവയ്ക്ക് പ്രാധാന്യമില്ല എന്ന് വരുന്നില്ല.

കൂടുതൽ വിശദാംശങ്ങൾ ഉൾക്കൊള്ളുന്നതും ആഴത്തിലുള്ളതുമായ നാടക പഠനങ്ങൾക്ക് സഹായകരമായേക്കാവുന്ന കുറച്ച് വിവരങ്ങൾ പങ്ക് വെക്കുക, ജീവിതത്തിന്റെ പ്രധാനപ്പെട്ട ഒരു ഭാഗം നാടകം എന്ന കലയ്ക്ക് വേണ്ടി നീക്കിവെക്കുകയും കുറച്ച് ആത്മസംതൃപ്തിയല്ലാതെ മറ്റൊന്നും നേടാനാകാതെ കടന്നുപോയവരുമായ കുറെ നല്ല മനുഷ്യരെ ഓർമ്മിക്കുക, സമൂഹത്തോടുള്ള ഒരു ബാധ്യത എന്ന നിലയിൽ തങ്ങളുടെ കലാപ്രവർത്തനത്തെ കണ്ടുകൊണ്ട് സ്വന്തം അദ്ധ്വാനവും സമ്പത്തും സമയവും എല്ലാം നാടകത്തിന് വേണ്ടി സമർപ്പിച്ച കുറേ നിസ്വാർത്ഥരായ മനുഷ്യരുടെ സംഭാവനകളെ ഒന്നടയാളപ്പെടുത്തുക തുടങ്ങിയ ചില പരിമിതമായ ദൗത്യങ്ങളേ ഈ കൃതി നിർവ്വഹിക്കുന്നുള്ളൂ. കൂടുതൽ വലിയ അന്വേഷണങ്ങൾക്കും പഠനങ്ങൾക്കും അവ പ്രേരണ നൽകും എന്ന് ആശിക്കുന്നു.

കയ്യെഴുത്തിൽ അമ്പത് പേജ് വരുന്ന ഒരു ദീർഘ ലേഖനമായിരുന്നു ആദ്യം തയ്യാറാക്കിയത്. അത് വികസിപ്പിച്ചെടുത്തതാണ് ഈ പുസ്തകം. പ്രസ്തുത കയ്യെഴുത്ത് പ്രതി സൂക്ഷ്മതയോടെ വായിക്കുകയും, പിശകുകൾ ചൂണ്ടിക്കാണിച്ചു തരികയും വിലപ്പെട്ട രേഖകളും നിർദ്ദേശങ്ങളും തന്ന് പ്രോത്സാഹിപ്പിക്കുകയും ചെയ്ത പാലക്കീഴ് നാരായണൻ മാസ്റ്ററോടുള്ള കടപ്പാട് അളവറ്റതാണ്.

സാഹിത്യ അക്കാദമിയുടെ പ്രോജക്റ്റ് നടപ്പിലാക്കപ്പെടാൻ സാധ്യതയില്ല എന്ന വിവരം പാലക്കീഴ് മാസ്റ്ററോട് ചെന്ന് പറഞ്ഞു. അതിലേക്ക് വേണ്ടി തയ്യാറാക്കിയിരുന്ന എന്റെ ദീർഘപ്രബന്ധം സൂക്ഷ്മ വായന നടത്തിയതിന്റെ ഓർമ്മയിൽ അദ്ദേഹം പറഞ്ഞു.

"താനിത്രയൊക്കെ പണിയെടുത്തതല്ലേ, അത് കുറെ കൂടി വികസിപ്പിച്ച് മലപ്പുറത്തിന്റേതായ ഒന്ന് തയ്യാറാക്കാൻ നോക്ക്. കുറച്ച് കൂടി രേഖകളും വിവരങ്ങളും ഞാനും തരാം"

മാഷിന്റെ ആ വാക്കുകൾ വലിയൊരു ഊർജ്ജമാണ് പകർന്നുതന്നത്. പല തവണ നേരിട്ടും ഫോണിലും അദ്ദേഹവുമായി ചർച്ച നടത്തി. ഒരു ദിവസം രാത്രി മാഷിന്റെ വീട്ടിൽ തങ്ങി ദീർഘിച്ച ചർച്ചകൾ നടത്തുകയും ചെയ്തിരുന്നു. അന്നും കുറെ വിലപ്പെട്ട രേഖകളും വിവരങ്ങളും തന്നു പാലക്കീഴ് മാഷും ഓർമ്മയായി.

വിവരങ്ങൾ നൽകുകയും രേഖകൾ തന്ന് സഹായിക്കുകയും ചെയ്തവരുടെ പേരുകൾ അനുബന്ധമായി കൊടുത്തിട്ടുണ്ട്. അവരോടെല്ലാമുള്ള കൃതജ്ഞത രേഖപ്പെടുത്തുന്നു. അവരിൽ ടി.ആർ.സി. എന്ന ടി.ആർ. ചന്ദ്രൻ (എടപ്പാൾ), എം. കുഞ്ഞാലൻ (നിലമ്പൂർ), പി.എൻ.കെ.

മേനോൻ (മഞ്ചേരി), എ.പി. വാസു (വെള്ളില), വി.എം. കൊച്ചുണ്ണി(മങ്കട), മാനുമുഹമ്മദ് (നിലമ്പൂർ) എന്നിവർ ഈ ഗ്രന്ഥം പുറത്തിറങ്ങുംമുമ്പ് മരണമടഞ്ഞു. അവരുടെ സ്നേഹം നിറഞ്ഞ ഓർമ്മകൾക്കുമുന്നിൽ ദുഃഖത്തോടും ആദരവോടും കൂടി ഈ പുസ്തകം സമർപ്പിക്കുന്നു.

-ബഷീർ ചുങ്കത്തറ-

മലപ്പുറത്തിന്റെ അരങ്ങുജീവിതം

കരിവെള്ളൂർ മുരളി

ഒരു നാട്ടിന്റെ റവന്യൂ അതിർത്തിയിലേക്ക് മാറ്റിവരയ്ക്കാൻ ഏറ്റവും പ്രയാസകരമായ ഒന്നാണ് ആ നാടിന്റെ കലാചരിത്രം. 1969 ജൂൺ 16ന് രൂപം കൊണ്ട മലപ്പുറം ജില്ലയുടെ കാര്യത്തിലാകുമ്പോൾ ആ പ്രയാസം ഇരട്ടിക്കും. അതിർത്തിയില്ലാതെ ജനഹൃദയങ്ങളിലേക്ക് പരന്നൊഴുകുകയും അവബോധത്തെത്തന്നെ മാറ്റിപ്പണിയുകയും ചെയ്യുന്ന നാടകം പോലൊരു ദൃശ്യമാധ്യമത്തിന്റെ കാര്യത്തിലാകുമ്പോൾ അത് പറഞ്ഞറിയിക്കാനാവില്ല. നാടകം ലോകത്തെങ്ങും ഒരു രാഷ്ട്രീയ ജന്മവും ജീവിതവുമാണ്. സഹസ്രാബ്ദങ്ങളുടെ പഴക്കമുള്ള ഗ്രീക്ക് നാടകവേദിയിൽ ആയാലും, പൗരസ്ത്യം എന്നോ ഭാരതീയം എന്നോ വിളിക്കാവുന്ന സംസ്കൃത നാടകവേദിയിൽ ആയാലും അത് അങ്ങനെയാണ്. രാജ്യം, രാജാവ്, അധികാരവും ജനതയുടെ സ്വാതന്ത്ര്യബോധവും തമ്മിലുള്ള സംഘർഷം, അധികാരവും ജനതയുടെ സർഗ്ഗാത്മകതയും തമ്മിലുള്ള സംഘർഷം അങ്ങനെ എന്നും എക്കാലത്തും എവിടെയും നാടകം എന്ന കലയുടെ പ്രമേയ പരിസരം രാഷ്ട്രീയമാണ്. ഒരർത്ഥത്തിൽ സ്വാതന്ത്ര്യത്തിനും സത്യത്തിനും വേണ്ടിയുള്ള ജനതയുടെ അവസാനിക്കാത്ത അന്വേഷണമാണ് നാടകം. അത് കൊണ്ട് ഒരു കേവല ദൃശ്യമാദ്ധ്യമം എന്ന പരിധിക്കപ്പുറം ജീവിതം പോലെ അനന്തവും അഗാധവുമായ ഒരു പ്രതിഭാസമാണ് നാടകം. സാഹിത്യത്തിന്റെ മൗലികമായ ഒരു രൂപവുമാണ് അത്. പക്ഷേ ഏറ്റവും

വലിയ പ്രത്യേകത അതിന്റെ വേദിയാണ്. ഏതു കൃതിയും ഒരു വർഷം കൊണ്ട് ചെന്നു തൊടുന്ന ഒരു സമൂഹത്തെ നാടകം ഒറ്റ രാത്രികൊണ്ട് സ്പർശിച്ചു എന്നുവരാം. പിടിച്ചു കുലുക്കി എന്നും വരാം.

കവിയും കഥാകൃത്തും നോവലിസ്റ്റും ജീവചരിത്രകാരനും ചരിത്ര രചയിതാവുമായ മുതിർന്ന സാംസ്കാരിക പ്രവർത്തകൻ ബഷീർ ചുങ്കത്തറ 'മലപ്പുറത്തിന്റെ നാടക പ്രസ്ഥാനം' എന്ന പേരിൽ വളരെ ശ്രമകരമായ ഒരു ദൗത്യത്തിനാണ് ഈ ഗ്രന്ഥം വഴി തുടക്കം കുറിച്ചിരിക്കുന്നത്. അതി ദീർഘമായ അവതരണ ചരിത്രമുള്ള മലയാള നാടക വേദിയിൽ അതിന്റെ ആദ്യ പിതാക്കളിലൊരാളായ പന്നിയംപള്ളി ശങ്കുണ്ണി വാര്യർ എന്ന പി.എസ്. വാര്യരുടെ നേതൃത്വത്തിൽ 'മലയാള സംഗീത നാടക യോഗം' എന്ന ആദ്യ സംരംഭത്തിന്റെ തുടർച്ചയായി ആരംഭിക്കുന്ന 'പരമശിവ വിലാസം നാടക കമ്പനി' എന്ന പ്രശസ്തമായ നാടക സംഘത്തിൽ നിന്ന് തുടങ്ങി ഏറ്റവും പുതിയ കാലത്തെ നാടകങ്ങളെയും തെരുവ് നാടകങ്ങളെയും പോലും അടയാളപ്പെടുത്തുന്ന ഒരു സൂക്ഷ്മ ചരിത്രമാണ് ബഷീർ ചുങ്കത്തറ ഈ പുസ്തകത്തിലൂടെ വെളിച്ചത്തു കൊണ്ടുവരുന്നത്.

നമുക്ക് ഇന്ന് പരിചയമുള്ള ഒരു നാടകവേദി യഥാർത്ഥത്തിൽ സംഭാവന ചെയ്തത് കൊളോണിയൽ ശക്തികളാണ് എന്ന് പറയേണ്ടിവരും. 1882 മുതൽക്ക് ആരംഭിക്കുന്ന ഒരു സാഹിത്യചരിത്രം മാത്രമേ മലയാള നാടകവേദിക്ക് ഉള്ളൂവെങ്കിലും നമ്മുടെ നാട്ടിന് അതിനുമെത്രയോ മുമ്പേ ആരംഭിക്കുന്ന ഒരു അരങ്ങ് പാരമ്പര്യമുണ്ട്. തെയ്യവും നാടോടി കലകളും അടക്കമുള്ള ഫോക്ക് ദൃശ്യരൂപങ്ങളും സംസ്കൃത നാടകത്തിന്റെ നിലനിൽക്കുന്ന രൂപമായ കൂടിയാട്ടവും ഒക്കെയാണത്. പക്ഷെ ആധുനിക നാടക രൂപങ്ങൾ പ്രചരിച്ചത് തമിഴ് സംഗീത നാടകങ്ങളുടെ കടന്നുവരവോടെയാണ്. ബോംബെയിലെ മലബാർ ഹില്ലിൽ ബ്രിട്ടീഷുകാരായ പട്ടാള- സിവിൽ ഉദ്യോഗസ്ഥരും പ്രഭുക്കളും പാർക്കുന്ന കോളനികളിൽ വാരാന്ത്യങ്ങളിൽ അവർ അവതരിപ്പിച്ചിരുന്ന ഷേക്സ്പിയർ നാടകങ്ങൾ കാണാൻ ഒത്തുകൂടിയ സദസ്സിൽ അലക്കുകാരായ പാഴ്സികളും ഉണ്ടായിരുന്നു. മുഷിഞ്ഞ തുണികൾ ഉടനെ അലക്കാതെ അവ ധരിച്ച് അവർ വാരാന്ത്യത്തിൽ കണ്ട നാടകങ്ങളെ അനുകരിച്ച് നടത്തിയ നാടകാവതരണങ്ങളിലൂടെയാണ് പാഴ്സി നാടകവേദി ഉരുത്തിരിഞ്ഞത്. തമിഴ് നാട്ടുകാരായ കച്ചവടക്കാർ ബോംബെയിൽ കച്ചവടത്തിനുവന്നപ്പോൾ പാഴ്സി നാടകങ്ങൾ കണ്ട് അത് അനുകരിച്ചതോടെയാണ് കറേക്കുടി താളമേളക്കൊഴുപ്പുള്ള

തമിഴ് സംഗീത നാടകവേദി പിറന്നുവീണത്. 1902ൽ തിരുവിതാംകൂർ കൊട്ടാരത്തിലും മൈസൂർ കൊട്ടാരത്തിലും 'സാദിറാം' എന്ന ഒരേ തമിഴ് സംഗീത നാടകം അവതരിപ്പിക്കുന്നു. അതിനുമുമ്പും കേരളത്തിൽ സംഗീതനാടകങ്ങൾ ഓരോന്നായി അവതരിപ്പിച്ചു തുടങ്ങിയെങ്കിലും 1903ൽ 'സാദിറാമി'നെ അനുകരിച്ച് മഹാകവി കെ.സി. കേശവപിള്ള രചിച്ച 'സദാരാമ' എന്ന സംഗീതനാടകം അപൂർവ്വമായ പ്രശസ്തി നേടി. തിരുവട്ടാർ നാരായണ പിള്ളയുടെ നേതൃത്വത്തിലുള്ള മനോമോഹനം നാകടക്കമ്പനി കേരളം മുഴുവൻ സദാരാമ നാടകവുമായി ജൈത്ര യാത്ര നടത്തി. അതേ കാലത്താണ് പി എസ് വാര്യരും കോട്ടയ്ക്കൽ ആര്യവൈദ്യശാലയും പരമശിവ വിലാസം നാടകക്കമ്പനിയുമെല്ലാം രംഗപ്രവേശം ചെയ്യുന്നത്. ഇരുപതാം നൂറ്റാണ്ടിന്റെ ആദ്യ ദശകത്തിന്റെ ആദ്യ പാദത്തിൽ മലയാള സംഗീത നാടക പ്രസ്ഥാനത്തിന്റെ വസന്തകാലത്തെ ആദ്യത്തെ പൂക്കളിൽ ചിലത് ഇന്നത്തെ മലപ്പുറം ജില്ലയിലെ കോട്ടയ്ക്കലിൽ നിന്നാണ് എന്നത് എത്ര അഭിമാനകരമാണ്.

ഭാഷയിലും ജീവിതത്തിവും മലയാളി സ്വത്വ ബോധം പ്രകാശിച്ചു തുടങ്ങിയ കാലം കൂടിയാണ് അത്. തമിഴ് സംഗീതനാടകങ്ങളുടെ തടങ്കലിൽ നിന്നും മലയാള നാടകത്തെ മോചിപ്പിക്കണം എന്ന തോന്നലിൽ നിന്നാണ് ആദ്യം തമിഴ് നാടകകൃതികളെ തർജ്ജമ ചെയ്തു തുടങ്ങിയത്. പിന്നീട് അത് സ്വതന്ത്രമലയാള സംഗീത നാടകങ്ങളുടെ രചനയിലേക്ക് വികസിച്ചു. തമിഴിലെ ഏറ്റവും പ്രശസ്തമായ 'പാർസി ലളിതാംഗി', 'അല്ലിറാണി ചരിത്രം', 'പാരിജാത പുഷ്പാപഹരണം', 'കോവിലൻ ചരിതം' തുടങ്ങി എല്ലാ നാടകങ്ങളും മലയാളത്തിലേക്ക് മൊഴിമാറ്റിയത് അദ്ദേഹമാണ്. ആ നിലയ്ക്ക് മലയാള സംഗീത നാടക ചരിത്രത്തിന്റെ ഈറ്റില്ലമാണ് മലപ്പുറം എന്നും പറയാം.

സംഗീത നാടക പ്രസ്ഥാനത്തിന്റെ ചരിത്രത്തിലുള്ള ഈ അദ്വിതീയ സ്ഥാനം നവോത്ഥാന യഥാതഥ നാടക പ്രസ്ഥാനത്തിലും മലപ്പുറത്തിനുണ്ട്. ആദ്യ റിയലിസ്റ്റ് നാടകം എന്ന് വിളിക്കപ്പെടുന്ന 'അടുക്കളയിൽ നിന്ന് അരങ്ങത്തേക്ക്', 'മറക്കുടയ്ക്കുള്ളിലെ മഹാനരകം', 'ഋതുമതി, തൊഴിൽ കേന്ദ്രത്തിലേക്ക്' തുടങ്ങി വള്ളുവനാട്ടിലെ ഉല്പതിഷ്ണുക്കളായ നമ്പൂതിരി യുവാക്കളുടെ നവോത്ഥാന മുന്നേറ്റത്തിന് സമാന്തരമായി ഉയർന്നുവന്ന നാടകവേദിയും അതേ പാരമ്പര്യത്തിന്റെ കണ്ണിയാണ്.

നമ്മുടെ സമൂഹം എപ്പോഴൊക്കെയാണ് ആദർശ പ്രചോദിതമായ ഒരു ലക്ഷ്യത്തിനുവേണ്ടി ഒത്തൊരുമിച്ചു മുന്നേറി കൊണ്ടിരുന്നത് അപ്പോഴൊക്കെ അതിന് അനുസൃതമായി ഉണർന്നു മുന്നേറിയിട്ടുണ്ട്

നമ്മുടെ അരങ്ങും. ദേശീയ പ്രസ്ഥാനം, നവോത്ഥാന പ്രസ്ഥാനം, കർഷക പ്രസ്ഥാനം, കമ്മ്യൂണിസ്റ്റ് പ്രസ്ഥാനം എല്ലാ ചരിത്ര ഘട്ടങ്ങളെയും നമ്മുടെ അരങ്ങ് കൃത്യമായി അടയാളപ്പെടുത്തിയിട്ടുണ്ട്. ആ പാരമ്പര്യങ്ങളോടൊപ്പം എന്നും മലപ്പുറമുണ്ട്. അതിന്റെ കൊടിക്കപ്പൽ എന്ന് വിളിക്കാവുന്ന നാടകമാണ് ഇ.കെ. അയമുവിന്റെ 'ജ്ജ് നല്ലൊരുമനുസനാകാൻ നോക്ക്', 'നഗരത്തെ നല്ലതു പഠിപ്പിക്കുക' എന്ന നാടകത്തെ കുറിച്ചുള്ള ലോകപ്രശസ്തമായ നിർവ്വചനം നാടകത്തിന്റെ പേരാക്കി മാറ്റിയിരിക്കയാണ് അയമു തന്റെ നാടകത്തിൽ.

ബഷീർ രേഖപ്പെടുത്തിയ മലപ്പുറത്തിന്റെ നാടക ചരിത്രം ഞാൻ ഒരിക്കൽ കൂടി ആവർത്തിക്കാൻ ആഗ്രഹിക്കുന്നില്ല. അതിന്റെ ആവശ്യവുമില്ല. മലയാള നാടകവേദിയിലെ ഓരോ ഘട്ടങ്ങളെയും പ്രതിനിധീകരിക്കുന്ന നാഴികക്കല്ലുകളായ നാടകങ്ങളെല്ലാം ഏതെങ്കിലും വിധത്തിൽ ഇന്നത്തെ മലപ്പുറം ജില്ലയുടെ അതിർത്തിയിൽ നിന്നും ഉള്ളവയാണ്. അത് പി.എസ്. വാര്യരുടെ മലയാള സംഗീത നാടകങ്ങളിൽ ഒതുങ്ങുന്നില്ല. ഇ.കെ. അയമുവിന്റെ 'ജ്ജ് നല്ലൊരുമനുസനാകാൻ നോക്ക്', കെ. ദാമോദരന്റെ 'പാട്ടബാക്കി', ചെറുകാടിന്റെ 'നമ്മളൊന്ന്', ഇടശ്ശേരിയുടെ 'കൂട്ടുകൃഷി' അങ്ങനെ നീളുകയാണ്.

ഒരു നൂറ്റാണ്ടിലധികം നീളുന്ന ആ അവതരണ-അരങ്ങു പാരമ്പര്യത്തെയും ചരിത്രത്തെയും അത്രയധികം യാതനാഭരിതമായ ശ്രമത്തിലൂടെ രേഖപ്പെടുത്തുകയും ഭാവി തലമുറയ്ക്ക് വേണ്ടി കാത്തുവെക്കുകയുമാണ് ബഷീർ ചുങ്കത്തറ ചെയ്യുന്നത്. അദ്ദേഹം തന്നെ ഇതിന്റെ വിവരങ്ങൾ ശേഖരിക്കുവാൻ 76 പേരെ ഇന്റർവ്യൂ ചെയ്തിട്ടുണ്ട്. വ്യക്തികൾക്ക് നിർവ്വഹിക്കാവുന്ന ഒരു കാര്യമല്ല ഇത്. ഇനിയും പലരുടെ പരിശ്രമങ്ങളിലൂടെ പൂർണ്ണതയിൽ എത്തേണ്ട ഒരു ദൗത്യമാണ്. ഈ ത്യാഗപൂർണ്ണമായ പ്രവർത്തനത്തിന് ബഷീർ ചുങ്കത്തറയോട് കാലം എന്നും കടപ്പെട്ടിരിക്കും. നാടകവും ജീവിതവും രണ്ടല്ല. അതുകൊണ്ട് ഏവരും ഈ കൃതി വായിക്കണം. ഓരോരുത്തരുടെയും ഓർമ്മയും അനുഭവവും ഒപ്പം ചേർത്ത് അടുത്ത പതിപ്പിലെത്തുമ്പോൾ ഇത് കൂടുതൽ വികസിപ്പിക്കണം. ഒരു പുസ്തകത്തിലും ഇന്ന് വരെ പേര് അച്ചടിച്ചുവന്നിട്ടില്ലാത്ത ഒരുപാട് മനുഷ്യരുടെ പേരുകൾ ഈ പുസ്തകത്തിൽ അച്ചടിക്കപ്പെട്ടിട്ടുണ്ട്. ചരിത്രം അവരുടേത് കൂടിയാണ് എന്നല്ല അവരുടേതാണ്.

ഒന്ന്

കലയെ സ്നേഹിച്ച ആയുർവേദാചാര്യൻ

മലയാള നാടക വേദിയുടെ പ്രാരംഭ കാലത്ത് തന്നെ മലപ്പുറം ജില്ലയുടെ ഭാഗമായ കോട്ടക്കലിൽ നാടകപ്രവർത്തനങ്ങൾക്ക് മുന്നിട്ടിറങ്ങാൻ അന്നത്തെ ചെറുപ്പക്കാരിൽ കുറെ പേർ തയ്യാറായി വന്നു. 1908ൽ അവർ കോട്ടക്കൽ കേന്ദ്രമാക്കി ഒരു "മലയാള സംഗീത നാടക യോഗം" രൂപീകരിച്ചു. പി.വി. കൃഷ്ണവാരിയർ, എം. അപ്പുക്കുട്ടൻ വെള്ളോടി. ടി.എം. രാവുണ്ണി നെടുങ്ങാടി, തെക്കെ മഠത്തിൽ പരമേശ്വര പട്ടർ, മാണിക്കത്ത് അപ്പുണ്ണി മേനോൻ, പൊറയന്നൂർ എടക്കാട് കേശവൻ നമ്പൂതിരി, അനന്ത നാരായണയ്യർ (അമ്പിപ്പട്ടർ) തുടങ്ങിയവരായിരുന്നു "മലയാള സംഗീത നാടക യോഗ"ത്തിന്റെ പ്രധാന പ്രവർത്തകർ. ടി.ബി.അച്യുത മേനോൻ രചിച്ച "സംഗീത നൈഷധം" എന്ന സംഗീത നാടകമാണ് ആ സംഘം അവതരിപ്പിച്ചത്.

തമിഴ് നാട്ടിൽ നിന്നുള്ള നാടക സംഘങ്ങൾ അവതരിപ്പിച്ചിരുന്ന സംഗീത നാടകങ്ങൾ എല്ലാം തമിഴ് നാടകങ്ങളായിരുന്നു. മലയാളത്തിൽ സംഗീത നാടകങ്ങൾ അവതരിപ്പിക്കുക എന്നതായിരുന്ന "മലയാള സംഗീത നാടകയോഗം" ലക്ഷ്യമിട്ടിരുന്നത്. മുമ്പ് സൂചിപ്പിച്ച "സംഗീത നൈഷധം" ഡോക്ടർ അയ്യത്താൻ ഗോപാലന്റെ "സാരഞ്ജിനി പരിണയം", "സദാരാമ" എന്നിങ്ങനെ രണ്ടോ മൂന്നോ സംഗീത നാടകങ്ങളേ അന്ന് മലയാളത്തിൽ ഉണ്ടായിരുന്നുള്ളൂ. "മലയാള സംഗീത നാടക യോഗം എന്ന സംഘം വളരെ കുറച്ച് കാലം

മാത്രമാണ് സജീവമായി നിന്നത്. ഒരു വർഷം തികയും മുമ്പ് തന്നെ അതിന്റെ പ്രവർത്തനങ്ങൾ നിലച്ചു.

രാജ്യത്തിന്റെ വൈജ്ഞാനിക നേട്ടങ്ങളെയും കേരളത്തിന്റെ കലാപാരമ്പര്യങ്ങളെയും ലോകത്തിന് മുന്നിൽ എത്തിക്കുന്നതിന് നേതൃത്വം കൊടുത്തവരിൽ പ്രമുഖനും യുഗപ്രഭാവനും ആയുർവേദാചാര്യനുമായിരുന്ന പന്നിയംപള്ളി ശങ്കുണ്ണി വാരിയർ എന്ന പി.എസ്. വാരിയർ (1869-1944), 1902ലാണ് കോട്ടക്കൽ ആര്യവൈദ്യശാല സ്ഥാപിച്ചത്. കലാപ്രവർത്തനങ്ങളിൽ അതീവ തത്പരനായിരുന്ന അദ്ദേഹം "മലയാള സംഗീത നാടകയോഗം" പ്രവർത്തനങ്ങളോട് സാമ്പത്തികമായി സഹകരിച്ചിരുന്നു.

മലയാള സംഗീത നാടകയോഗത്തിന്റെ പ്രവർത്തനങ്ങൾ നിന്നുപോയപ്പോൾ പി.എസ്. വാര്യർ സ്വന്തം ഉടമസ്ഥതയിൽ "പരമശിവവിലാസം നാടകക്കമ്പനി" എന്നൊരു നാടക സംഘം 1909ൽ തുടങ്ങി. ആര്യവൈദ്യശാലയുടെ ഒരു ഭാഗം എന്ന നിലയിലാണ് ഈ നാടകക്കമ്പനി പ്രവർത്തിച്ചിരുന്നത്. തമിഴ് സംഗീതത്തിന്റെ അതി പ്രസരത്തിൽ നിന്നും മലയാള നാടക വേദിയെ മോചിപ്പിക്കണം എന്ന് അദ്ദേഹം ആഗ്രഹിച്ചു. എന്നാൽ അതിന് വേണ്ടത്ര മലയാള സംഗീത നാടകങ്ങൾ ഇല്ലാത്തത് തന്നെയായിരുന്നു പ്രധാന തടസ്സം. അതിനാൽ തന്റെ നാടക സംഘത്തിന്റെ ആവശ്യത്തിന് വേണ്ടി മലയാള സംഗീത നാടകങ്ങൾ സ്വയം രചിക്കാൻ പി.എസ്. വാരിയർ മുന്നിട്ടിറങ്ങി. ആദ്യമായി കാളിദാസന്റെ "ശാകുന്തളം" പരിഭാഷപ്പെടുത്തി "സംഗീത ശാകുന്തളം" എന്ന പേരിൽ ഒരു മലയാള സംഗീത നാടകമായി ചിട്ടപ്പെടുത്തിയെടുത്തു. ഈ നാടകം അവതരണത്തോടൊപ്പം അതേ പേരിൽ തന്നെ പുസ്തക രൂപത്തിൽ പ്രസിദ്ധീകരിക്കുകയും ചെയ്തിരുന്നു. പുസ്തകത്തിന് അവതാരിക എഴുതിയിരുന്നത് സ്വദേശാഭിമാനി രാമകൃഷ്ണപിള്ളയായിരുന്നു.

തമിഴിൽ അവതരിപ്പിച്ചിരുന്ന സംഗീത നാടകങ്ങളെ മലയാളത്തിലേക്ക് സ്വതന്ത്രപരിവർത്തനം നടത്തി അവതരിപ്പിച്ചുകൊണ്ടും സ്വന്തമായി മലയാള സംഗീത നാടകങ്ങൾ രചിച്ചുകൊണ്ടും, പി.എസ്. വാരിയർ മലയാള നാടകവേദിയുടെ സമുദ്ധാരകനായി ചരിത്രത്തിൽ സ്ഥാനം പിടിച്ചു. "പരമശിവവിലാസം നാടകക്കമ്പനി"ക്ക് വേണ്ടി വാരിയർ രചിച്ച മലയാള സംഗീത നാടകങ്ങളായിരുന്നു " സംഗീത ശാകുന്തളം", "പ്രഹ്ലാദ ചരിത്രം", "രാമായണം വിച്ഛിന്നാഭിഷേകം", "പാദുകപട്ടാഭിഷേകം", "സുഗ്രീവസംഖ്യം", "ലങ്കാദഹനം", "രാവണവധം",

“സമ്പൂർണരാമായണം”, “ദ്രൗപതീവസ്ത്രാക്ഷേപം”, “പാണ്ഡവവന വാസം ഒന്നാംഭാഗം”, “പാണ്ഡവവനവാസം രണ്ടാംഭാഗം”, “അജ്ഞാ തവാസം”, “ദക്ഷചരിത്രം”, “ഹരിശ്ചന്ദ്രചരിതം-അയോദ്ധ്യാഘട്ടം” തുടങ്ങിയവ.

ഇതിൽ “പാദുക പട്ടാഭിഷേകം”, “സുഗ്രീവസംഖ്യം”, “ലങ്കാദ ഹനം”, “രാവണവധം” എന്നിവ തുഞ്ചത്തെഴുത്തച്ഛന്റെ അദ്ധ്യാത്മ രാമായണം കിളിപ്പാട്ടിനെ ആസ്പദമാക്കി രചിച്ചവയായിരുന്നു. “ഹരിശ്ചന്ദ്രചരിതം-അയോദ്ധ്യാഘട്ടം” സംസ്കൃതത്തിൽ നിന്നാണ് പി.എസ്. വാരിയർ മലയാളത്തിലേക്ക് കൊണ്ടുവന്നത്. തമിഴ് സംഗീത നാടകങ്ങളായിരുന്ന “ഹരിശ്ചന്ദ്രചരിതം കാശീഘട്ടം” “ഹരിശ്ചന്ദ്രച രിതം ശ്മശാനഘട്ടം”, “നല്ലതങ്കാൾ ചരിതം”, “അല്ലിറാണി ചരിത്രം”, “ഗുലേബക്കാവലി”, “പാർസിലലളിതാംഗി” “പാരിജാതപുഷ്പാഹരണം”, “കോവിലൻ ചരിത്രം” തുടങ്ങിയവ പി.എസ്. വാരിയർ പരിഭാഷപ്പെടു ത്തി മലയാള സംഗീത നാടകങ്ങളാക്കി അവതരിപ്പിച്ചു.

സ്വന്തമായി രചിച്ച നാടകങ്ങൾക്ക് പുറമെ മറ്റു നാടകങ്ങളും പരമശിവവിലാസം നാടകക്കമ്പനിയിലൂടെ അവതരിപ്പിക്കുന്നതിനും പി.എസ്. വാരിയർ പ്രോത്സാഹനം നൽകി. അക്കാലത്ത് പ്രശസ്തമാ യിരുന്ന മധുരയിലെ ബാലമീനരഞ്ജിനീസഭയിൽ കലാകാരനായിരുന്ന എ.സി. അച്യുതൻ നായർ എന്ന പതിനാറുകാരൻ യുവാവ് ചികിത്സ തേടിയാണ് കോട്ടക്കലിൽ എത്തിയത്. ആ യുവാവിന്റെ കലാനൈ പുണ്യത്തിൽ താത്പര്യം തോന്നിയ വാരിയർ അയാളെയും തന്റെ നാടക സംഘത്തിൽ ചേരാൻ പ്രേരിപ്പിച്ചു. സംഘത്തിൽ അംഗമായി ചേർന്ന എ.സി. അച്യുതൻ നായർക്ക് പരിചയമുള്ള തമിഴ് നാടകങ്ങളും തന്റെ സംഘത്തെ പഠിപ്പിക്കാൻ വാരിയർ നിർദ്ദേശിച്ചു. “കൃഷ്ണലീല”, “നന്ദനാർ ചരിത്രം”, “മനോഹരൻ”, “സതി അനസൂയ”, “സത്യവാൻ സാവിത്രി”, “മീരാഭായ്”, “കബീർദാസ്” എന്നീ തമിഴ് സംഗീത നാട കങ്ങളും അതുപ്രകാരം പരമശിവവിലാസം നാടകക്കമ്പനിയിലൂടെ അവതരിപ്പിക്കപ്പെട്ടു.

രാജ്യമാകെ അറിയുന്ന ഒരു ചികിത്സകൻ, കോട്ടക്കൽ ആര്യവൈ ദ്യശാലയെന്ന മഹാസ്ഥാപനത്തിന്റെ ഉടമസ്ഥനും നടത്തിപ്പുകാരനും എന്നീ തിരക്കുകൾ ഉണ്ടായിട്ടും പി.എസ്. വാരിയർ നാടകത്തിനും കലക്കും വേണ്ടി പ്രവർത്തിക്കുവാൻ ഒട്ടേറെ സമയം നീക്കിവെച്ചു. പരമശിവ വിലാസം നാടകക്കമ്പനിയുടെ നാടകങ്ങളുടെ രചയിതാവ്, സംഗീത സംവിധായകൻ, ഡയറക്ടർ എന്നീ ചുമതലകളൊക്കെ

അദ്ദേഹം തന്നെ നേരിട്ട് നടത്തി. ഒരു പുതിയ നാടകം തയ്യാറായാൽ അത് തന്റെ സംഘത്തെ പരിശീലിപ്പിച്ചെടുക്കുന്നതിന് വേണ്ടി ഓരോ സൂക്ഷ്മാംശങ്ങളിലും അദ്ദേഹം ശ്രദ്ധിച്ചിരുന്നു. അങ്ങിനെയുള്ള ദിവസങ്ങളിൽ രാവിലെ 10 മണി മുതൽ 11 മണിവരെയും രാത്രി 7 മണി മുതൽ 9 മണി വരെയും ഉള്ള സമയം മറ്റെല്ലാം മാറ്റിവെച്ച് നാടകസംഘത്തോടൊപ്പം ചിലവഴിക്കാൻ കൃത്യമായും ശ്രദ്ധിച്ചിരുന്നു.

കോട്ടക്കൽ ആര്യവൈദ്യശാലയുടെ ഒരനുബന്ധ സ്ഥാപനമായി നിലനിർത്തിയ നാടകക്കമ്പനിക്ക് വലിയ പ്രാധാന്യമാണ് വാരിയർ കൊടുത്തത്. നാടക സംഘാംഗങ്ങളുടെ യാത്ര, ഭക്ഷണം, താമസം എന്നിവയിൽ മാത്രമല്ല ആര്യവൈദ്യശാലയിൽ ജോലി ചെയ്യുന്ന മറ്റുള്ളവർക്ക് കിട്ടുന്നതിന് തുല്യമായ ഒരു തുക സ്ഥിരം വരുമാനമായി കിട്ടുന്നതിനും അദ്ദേഹം ശ്രദ്ധിച്ചിരുന്നു. സംഘാംഗങ്ങളുടെ അച്ചടക്കത്തിന്റെ കാര്യത്തിൽ വലിയ കണിശക്കാരനുമായിരുന്നു അദ്ദേഹം. എം. അച്യുതൻ നായർ, എം. ശേഖരപ്പണിക്കർ, കൊച്ചനുജനുണ്ണി, എം. കൃഷ്ണൻനായർ, സി.പി. കുട്ടികൃഷ്ണമേനോൻ, പി.ടി. ശ്രീധരൻ നായർ, ടി. ശിവരാമൻ നായർ, എ.എൻ. ശങ്കരകൈമൾ, ഗോപാലകൃഷ്ണൻ നായർ, കെ. കുമാരൻ നായർ, കെ. വാസുദേവൻ നായർ, വിദൂഷകൻ ശങ്കരൻ നായർ, എ.സി. അച്യുതൻ നായർ തുടങ്ങിയവരായിരുന്നു സംഘത്തിലെ പ്രധാന അഭിനേതാക്കൾ. ചുനങ്ങാട് ശൂലപാണീവാരിയർ, ചിദംബരം വെങ്കിട്ടരാമ ഭാഗവതർ എന്നിവരായിരുന്നു സംഗീത പരിശീലകർ, ശിവരാമ പിഷാരടി (മൃദംഗം), എ. നാരായണ പിഷാരടി (മെയ്ക്കപ്പ്, ആർട്ടിസ്റ്റ്) തുടങ്ങിയവരും നാടകക്കമ്പനിയുടെ ഭാഗമായിരുന്നു. പരിശീലകരായി ശേഖരപ്പണിക്കർ, പേർക്കോട് അച്യുതമേനോൻ തുടങ്ങിയവരും പിന്നണിയിലുണ്ടായിരുന്നു.

ആദ്യത്തെ രണ്ട് മൂന്ന് വർഷം കോട്ടക്കലും തുടർന്ന് കേരളത്തിന്റെ എല്ലാ ഭാഗത്തും പരമശിവ വിലാസം നാടകക്കമ്പനി നാടകവുമായി എത്തി. തിരൂർ, കോഴിക്കോട്, കണ്ണൂർ, തലശ്ശേരി, വടകര, മഞ്ചേരി, പെരിന്തൽമണ്ണ, പട്ടാമ്പി, ഒറ്റപ്പാലം, ഷൊർണ്ണൂർ, പാലക്കാട്, തൃശ്ശൂർ, കൊടുങ്ങല്ലൂർ, വടക്കൻ പറവൂർ, എറണാകുളം, പെരുമ്പാവൂർ, മൂവാറ്റുപുഴ, വൈക്കം, പാല, കോട്ടയം, ചങ്ങനാശ്ശേരി, തിരുവല്ല, ചേർത്തല, ആലപ്പുഴ, തിരുവനന്തപുരം എന്നീ കേന്ദ്രങ്ങളിൽ പല പ്രാവശ്യം പരമശിവ വിലാസം നാടകക്കമ്പനി നാടകം അവതരിപ്പിച്ചു.

കോട്ടക്കൽ ആര്യവൈദ്യശാലാ സ്റ്റോറിനോടനുബന്ധിച്ച് ഒരു സ്റ്റേജും നാടകം അവതരിപ്പിക്കാനുള്ള സ്ഥിരം സംവിധാനവും തുടക്കം

മുതൽ പി.എസ്. വാര്യർ ഏർപ്പെടുത്തിയിരുന്നു. പുറമേക്ക് പോകുമ്പോൾ താൽക്കാലിക ഹാളുകൾ കെട്ടിയുണ്ടാക്കുകയോ, സ്ഥിരം ഹാളുകൾ വാടകക്ക് എടുക്കുകയോ ആണ് ചെയ്തിരുന്നത്. 1923ൽ ആര്യവൈദ്യശാലയുടെ കോഴിക്കോട് -കല്ലായി റോഡിലുള്ള ബ്രാഞ്ചിനോടനുബന്ധിച്ചും ഒരു സ്ഥിരം നാടകഹാൾ വാര്യർ പണിതു. പിൽക്കാലത്ത് പാലക്കാട് വടക്കത്തറയിലുള്ള അമറ്റി ഹാൾ ആര്യവൈദ്യശാലക്ക് വേണ്ടി വാങ്ങിയപ്പോൾ അവിടെ വൈദ്യശാലയുടെ ബ്രാഞ്ചിനൊപ്പം നാടകം അവതരിപ്പിക്കാനുള്ള സ്ഥിരം ഹാൾ സ്ഥാപിച്ചു. ഇങ്ങിനെ കേരളത്തിലെ പ്രധാനപ്പെട്ട മൂന്ന് പട്ടണങ്ങളിൽ സ്വന്തമായി സ്ഥിരം നാടക ഹാളുകളുമായി ഒരു നാടകസംഘം പ്രവർത്തിച്ച ചരിത്രം ഒരുപക്ഷെ പരമശിവ വിലാസം നാടകക്കമ്പനിക്ക് മാത്രം അവകാശപ്പെടാൻ കഴിയുന്ന ഒന്നായിരിക്കും. പരമശിവ വിലാസം നാടകക്കമ്പനിയുടെ ഈ നാടക ഹാളുകൾ മറ്റു കലാപരിപാടികൾ നടത്താൻ സൗജന്യമായി വിട്ടുകൊടുക്കാനും പി.എസ്. വാര്യർ മഹാമനസ്കത കാണിച്ചിരുന്നു.

ഒരു നാടകക്കമ്പനി മാത്രം നടത്തിക്കൊണ്ട് പോകുന്ന ഒരാൾ ചെയ്യുന്നതിനേക്കാൾ മികച്ച രീതിയിലായിരുന്നു കോട്ടക്കൽ ആര്യവൈദ്യശാലയെന്ന വലിയ സ്ഥാപനം നടത്തുന്നതിനൊപ്പം നാടകക്കമ്പനി നടത്തിയിരുന്ന പി.എസ്. വാര്യർ കാര്യങ്ങൾ ചെയ്തിരുന്നത്. ദേശീയതലത്തിലും അന്തർദേശീയ തലത്തിലും പ്രശസ്തിയാർജ്ജിച്ച തന്റെ ചികിത്സാലയത്തിൽ നിന്നും കിട്ടിയ വരുമാനത്തിൽ നിന്നും ഒരു വലിയ തുക അദ്ദേഹം നാടകത്തിനായി നീക്കിവെച്ചു. "പരമശിവ വിലാസം നാടകക്കമ്പനിയുടെ കൈവശമുണ്ടായിരുന്ന സെറ്റിംഗുകൾക്കും ഡ്രസ്സുകൾക്കും മാത്രം അന്നത്തെ കാലത്തെ ഒരുലക്ഷത്തിലേറെ രൂപ വില വരുമായിരുന്നു.

ശാസ്ത്ര സാങ്കേതിക വിദ്യകൾ ഇന്നത്തേത് പോലെ വികസിച്ചില്ലാതിരുന്ന അക്കാലത്ത് അതിശയകരമായ രീതിയിലായിരുന്നു പരമശിവ വിലാസം സംഘം പല രംഗങ്ങളും അവതരിപ്പിച്ചിരുന്നത്. ശാകുന്തളത്തിൽ നദിയിലൂടെ തോണി തുഴഞ്ഞുവരുന്ന മുക്കുവൻ, രാമായണത്തിൽ ലങ്കയിലേക്ക് ചാടുന്ന ഹനുമാൻ, കൃഷ്ണലീലയിൽ ഉണ്ണികൃഷ്ണന്റെ വായിൽ യശോദ ലോകം മുഴുവൻ കാണുന്നത്, കാളിയമർദ്ദനത്തിൽ കാളിയൻ വിഷം ഛർദ്ദിക്കുന്നത്, രാവണന്റെ മുമ്പിൽ സ്വന്തം വാൽ ചുരുട്ടി ഹനുമാൻ സിംഹാസനത്തിന് തുല്യം ഉയരത്തിലിരിക്കുന്നത്, ഭാരതം കഥയിൽ പാഞ്ചാലിയുടെ പ്രാർത്ഥന കേട്ട് ഭഗവാൻ പ്രത്യക്ഷനാകുന്നതും വസ്ത്രം അനുസ്യൂതമായി നൽകുന്നതും എല്ലാം പരമശിവ വിലാസം നാടക സംഘം അവതരിപ്പിച്ചിരുന്നത്

പ്രേക്ഷകരെ അമ്പരപ്പിക്കുന്ന തരത്തിലായിരുന്നുവെന്ന് പി.എസ്. വാരിയരുടെ ജീവിത ചരിത്രകാരനായ സി.എ. വാര്യരുടെയും മറ്റു സഹപ്രവർത്തകരുടെയും കുറിപ്പുകളിൽ വിശദീകരിച്ചിട്ടുണ്ട്.

1909 മുതൽ മുപ്പത് വർഷക്കാലം പ്രവർത്തിച്ച നാടകക്കമ്പനി 1939-ൽ പി.എസ്.വി. നാട്യസംഘം എന്ന പേരിൽ കഥകളിക്ക് പ്രാധാന്യം കൊടുത്തുകൊണ്ടുള്ള ഒരു കലാസംഘമാക്കി പി.എസ്. വാര്യർ മാറ്റി. തമിഴ്, ഹിന്ദി സിനിമകൾ ധാരാളമായി വരാൻ തുടങ്ങിയപ്പോൾ ചെലവ് കുറഞ്ഞ, പുതുമയുള്ള ഒരു വിനോദാപാധി എന്ന നിലയിൽ ആളുകൾ സിനിമക്ക് പ്രാധാനം കൊടുത്തു തുടങ്ങിയതാണ് വി.എസ്. വാരിയറെ അങ്ങിനെ ചെയ്യാൻ പ്രേരിപ്പിച്ചത്. 1939 മുതൽ പി.എസ്.വി. നാട്യസംഘം ആയി മാറിയെങ്കിലും 1944ൽ പി.എസ്. വാര്യർ മരിക്കുന്നത് വരെ നാമമാത്രമായെങ്കിലും നാടകാവതരണവും ആ സംഘം നടത്തിയിരുന്നു. നാട്യസംഘത്തിന്റെ ഭാഗമായി തീരാൻ പ്രയാസമുണ്ടായിരുന്നവർക്ക് ആര്യവൈദ്യശാലയിലെ മറ്റു പല തൊഴിലുകളിൽ വാരിയർ നിയമനം കൊടുത്തു. നാടകക്കമ്പനി നിന്നുപോയതിന്റെ പേരിൽ ഒരു നാടക കലാകാരനും തൊഴിൽരഹിതനാകാതിരിക്കാൻ അദ്ദേഹം ശ്രദ്ധിച്ചു.

1909 മുതൽ 1939 വരെയുള്ള മുപ്പത് വർഷക്കാലം പി.എസ്. വാരിയറും പരമശിവ വിലാസം നാടകക്കമ്പനിയിലെ കലാകാരന്മാരും നടത്തിയ പ്രവർത്തനങ്ങൾ മലയാള നാടകവേദിയുടെ വളർച്ചക്ക് നൽകിയ സംഭാവനകൾ അതുല്യമാണ്. നമ്മുടെ നാടക ചരിത്രത്തിലെ സ്വർണ്ണ നിറമുള്ള ഒരദ്ധ്യായമാണത്. മലയാള നാടകവേദി രൂപം കൊണ്ടു തുടങ്ങിയ ആദ്യഘട്ടത്തിലായിരുന്ന ആ മുപ്പത് വർഷം എന്നതും ഏറെ ശ്രദ്ധേയമാണ്. പിൽക്കാലത്ത് മലബാറിലും കേരളത്തിലാകെയും ഗ്രാമങ്ങൾ തോറും നാടകസംഘങ്ങൾ രൂപം കൊള്ളുന്ന അവസ്ഥയിലേക്ക് കേരളീയരുടെ നാടകാഭിമുഖ്യം വളരുന്നതിൽ പി.എസ്. വാരിയരുടെയും സംഘത്തിന്റെയും പ്രവർത്തനങ്ങൾ നൽകിയ പ്രചോദനം വളരെ വലുതായിരുന്നു.

കേരളത്തനിമയുടെ ഒരു കലാപ്രതീകമായി ലോകശ്രദ്ധ നേടിയിട്ടുള്ള കലാരൂപമാണ് ഇന്ന് കഥകളി. 1939ൽ തന്റെ പരമശിവവിലാസം നാടകക്കമ്പനിയെ പി.എസ്.വി. നാട്യസംഘമാക്കി മാറ്റിക്കൊണ്ട് തന്റെ ശിഷ്ടജീവിതത്തിലെ ഒന്നരപ്പതിറ്റാണ്ട് കാലം പി.എസ്. വാരിയർ നടത്തിയ പ്രവർത്തനങ്ങൾ കഥകളി എന്ന കലയെ ഇന്നത്തെ പ്രശസ്തിയിലേക്കുയർത്തുന്നതിൽ വഹിച്ച പങ്കും നമ്മുടെ കലാചരിത്രത്തിന്റെ ഭാഗമാണ്.

1909ൽ സംഗീതശാകുന്തളം എന്ന നാടകത്തോടെ നാടകരചനാരംഗത്തേക്ക് വന്ന പി. എസ്. വാരിയരുടെ സമകാലീനരും പിൻഗാമികളുമായ ഒട്ടേറെപ്പേർ നാടകരചന നടത്തിയിരുന്നു. മലയാള നാടകസാഹിത്യത്തിന്റെ ആദ്യഘട്ടമായിരുന്ന സംസ്കൃതത്തിൽനിന്നുള്ള പരിഭാഷകൾ, പുരാണ കഥകളെ ആസ്പദമാക്കിയുള്ള സ്വതന്ത്രനാടകങ്ങൾ എന്നിവ മലപ്പുറം ജില്ലയിലുൾപ്പെട്ട പ്രദേശങ്ങളിൽ ജീവിച്ചിരുന്ന ആദ്യകാല എഴുത്തുകാരിലൂടെ പുറത്തുവന്നിട്ടുണ്ട്. വെട്ടത്ത് നാട്ടിലെ മംഗലം സ്വദേശിയായ മഹാകവി വള്ളത്തോൾ (1878-1958) കാളിദാസന്റെ അഭിജ്ഞാന ശാകുന്തളവും, ഭാസന്റെ നാടകങ്ങളായ "മാധ്യമ വ്യായോഗം", "ഊരുഭംഗം", "സ്വപ്നവാസവദത്തം" എന്നിവയും പരിഭാഷപ്പെടുത്തിയിട്ടുണ്ട്. കാളിദാസന്റെ പ്രശസ്തമായ അഭിജ്ഞാന ശാകുന്തളം വള്ളുവനാട്ടിലെ തിരുവേഗപ്പുറ സ്വദേശിയായ ചെറുളിയിൽ കുഞ്ഞുണ്ണിനമ്പീശൻ (1878-1958), കുറ്റിപ്പുറത്ത് കേശവൻ നായർ (1882-1959), തൃപ്രങ്ങോട് സ്വദേശിയായ കുട്ടികൃഷ്ണമാരാർ (1900-1973) എന്നിവരും പരിഭാഷപ്പെടുത്തിയിട്ടുണ്ട്. ഈ നാടകത്തെ "കേരളീയ ശാകുന്തളം" എന്ന പേരിൽ വെളുത്താട്ട് നാരായണൻ നമ്പൂതിരിയും (1918-1959) മലയാളീകരിച്ചിട്ടുണ്ട്. ചെറുളിയിൽ കുഞ്ഞുണ്ണി നമ്പീശൻ കാളിദാസന്റെ "വിക്രമോർവശീയം", ഭാസനാടകങ്ങളായ "മാധ്യമ വ്യായോഗം", "കർണ്ണഭാരം", "ദൂതഘടോൽക്കചം" എന്നിവയുടെയും പരിഭാഷ നിർവഹിച്ചിട്ടുണ്ട്. കുറ്റിപ്പുറത്ത് കേശവൻ നായരുടെ മറ്റൊരു പരിഭാഷയാണ് "പ്രതിമാനാടകം".

പുരാണകഥകളെ ആസ്പദമാക്കിയുള്ള സ്വതന്ത്രനാടക രചനകൾക്കും ഒട്ടേറെ എഴുത്തുകാർ മുന്നോട്ടുവന്നിരുന്നു. ഏറനാട് താലൂക്കിലെ തൂപ്പനച്ചി സ്വദേശിയായ പുഷ്പകത്ത് നാരായണൻ നമ്പി(1875-1923)യുടെ ഈ ഗണത്തിൽപെട്ട നാടകങ്ങളാണ് "യയാതിചരിതം", "സുമംഗലീചരിതം", "ശാർങ്ധരചരിത്രം" എന്നിവ. മലപ്പുറം ഊരകം സ്വദേശിയായ കവി വി.സി. ബാലകൃഷ്ണ പണിക്കർ (1889-1915) രണ്ട് പുരാണ സ്വതന്ത്ര നാടകങ്ങൾ എഴുതിയിട്ടുണ്ട്. "ഇന്ദുമതീ സ്വയംവരം", "കുമാരചരിതം" എന്നിവയാണത്. ഹൈന്ദവ പുരാണകഥകളുമായി ബന്ധപ്പെട്ടവയാണ് മുകളിൽ സൂചിപ്പിച്ച എല്ലാ നാടകങ്ങളും. അതിനാൽതന്നെ അവ വ്യത്യസ്ത കൂട്ടായ്മകളുടെ ആഭിമുഖ്യത്തിൽ ക്ഷേത്ര ഉത്സവങ്ങളുമായി ബന്ധപ്പെട്ട് അവതരിക്കപ്പെട്ടിട്ടുണ്ടാവാം. എന്നാൽ പി.എസ്. വാരിയരുടെ രചനകൾപോലെ ഒരു സ്ഥിരം സമിതിയുടെ ആഭിമുഖ്യത്തിൽ തുടർച്ചയായി വ്യത്യസ്ത കേന്ദ്രങ്ങളിൽ അവതരിപ്പിക്കപ്പെടുന്നതിനുള്ള സാഹചര്യം അവക്കൊന്നിനുമുണ്ടായിരുന്നില്ല.

രണ്ട്

സംഘടിത ശക്തിയായി മാറിയ കലാപ്രസ്ഥാനം

പത്തൊമ്പതാം നൂറ്റാണ്ടിന്റെ ആദ്യ ദശകങ്ങളിലാണ് നവോത്ഥാനം എന്ന പേരിൽ വിശേഷിപ്പിക്കപ്പെടുന്ന പുതിയ ചിന്തകൾ കേരളത്തിൽ ശക്തിപ്പെട്ടത്. ഹിന്ദുസമുദായത്തിലെ ജാതിവിവേചനം, അയിത്തം തുടങ്ങിയവയ്ക്കെതിരെയുള്ള പ്രതിഷേധം, ഓരോ സമുദായത്തിലും നിലനിന്നിരുന്ന ദുരാചാരങ്ങൾക്കും അന്ധവിശ്വാസങ്ങൾക്കും എതിരെയുള്ള പ്രതികരണങ്ങൾ, സ്ത്രീ സ്വാതന്ത്ര്യം, വിദ്യാഭ്യാസവ്യാപനം തുടങ്ങിയവയായിരുന്നു കേരളീയ നവോത്ഥാനത്തിന്റെ പ്രധാനപ്പെട്ട ഘടകങ്ങൾ.

ശ്രീനാരായണ ഗുരു (1856-1928), ചട്ടമ്പി സ്വാമികൾ (1853-1924), അയ്യങ്കാളി (1863-1941), സഹോദരൻ അയ്യപ്പൻ (1889-1968), സനാഉള്ള മക്തി തങ്ങൾ (1847-1912), വക്കം അബ്ദുൽ ഖാദർ മൗലവി (1873-1932) തുടങ്ങിയവരുടെ ആശയങ്ങൾ അവയെ ശക്തിപ്പെടുത്തി. സാമുദായിക പരിഷ്കരണം ലക്ഷ്യംവെച്ചുകൊണ്ടുള്ള സംഘടനകളുടെ രൂപീകരണവും പ്രവർത്തനങ്ങളുമായിരുന്നു നവോത്ഥാനത്തിന്റെ മറ്റൊരു ഘടകം. ശ്രീനാരായണ ധർമ്മപരിപാലന സംഘം എന്ന എസ്.എൻ.ഡി.പി. (1903), യോഗക്ഷേമ സഭ (1908), തിരുവിതാംകൂർ മുസ്ലിംസഭ (1910), നായർ സർവീസ് സൊസൈറ്റി (1914), കേരള മുസ്ലിം ഐക്യ സംഘം (1922) തുടങ്ങിയവ രൂപീകരിക്കപ്പെടുന്നത് ഈ പശ്ചാത്തലത്തിലാണ്.

ദേശീയ സ്വാതന്ത്ര്യപ്രസ്ഥാനത്തിന്റെ പിന്തുണയും കൂടി ആയപ്പോൾ

ഈ ചിന്തകൾ പ്രായോഗിക സമരരൂപങ്ങളായി പ്രതിഫലിച്ചു. ക്ഷേത്രങ്ങളിലെ ജാതിവിവേചനത്തിനെതിരെ നടന്ന വൈക്കം സത്യാഗ്രഹം (1924-25), ഗുരുവായൂർ സത്യാഗ്രഹം (1931-32) എന്നിവ കേരളക്കരയാകെ സ്വാധീനം ചെലുത്തി. ഈ സമരങ്ങളുടെ ആദ്യത്തെ വിജയകരമായ ഒരു പ്രതിഫലനം ഉണ്ടായത് മലപ്പുറം ജില്ലയിലെ പെരിന്തൽമണ്ണക്കടുത്താണ്. എരവിമംഗലം പാലൊള്ളിമന വാസുദേവൻ നമ്പൂതിരി തന്റെ ഉടമസ്ഥതയിലുള്ള ചക്കുപറ ക്ഷേത്രത്തിൽ താഴ്ന്ന ജാതിക്കാർക്ക് പ്രവേശനം നൽകുകയും പന്തിഭോജനം നടത്തുകയും ചെയ്തുകൊണ്ട് വിപ്ലവം സൃഷ്ടിച്ചത് 1932-ലാണ്. ദൈവകോപം ഭയപ്പെട്ട താഴ്ന്ന ജാതിക്കാർ അന്ന് തങ്ങളുടെ തമ്പുരാന്റെ നിർബന്ധത്തിന് വഴങ്ങിയാണ് അതിന് തയ്യാറായത്. നാടിനെ മാറ്റിമറിച്ചുകൊണ്ടിരുന്ന നവോത്ഥാന ആശയങ്ങളുടെ പ്രചരണത്തിനായി നാടകം എന്ന കലാരൂപത്തെ പ്രയോജനപ്പെടുത്താൻ സാമൂഹ്യ പരിഷ്കർത്താക്കൾ തന്നെ മുന്നോട്ട് വന്നു. അത് നമ്മുടെ സാംസ്കാരിക ചരിത്രത്തിലെ അവിസ്മരണീയ അദ്ധ്യായമായ നാടക മുന്നേറ്റത്തിന് വഴിയൊരുക്കി.

സാമൂഹ്യ വിമർശനത്തിനുള്ള മൂർച്ച കൂടിയ ആയുധമായി നാടകങ്ങൾ ഉപയോഗിക്കപ്പെടുന്നതിന്റെ തുടക്കമായിരുന്നു വി.ടി.ഭട്ടതിരിപ്പാടിന്റെ "അടുക്കളയിൽ നിന്നും അരങ്ങത്തേക്ക്" (1929), മുല്ലമംഗലത്ത് രാമൻ ഭട്ടതിരിപ്പാട് എന്ന എം.ആർ.ബി.യുടെ "മറക്കുടക്കുള്ളിലെ മഹാനരകം" (1930), എം.പി. ഭട്ടതിരിപ്പാട് എന്ന പ്രേംജിയുടെ "ഋതുമതി" (1938) തുടങ്ങിയ നാടകങ്ങൾ. യോഗക്ഷേമ സഭയുടെ വാർഷികങ്ങളിൽ മൂന്ന് നാല് തവണ മാത്രം അരങ്ങേറിയിട്ടേയുള്ളവെങ്കിലും ഇക്കാലത്ത് വന്ന ചരിത്ര പ്രാധാന്യമുള്ള മറ്റൊരു നാടകമാണ് 1935ൽ ലളിതാംബിക അന്തർജ്ജനം രചിച്ച "സാവിത്രി അഥവാ വിധവാവിവാഹം". ഇവയുടെ സ്വാധീനം മലപ്പുറം ജില്ലയിൽ ഉൾപ്പെട്ട പ്രദേശങ്ങളിലും വ്യാപിച്ചിരുന്നു. യുദ്ധകാലത്തെ പശ്ചാത്തലമാക്കി വി.ടി. ഭട്ടതിരിപ്പാട് 1932ൽ രചിച്ച "കരിഞ്ചന്ത" എന്ന ഒരു നാടകവും യോഗക്ഷേമസഭാ വേദികളിൽ അവതരിപ്പിക്കപ്പെട്ടിരുന്നു. മലപ്പുറം ജില്ലക്കാരനായ ഇ.എം.എസ്. ഉൾപ്പെടെയുള്ളവരുടെ നേരിട്ടുള്ള പങ്കാളിത്തവും ആ നാടക പ്രവർത്തനങ്ങളിൽ ഉണ്ടായിരുന്നു.

കേരളത്തിൽ കമ്യൂണിസ്റ്റ് പാർട്ടിയുടെ രൂപീകരണത്തിന് മുൻകൈ എടുത്ത നാല് പേരിൽ ഒരാളും മലപ്പുറം ജില്ലക്കാരനുമായ കെ.ദാമോദരൻ പുരോഗമന നാടക പ്രസ്ഥാനത്തിന്റെ കുതിപ്പിന്റെ തുടക്കമായിരുന്ന "പാട്ടബാക്കി" എന്ന നാടകത്തിന്റെ കർത്താവ് കൂടിയായിരുന്നു.

1937ൽ തന്നെ നടന്ന കമ്യൂണിസ്റ്റ് പാർട്ടിയുടെ കേരള ഘടകത്തിന്റെ രൂപീകരണത്തോടെ കേരളത്തിന്റെ വിവിധ ഭാഗങ്ങളിൽ സംഘടിതമായ രീതിയിൽ വീണ്ടും വീണ്ടും അരങ്ങേറിയ "പാട്ടബാക്കി" ജന്മിത്വ ചൂഷണങ്ങൾക്കെതിരെ ഉയർത്തിയ കലാപം സമാന ആശയങ്ങൾ ഉൾക്കൊള്ളുന്ന വേറെയും നാടകങ്ങൾക്ക് പ്രചോദനമായി. ഇതിന്റെ ശ്രദ്ധേയമായ ഒരു തുടർച്ചയായി മലപ്പുറം ജില്ലയിൽ ഉൾപ്പെടുന്ന വ്യത്യസ്ത സ്ഥലങ്ങളിൽ നിന്നും രണ്ട് നാടകങ്ങൾ അരങ്ങിലെത്തി. പെരിന്തൽമണ്ണയിൽ ചെറുകാടിന്റെ "നമ്മളൊന്ന്"(1948), പൊന്നാനിയിൽ ഇടശ്ശേരിയുടെ "കൂട്ടുകൃഷി" (1949) എന്നിവയാണത്. മലയാള നാടകചരിത്രത്തിൽ തന്നെ വേറിട്ടൊരു അദ്ധ്യായമായി നിലകൊള്ളുന്നതും സ്ത്രീകൾ തന്നെ രചനയും സംവിധാനവും അവതരണവും നിർവ്വഹിച്ചിട്ടുള്ളതുമായ ആദ്യ നാടകമായ "തൊഴിൽ കേന്ദ്രത്തിലേക്ക്" പുറത്ത് വന്നതും 1948ലാണ്. ആ വർഷം ജൂൺ 12ന് ആദ്യാവതരണം നടന്ന "തൊഴിൽ കേന്ദ്രത്തിലേക്ക്" എന്ന നാടകം ഒരുകൂട്ടം അന്തർജ്ജനങ്ങളുടെ കൂട്ടായ രചനയായിരുന്നു.

സ്വാതന്ത്ര്യലബ്ധിയോടെ കൂടുതൽ കരുത്താർജ്ജിക്കുകയും വ്യാപകമാവുകയും ചെയ്ത നാടക പ്രസ്ഥാനം ഗ്രാമങ്ങൾ തോറും നാടക സംഘങ്ങൾ രൂപം കൊള്ളുന്നതിന് സാഹചര്യമൊരുക്കി. അമ്പതുകളുടെ തുടക്കത്തിൽ ഈ ഗ്രാമീണ നാടക സമിതികൾ നടത്തിയ പ്രവർത്തനങ്ങൾ കേരളത്തെ ഇളക്കിമറിച്ചു. ജന്മിത്വ ചൂഷണം, സാമൂഹിക അസമത്വങ്ങൾ, അന്ധവിശ്വാസങ്ങൾ, സാംസ്കാരിക ജീർണ്ണതകൾ തുടങ്ങിയ എല്ലാ തിന്മകൾക്കുമെതിരെ ഈ കൊച്ചു നാടകസേനകൾ നിരന്തരമായ കലാപം തന്നെ അഴിച്ചുവിട്ടു. നാടകവുമായി ബന്ധപ്പെടാതിരിക്കാൻ ഒരു രാഷ്ട്രീയക്കാരനോ, ഒരു നാടകമെങ്കിലും എഴുതാതിരിക്കാൻ ഒരെഴുത്തുകാരനോ കഴിയാത്തവിധം സജീവമായി അന്ന് നാടകരംഗം മാറി. എഴുത്തിൽ നാടകത്തിന് പ്രാധാന്യം കൊടുത്തിരുന്ന ചെറുകാടും ഇ.കെ. അയമുവും മാത്രമല്ല നോവലിസ്റ്റായ ഉറൂബും കവികളായ ഇടശ്ശേരിയും അക്കിത്തവുമെല്ലാം അന്ന് നാടകമെഴുതി.

കമ്യൂണിസ്റ്റ് പാർട്ടി തങ്ങളുടെ ദൈനംദിന പ്രവർത്തനങ്ങളിൽ നാടകരംഗത്തിന് വലിയ പ്രാധാന്യം കൊടുത്തതും നാടക പ്രസ്ഥാനത്തിന്റെ വളർച്ചക്ക് സഹായകമായി. കെ. കേളപ്പൻ, പി. കൃഷ്ണപിള്ള, എ.കെ.ജി., ഇ.എം.എസ്., കെ.പി. ഗോപാലൻ, കെ.എ. കേരളീയൻ, മൊയാരത്ത് ശങ്കരൻ തുടങ്ങി അക്കാലത്ത് രാഷ്ട്രീയ രംഗത്തേക്ക് വന്ന എല്ലാവരും തന്നെ നാടകങ്ങളിൽ അഭിനയിച്ചിരുന്നു. നാടകരംഗം ഒരു സംഘടിത

പ്രവർത്തനമായി മാറുന്നത് ഈ പശ്ചാത്തലത്തിലാണ്. മലബാറിൽ വ്യാപകമായി നാട്ടിൻപുറങ്ങളിൽ കലാസമിതികൾ രൂപം കൊണ്ടു. അതിലുൾപ്പെട്ടിരുന്ന ഇന്നത്തെ മലപ്പുറം ജില്ലയിലെ പ്രദേശങ്ങളിലും അതിന് നല്ല തോതിലുള്ള അനുരണനങ്ങൾ ഉണ്ടായി. പ്രത്യേകിച്ചൊരു വ്യവസ്ഥയുമില്ലാതെ പരസ്പര ബന്ധമില്ലാതെ പ്രവർത്തിച്ചിരുന്ന ഈ കലാസമിതികളെ താലൂക്ക് തലത്തിൽ ഏകോപിപ്പിച്ച് കൊണ്ട് കേന്ദ്ര കലാസമിതികൾ രൂപീകരിക്കാനുള്ള ശ്രമങ്ങൾ മലബാറിൽ പലഭാഗത്തും നടന്നു.

മലപ്പുറം ജില്ലയിൽപെട്ട സ്ഥലങ്ങളിൽ ഒരു താലൂക്ക് കേന്ദ്ര കലാസമിതി ആദ്യം രൂപീകരിച്ചത് 1949ൽ പൊന്നാനിയിലാണ്. 1953ൽ വള്ളുവനാട് താലൂക്ക് കേന്ദ്ര കലാസമിതിയും രൂപീകൃതമായി. താലൂക്ക് കേന്ദ്ര കലാസമിതികളുടെ ഒരു കൂട്ടായ്മ മലബാർ അടിസ്ഥാനത്തിൽ രൂപീകരിക്കാൻ മുൻകൈ എടുത്തത് കോഴിക്കോട് കലാസമിതിയാണ്. പുതിയ നാടകങ്ങൾ അവതരിപ്പിക്കുന്നതിന് തൊട്ടടുത്ത പ്രദേശങ്ങളിലെ കലാസമിതികളെ ക്ഷണിച്ച് കൊണ്ട് ഒരു നാടകോത്സവം കോഴിക്കോട് കലാസമിതി 1953ൽ നടത്തി. 1953 ആഗസ്റ്റ് 29ന് ആ നാടകോത്സവത്തിന്റെ സമാപന സമ്മേളനത്തിന് മുമ്പ് നടന്ന യോഗത്തിൽ 44 കലാസാംസ്കാരിക സംഘടനകളുടെ പ്രതിനിധികളായി വന്ന 114 കലാ പ്രവർത്തകർ ചേർന്ന് അഖില മലബാർ കേന്ദ്ര കലാസമിതി രൂപീകരിക്കാൻ തീരുമാനിച്ചു. മലബാർ കേന്ദ്ര കലാസമിതിയുടെ രൂപീകരണം മലബാറിലെ നാടക പ്രവർത്തനങ്ങൾക്ക് സംഘടിത രൂപം നൽകി. വളരെ വിപുലമായ പിന്തുണയാണ് കലാസാംസ്കാരിക രംഗത്തെ പ്രമുഖരിൽ നിന്നും ആ സംരംഭത്തിന് കിട്ടിയത്.

ഗ്രാമങ്ങൾ തോറും കൂടുതൽ കലാസമിതികൾ രൂപം കൊള്ളുന്നതിന് ഇത് പ്രേരകമായി. ഗ്രാമീണ കലാസമിതികളുടെ പ്രാതിനിധ്യത്തോടെ താലൂക്ക് അടിസ്ഥാനത്തിൽ നാടകോത്സവങ്ങൾ നടത്തലും തുടർന്നു മലബാർ അടിസ്ഥാനത്തിൽ നാടകോത്സവം നടത്തലുമായി നാടാകെ നിറഞ്ഞുനിന്ന നാടക പ്രവർത്തനങ്ങളാണ് തുടർന്നുള്ള ഏതാനും വർഷങ്ങളിൽ നടന്നത്. മൂന്ന് നാല് വർഷം അഖില മലബാർ കേന്ദ്ര കലാസമിതി ഇത്തരത്തിൽ നാടകോത്സവങ്ങൾ സംഘടിപ്പിച്ചു. തുടർന്നുവന്ന അനേക ദശകങ്ങൾ മലയാളത്തിന്റെ കലാസാംസ്കാരിക രംഗത്തെ നയിച്ച പ്രതിഭാശാലികളായ സാഹിത്യകാരന്മാരുടെയും കലാകാരന്മാരുടെയും ഒരു വലിയ നിര ഈ നാടക പ്രവർത്തനങ്ങളിൽ

നേരിട്ട് പങ്കെടുത്തു. ഇത്രയേറെ പ്രതിഭാശാലികളും പ്രഗത്ഭമതികളും ഒന്നിച്ച് ഒരേ സമിതിയുടെ ഭാഗമായി കലാപ്രവർത്തനം നടത്തിയ ഒരു സംഭവം കേരളത്തിന്റെ ചരിത്രത്തിൽ അതിന് മുമ്പോ പിമ്പോ ഉണ്ടായിട്ടില്ല. ആ സമിതിയിൽ അംഗങ്ങളായിരുന്നവരുടെ പേരുകൾ താഴെ കൊടുക്കുന്നു.

അഖില മലബാർ കേന്ദ്രകലാസമിതിയുടെ 1954-55ലേക്കുള്ള എക്സിക്യൂട്ടീവ് കമ്മിറ്റി

ശ്രീ. എസ്.കെ,പൊറ്റക്കാട്ട് (അദ്ധ്യക്ഷൻ)

ശ്രീ. ഇടശ്ശേരി ഗോവിന്ദൻ നായർ (സഹാദ്ധ്യക്ഷൻ)

ശ്രീ. എൻ.വി. കൃഷ്ണവാരിയർ (ജന: സെക്രട്ടറി)

ശ്രീ. പവനൻ (സഹകാര്യദർശി)

ശ്രീ. പി.ടി.ഭാസ്കരപണിക്കർ "

ശ്രീ. വി.അബ്ദുള്ള (ഖജാൻജി)

ശ്രീ. കെ.ടി.മുഹമ്മദ്

ശ്രീ. പി.സി.കുട്ടികൃഷ്ണൻ

ശ്രീ. കെ.പി.രാമൻനായർ

ശ്രീ. എം. അബ്ദുറഹിമാൻ

ശ്രീ. വി. കുഞ്ഞികൃഷ്ണൻ

ശ്രീ. വി. ഉമ്മർകുട്ടി

ശ്രീ. മേക്കുന്നത്ത് കുഞ്ഞിക്കമ്മാരൻ നായർ

ശ്രീ. സി.പി. മാധവൻ നായർ

ശ്രീ. ചിറക്കൽ ടി. ബാലകൃഷ്ണൻ നായർ

ശ്രീ. ഇ.അപ്പുകുട്ടമേനോൻ

ശ്രീ. നെട്ടൂർ പി.ദാമോദരൻ

ശ്രീ. പി.കെ.ഗോപാലകൃഷ്ണൻ

ശ്രീ. പി.പി. ഉമ്മർകോയ

ശ്രീമതി. മഹാലക്ഷ്മി സൂര്യനാരായണയ്യർ

ജനറൽബോഡി അംഗങ്ങൾ

1. ശ്രീ. വി.ഉമ്മർകുട്ടി
2. ശ്രീ. ഇ.കെ. നായനാർ
3. ശ്രീ. പി.വി. കൃഷ്ണൻ
4. ശ്രീ. കെ.കൃഷ്ണൻ
5. ശ്രീ. കെ. കുഞ്ഞമ്പുമാസ്റ്റർ
6. ശ്രീ. മേക്കുന്നത്ത് കുഞ്ഞിക്കമ്മാരൻ നായർ
7. ശ്രീ. എം. ബാലൻ
8. ശ്രീ. വി.ടി. കുമാരൻ
9. ശ്രീ. ആവള ടി. കുഞ്ഞിരാമക്കുറുപ്പ്
10. ശ്രീ. എൻ.എം. ദാമോദരൻ
11. ശ്രീ. എസ്. കെ. പൊറ്റെക്കാട്ട്
12. ശ്രീ. എൻ.വി. കൃഷ്ണവാരിയർ
13. ശ്രീ. പവനൻ
14. ശ്രീ. വി. അബ്ദുള്ള
15. ശ്രീ. കെ.ടി. മുഹമ്മദ്
16. ശ്രീ.എം. അബ്ദുറഹിമാൻ
17. ശ്രീ. കെ.പി. രാമൻനായർ
18. ശ്രീ. കടവനാട് കുട്ടികൃഷ്ണൻ
19. ശ്രീ. ബി. മുഹമ്മദ്
20. ശ്രീ.സി,പി. മാധവൻ നായർ

(അവലംബം : 1954 ഡിസംബർ 31 മുതൽ 1955 ജനവരി 9 വരെ നീണ്ടുനിന്ന അഖിലകേരള കേന്ദ്രകലാസമിതി നാടകോത്സത്തോടനു ബന്ധിച്ച് ഉത്സവകമ്മറ്റി പ്രസിദ്ധീകരിച്ച സ്മരണിക.)

അമ്പതുകളിലെ കേരളത്തിലെ കലാസമിതികളുടെയും അഖില മലബാർ കേന്ദ്ര കലാസമിതിയുടെയും പ്രവർത്തനങ്ങളെ കുറിച്ച് മനസ്സി ലാക്കാൻ കഴിയുന്ന ലഭ്യമായ രേഖകളിൽ ഏറ്റവും വിലപ്പെട്ട ഒന്നാണ് മുകളിൽ സൂചിപ്പിച്ച സ്മരണിക. കേരളമാകെ പ്രവർത്തിച്ചിരുന്ന നൂറ് കണക്കിന് കലാസമിതികളെ കുറിച്ച് ആ ഗ്രന്ഥം പരാമർശിക്കുന്നുണ്ട്. മലബാറിലെ കോഴിക്കോട്, ചിറക്കൽ, വള്ളുവനാട്, വയനാട്, ഏറനാട്,

കുറുമ്പ്രനാട്, കാസർക്കോട്, പൊന്നാനി, പാലക്കാട് താലൂക്കുകളിലെ കലാസമിതികളെ കുറിച്ചും മലബാറിന് പുറത്ത് കോട്ടയം താലൂക്ക്, തിരുവിതാംകൂർ തുടങ്ങിയ പ്രദേശങ്ങളിലെ നാടക സമിതികളെ കുറിച്ചും അതിൽ സൂചിപ്പിക്കുന്നുണ്ട്. മലയാളക്കരയിലെ ഈ നാടക മുന്നേറ്റം മറുനാടൻ മലയാളികളിലും പ്രതികരണം ഉണ്ടാക്കി. മദ്രാസ്, സിലോൺ, ലക്ഷദ്വീപ്, ബോംബെ, ഈറോഡ് എന്നിവിടങ്ങളിലൊക്കെ സജീവമായി പ്രവർത്തിച്ചിരുന്ന കലാസമിതികൾ നാടകങ്ങൾ അവതരിപ്പിച്ചിരുന്നു. മലബാർ കേന്ദ്ര കലാസമിതിയുമായി ബന്ധപ്പെട്ടുകൊണ്ട് പ്രവർത്തിച്ചിരുന്ന ഒരു വലിയ നിര കലാസമിതികൾ ഇന്നത്തെ മലപ്പുറം ജില്ലയിലുൾപ്പെടുന്ന പ്രദേശങ്ങളിലാണ് ഉണ്ടായിരുന്നത്.

മലയാളി സമൂഹത്തിന്റെ സാമൂഹിക ബോധത്തിലും രാഷ്ട്രീയ ബോധത്തിലും വലിയ അളവിൽ സ്വാധീനം ചെലുത്തിയ ഈ നാടക വിപ്ലവത്തിന്റെ വൈപുല്യം വിശദമാക്കുന്ന ഒരു ലേഖനം അഖില മലബാർ കേന്ദ്ര കലാസമിതി ഭാരവാഹിയായിരുന്ന പവനൻ ആ ഗ്രന്ഥത്തിൽ എഴുതിയിട്ടുണ്ട്. അഖില മലബാർ കേന്ദ്ര കലാസമിതിയിൽ അഫിലിയേറ്റ് ചെയ്യുന്നതിന് വേണ്ടി മലബാറിലെ ഗ്രാമീണ കലാസമിതികൾ സമർപ്പിച്ചിരുന്ന അംഗത്വ അപേക്ഷാഫോറങ്ങളിലെ വിവരങ്ങളുടെ അടിസ്ഥാനത്തിൽ അദ്ദേഹം എത്തിയ നിഗമനം ഇപ്രകാരമാണ്. കേന്ദ്ര കലാസമിതിയിൽ അഫിലിയേറ്റ് ചെയ്ത 600 എണ്ണവും അല്ലാത്ത ഏതാണ്ട് നാനൂറ് എണ്ണവും അടക്കം ചുരുങ്ങിയത് 1000 കലാസമിതികൾ അക്കാലത്ത് മലബാറിൽ പ്രവർത്തിച്ചിരുന്നു. തൊട്ടുമുമ്പുള്ള 5 കൊല്ലക്കാലത്തിനുള്ളിൽ ഓരോ കലാസമിതിയും ചുരുങ്ങിയത് ഓരോ നാടകമെങ്കിലും സ്വയം പരിശീലനം നടത്തി അവതരിപ്പിക്കാൻ തയ്യാറായിട്ടുണ്ട്. അവയിൽ തന്നെ ബഹുഭൂരിപക്ഷവും പുതുതായി രചിക്കപ്പെട്ട നാടകങ്ങളായിരുന്നു. നേരത്തെ പുസ്തക രൂപത്തിൽ പുറത്ത് വന്ന നാടകങ്ങൾ അവതരിപ്പിച്ചുകൊണ്ടിരുന്നവരും അതിൽ ചില്ലറ മാറ്റങ്ങൾ വരുത്തി അവതരിപ്പിച്ചിരുന്നവരും കൂട്ടത്തിലുണ്ട്. ഓരോ കലാസമിതിക്കും ചുരുങ്ങിയത് അമ്പത് അംഗങ്ങളെ കണക്കാക്കിയാൽ തന്നെ മലബാറിലെ അന്നത്തെ നാടക പ്രവർത്തകരുടെ എണ്ണം പതിനായിരങ്ങൾ വരും. മിക്ക സമിതികളും അവരുടെ നാടകങ്ങൾ ഒന്നിലേറെ തവണ അവതരിപ്പിച്ചിരുന്നു. അഞ്ചു വർഷത്തിനുള്ളിൽ ഓരോ കലാസമിതിയും അവരുടെ നാടകം ആയിരം പേരെയെങ്കിലും കാണിച്ചിട്ടുണ്ട് എന്ന് പറയാം. അങ്ങിനെ ആയിരം കലാസമിതികൾ അഞ്ച് വർഷം കൊണ്ട് 10 ലക്ഷം ആളുകളിലേക്ക് നാടകം എത്തിച്ചിട്ടുണ്ട് എന്നാണ് പവനൻ കണക്കാക്കിയത്.

ഈ പത്ത് ലക്ഷത്തിൽ കാൽഭാഗമെങ്കിലും മലപ്പുറം ജില്ലയിൽ ഉൾപ്പെടുന്ന പ്രദേശങ്ങളിൽ നിന്നും ഉള്ളവരായിരിക്കും. ഒരുപക്ഷെ അതിൽ കൂടുതൽ വരാനുള്ള സാധ്യതയുമുണ്ട്. അക്കാലത്ത് അവതരിപ്പിക്കപ്പെട്ടിരുന്ന നിലമ്പൂർ യുവജന കലാസമിതിയുടെ 'ഇജ്ജ് നല്ലൊരു മനുസനാകാൻ നോക്ക്" എന്ന നാടകം ഏതാനും വർഷങ്ങൾകൊണ്ട് ആയിരത്തിലേറെ വേദികളിൽ അവതരിപ്പിക്കപ്പെട്ടിരുന്നു. വള്ളുവനാട്ടിൽ ചെറുകാടും സംഘവും അവതരിപ്പിച്ചിരുന്ന "നമ്മളൊന്ന്" എന്ന നാടകവും, കമ്യൂണിസ്റ്റ് പാർട്ടിയുടെ മുൻകയ്യോടെ അവതരിപ്പിച്ചിരുന്ന കെ. ദാമോദരന്റെ "പാട്ടബാക്കി"യും അതേപോലെ നൂറ് കണക്കിന് വേദികളിലാണ് അരങ്ങേറിയത്.

താലൂക്ക് കേന്ദ്ര കലാസമിതികളും, അഖില മലബാർ കേന്ദ്ര കലാസമിതിയും ചേർന്ന് നടത്തിയിരുന്ന വർഷംതോറുമുള്ള നാടകോത്സവങ്ങൾ നാല് വർഷത്തോളം തുടർച്ചയായി നടന്നു. പിന്നീട് തൃശ്ശൂർ ആസ്ഥാനമാക്കി കേരള കേന്ദ്ര കലാസമിതി രൂപീകരിച്ച് ഒരു അഖില കേരള നാടകോത്സവവും നടന്നു. അതിന് ശേഷം കേന്ദ്ര കലാസമിതികൾ നിർജ്ജീവമായി. കേന്ദ്ര കലാസമിതികളും അവയുടെ നാടകോത്സവങ്ങളും നിന്ന് പോയെങ്കിലും അത് അതിന്റെ ചരിത്രപരമായ ദൗത്യം നിറവേറ്റിക്കഴിഞ്ഞാണ് വിടവാങ്ങിയത് എന്ന് പറയാം. ലക്ഷക്കണക്കിന് സാധാരണ മനുഷ്യരെ കലാതത്പരരാക്കി കേരളത്തിന് ഒരു നാടക സംസ്കാരവും അത് വഴി പുരോഗമനാശയങ്ങളോട് ആഭിമുഖ്യം പുലർത്തുന്ന ഒരു ഇടത്പക്ഷ മനസ്സും രൂപപ്പെടുത്തിയതിൽ ആ സംഘടിത പ്രസ്ഥാനം വഹിച്ച പങ്ക് ചെറുതല്ല.

മലയാള നാടകവേദി സമ്പന്നമായതും ഒട്ടേറെ പ്രതിഭാശാലികളായ ഒട്ടേറെ കലാകാരന്മാരുടെ പിറവിക്ക് കാരണമായതും ദശകങ്ങളോളം കേരളം നെഞ്ചേറ്റിയ ആ നാടകോത്സവങ്ങളായിരുന്നു. "കറവറ്റ പശു", "ഓപ്പറേഷൻ തിയേറ്റർ", "വെളിച്ചം വിളക്കന്വേഷിക്കുന്നു" (കെ.ടി. മുഹമ്മദ്), "തറവാടിത്തം", "സ്നേഹബന്ധങ്ങൾ", "മനുഷ്യഹൃദയങ്ങൾ" (ചെറുകാട്), "ജീവിതം", "പുഷ്പവൃഷ്ടി", "കന്യാദാനം" (തിക്കോടിയൻ), "തീകൊണ്ടു കളിക്കരുത്", "മണ്ണും പെണ്ണും" (ഉറൂബ്), "തറവാടും മടിശ്ശീലയും", "വമ്പത്തി നീയാണ് പെണ്ണ്" (പി.എൻ.എം. ആലിക്കോയ), "കണ്ടംബെച്ച കോട്ട്" (ടി. മുഹമ്മദ് യൂസുഫ്), "പ്രഭാതം ചുവന്ന തെരുവിൽ" (എ.കെ. പുതിയങ്ങാടി), "മുകളിലാകാശം താഴെ ഭൂമി" (കാലടി ഗോപി), "രോഗികൾ" (കെ. പി.ഉമ്മർ) തുടങ്ങിയ പ്രശസ്ത നാടകങ്ങൾ മലയാളത്തിന് കിട്ടിയത്

ഈ നാടകോത്സവങ്ങളിലൂടെയായിരുന്നു. കെ.ടി.യും, ചെറുകാടും നമ്മുടെ നാടകാചാര്യന്മാരായതും കാട്ടുമാടം നാരായണനെന്ന നാടക ചിന്തകനെ നമുക്ക് കിട്ടിയതും ഈ വഴിക്ക് തന്നെയായിരുന്നു.

കേന്ദ്ര കലാസമിതികളുടെ പ്രവർത്തനം നിലച്ചുവെങ്കിലും പ്രാദേശിക കലാസമിതികൾ അവയുടെ നാടകാവതരണവും മറ്റു കലാ പ്രവർത്തനങ്ങളും രണ്ട് ദശകത്തോളം തുടർന്നു. കേരളത്തിന്റെ ചരിത്രത്തെ തന്നെ സ്വാധീനിച്ച ഈ നാടക മുന്നേറ്റക്കാലത്ത് ഇന്നത്തെ മലപ്പുറം ജില്ലയിൽ ഉൾപ്പെടുന്ന പ്രദേശങ്ങളിൽ അന്ന് സജീവമായിരുന്ന നാടക സംഘങ്ങളെയും അവയുടെ പിൽക്കാല തുടർച്ചകളെയും കുറിച്ചുള്ള എല്ലാ വിശദാംശങ്ങളും സമാഹരിക്കുക എന്ന ദൗത്യം ഏറ്റെടുക്കാൻ ഒരാളെക്കൊണ്ട് കഴിയില്ല. ഒരു വലിയ കൂട്ടായ്മക്ക് ഒരുപക്ഷെ അത് കുറെയൊക്കെ സാധ്യമായേക്കും. അതിനാൽ അവയിലേക്ക് ഒരു ചെറിയ അന്വേഷണം നടത്തിനോക്കാൻ മാത്രമാണ് ഇവിടെ ശ്രമിക്കുന്നത്.

മൂന്ന്

വള്ളുവനാട് തന്ന വെളിച്ചം

1908 മുതൽ കോട്ടക്കലിൽ തുടങ്ങിയ "മലയാള സംഗീത നാടക യോഗം" തൊട്ടുപിറകെ വന്ന പി.എസ്. വാരിയരുടെ "പരമശിവ വിലാസം നാടകക്കമ്പനി" എന്നിവയിലൂടെ ചുവട് വെക്കാൻ തുടങ്ങിയ മലപ്പുറത്തെ നാടക പ്രവർത്തനങ്ങൾക്ക് ആദ്യം ശ്രദ്ധേയ മായ തുടർച്ച ഉണ്ടായത് വള്ളുവനാട്ടിലാണ്. പി.എസ്. വാരിയരെ പിന്തു ടർന്ന് കൊണ്ട് പുലാമന്തോളിലെ പ്രശസ്ത കലാകാരനായ ചൊവ്വൂർ നീലകണ്ഠൻ നമ്പൂതിരിപ്പാട് ഒരു സംഗീത നാടകം ഉണ്ടാക്കി. ആ നാടകത്തിൽ കാളിന്ദി ഒഴുകുന്ന രംഗം സ്റ്റേജിൽ അവതരിപ്പിക്കുന്നതിനു വേണ്ടി നീല കർട്ടനടിയിൽ പെട്രോൾമാക്സ് വെച്ചുകൊണ്ട് നദിയുടെ പ്രതീതി സൃഷ്ടിക്കുന്നതുപോലെയുള്ള അത്ഭുതവിദ്യകൾ കരകൗശല വിദഗ്ധനായ നമ്പൂതിരിപ്പാട് കാണിച്ചിരുന്നു.

ഈ സംഘത്തിന് ശ്രീകൃഷ്ണലീല, പ്രഹ്ളാദചരിത്രം എന്നീ സംഗീത നാടകങ്ങൾ എഴുതിക്കൊണ്ടാണ് പിൽക്കാലത്ത് പ്രഗത്ഭനായി ഉയർന്ന ചെറുകാട് നാടക രചനയിലേക്ക് കടന്നത്. അഭിനയപ്രതിഭക ളായിരുന്ന ടി.പി. ഗോപാലനും, പരിയാനം പറ്റയും, എം.എസ്. വല്ല്യേട്ട നും അരങ്ങത്ത് കയറിയത് ചൊവ്വൂർ നമ്പൂതിരിപ്പാടിന്റെ ശിഷ്യന്മാരായി ട്ടാണ്. ഈ മൂന്ന് പേരും കൂടിയാണ് ചെറുകാടിനെക്കൊണ്ട് ആധുനിക നാടകങ്ങളെഴുതിക്കുന്നതിനും മോഹൻ ആർട്സ് ക്ലബ്ബ് രൂപീകരിക്കു ന്നതിനും കൂട്ടായി പ്രവർത്തിച്ചത്. ചൊവ്വൂർ നീലകണ്ഠൻ നമ്പൂതിരിപ്പാട് പുലാമന്തോളിലെ പാലൂരിൽ ഒരു നാടക സംഘം രൂപീകരിക്കാൻ

മുൻകൈ എടുത്തത് 1930കളിലായിരുന്നു. ഈ സംഘം “ശ്രീകൃഷ്ണലീല”, “സ്യമന്തകം”, “പ്രഹ്ലാദചരിത്രം” എന്നീ നാടകങ്ങൾ അരങ്ങേറ്റുകയു ണ്ടായി. 1940ഓടെ ഈ സംഘത്തിന്റെ പ്രവർത്തനങ്ങൾ നിന്നു. പിന്നീട് ഏതാനും വർഷങ്ങൾ നിശബ്ദമായിരുന്ന വള്ളുവനാട്ടിലെ നാടകരംഗം സജീവമായത് ചെറുകാടിന്റെ നാടകങ്ങളുടെ വരവോടെയായിരുന്നു. 1948ൽ പുറത്ത് വന്ന ചെറുകാടിന്റെ “നമ്മളൊന്ന്” പുരോഗമന നാടക പ്രസ്ഥാന ചരിത്രത്തിലെ തന്നെ ശ്രദ്ധിക്കപ്പെട്ട ഒരു സംഭവമായിരുന്നു.

ആദ്യം “ചെറുകാട് ആന്റ് പാർട്ടി” എന്ന പേരിലും പിന്നീട് “പുലാമ ന്തോൾ കലാസമിതി”യായും നാടകങ്ങൾ അവതരിപ്പിച്ച ചെറുകാടിന്റെ നേതൃത്വത്തിലുള്ള സംഘം 1952 മുതൽ “മോഹൻ ആർട്സ് ക്ലബ്ബായി. പിന്നീട് “മോഹൻ ആർട്സ് തിയേറ്റർ എന്ന പേര് സ്വീകരിച്ചു. പ്രതിഭാ ശാലികളായിരുന്ന ചെറുകാട് എന്ന രചയിതാവും ടി.പി.ഗോപാലനെ ന്ന അഭിനേതാവും, സി.എം.എസ്. നമ്പൂതിരിപ്പാട് എന്ന സംഘാടകനും ഒത്ത് ചേർന്നപ്പോൾ “മോഹൻ ആർട്സ് തിയേറ്റർ” കേരളം ശ്രദ്ധിക്കു ന്ന ഒരു കലാസംഘമായി വളർന്നു. ജനശ്രദ്ധ പിടിച്ചു പറ്റിയ ഒട്ടേറെ നാടകങ്ങൾ അവതരിപ്പിച്ച് കൊണ്ട് ആ കൂട്ടായ്മ കലാചരിത്രത്തിൽ ഇടം നേടി.

വള്ളുവനാട് താലൂക്കിൽ ഇതേ കാലത്ത് ഒട്ടേറെ കലാസമിതികൾ പ്രവർത്തിച്ചിരുന്നു. അവയും മുഖ്യപ്രവർത്തനമാക്കിയിരുന്നത് നാട കാവതരണം തന്നെയായിരുന്നു. എലംകുളം, കൊളത്തൂർ, എരവി മംഗലം, ചെമ്മാണിയോട്, മേലാറ്റൂർ, മണ്ണാർക്കാട്, തിരുവേഗപ്പുറ, ശ്രീകൃഷ്ണപുരം, രായിരനെല്ലൂർ, ഷൊർണ്ണൂർ, അടക്കാപുത്തൂർ, കുറുവെട്ടൂര് തുടങ്ങിയ സ്ഥലങ്ങളിൽ പ്രവർത്തിച്ചിരുന്ന കലാസമിതികൾ വളരെ സജീവമായിരുന്നു. ഓരോ വർഷവും ഈ സമിതികൾ പുതിയ പുതിയ നാടകങ്ങൾ അവതരിപ്പിച്ചു. അമ്പതുകളിൽ തുടങ്ങി എഴുപതുകൾ വരെ നീണ്ട രണ്ടു ദശകക്കാലം അമേച്വർ നാടകസംഘങ്ങളുടെ സുവർണ്ണ കാലമായിരുന്നു. നാട്ടിലെ സ്കൂൾ വാർഷികമായാലും വായനാശാല വാർഷികമായാലും ഈ കലാസമിതികളിലൊന്നിന്റെ നാടകം അവിടെ പതിവായിരുന്നു.

1952 മുതൽ തന്നെ വള്ളുവനാട്ടിൽ കലാസമിതി പ്രവർത്തനങ്ങൾ ഒരു കേന്ദ്രീകൃത പ്രസ്ഥാനമായി വികസിച്ചിരുന്നു. 1953 മാർച്ച് ഒന്നിന് നെല്ലായ വെച്ച് വള്ളുവനാട് താലൂക്ക് പുരോഗമന സാഹിത്യ സമ്മേളനം നടന്നു. ആ സമ്മേളനത്തിൽ താലൂക്കടിസ്ഥാനത്തിൽ പ്രവർത്തിക്കു ന്നതിന് വള്ളുവനാട് താലൂക്ക് പുരോഗമന കലാസമിതി എന്നൊരു

സംഘടന തെരഞ്ഞെടുക്കപ്പെട്ടു. ഈ സംഘടനയുടെ നേതൃത്വത്തിൽ ഏതാനും സാഹിത്യ ചർച്ചകളും കലോത്സവവും സംഘടിപ്പിച്ചിരുന്നു. 1953 മെയ് മാസത്തിൽ ആ സമിതി ശ്രീകൃഷ്ണപുരത്ത് താലൂക്കിലെ കലാകാരന്മാർക്ക് ഒരു വേനൽ ക്യാമ്പ് സംഘടിപ്പിച്ചു. ഇത് സമിതി പ്രവർത്തനത്തെ ശക്തിപ്പെടുത്തുകയും കൂടുതൽ ഗ്രാമീണ കലാസമിതികളും നാടക അവതരണങ്ങളും ഉണ്ടാവുകയും ചെയ്തു. 1953 ആഗസ്റ്റിൽ അഖില മലബാർ കേന്ദ്ര കലാസമിതി രൂപീകൃതമായപ്പോൾ അതുമായി ബന്ധപ്പെട്ട് പ്രവർത്തിക്കാൻ വള്ളുവനാട് താലൂക്കിലെ കല പ്രവർത്തകർക്കും താത്പര്യമുണർന്നു. ആ ഉദ്ദേശത്തോടെ 1954 ജനുവരി 3ന് കാറൽമണ്ണയിൽ വെച്ച് താലൂക്കിലെ കലാസമിതികളുടെ ഒരു പ്രതിനിധി സമ്മേളനം ചേർന്നു. വി. അബ്ദുള്ളയായിരുന്നു അദ്ധ്യക്ഷൻ. ആ യോഗത്തിൽ വെച്ച് നിലവിലുണ്ടായിരുന്ന സ്വതന്ത്ര കലാസമിതി പിരിച്ചുവിടുകയും അഖില മലബാർ കേന്ദ്രകലാസമിതിയുടെ ഭാഗമായുള്ള വള്ളുവനാട് താലൂക്ക് കേന്ദ്രകലാസമിതി പുതുതായി ഉണ്ടാക്കുകയും ചെയ്തു. പി.ടി. ഭാസ്കരപ്പണിക്കർ സെക്രട്ടറിയായും എൻ.പി. നാരായണൻ നായർ പ്രസിഡണ്ടുമായി തെരഞ്ഞെടുക്കപ്പെട്ടു. എം.പി. രാമചന്ദ്ര മേനോൻ, ടി.എസ്. നമ്പൂതിരി, ഒ.എം. നീലകണ്ഠൻ നമ്പൂതിരിപ്പാട്, എ.സി. നാരായണൻ, കെ.വി. ഈശ്വര വാരിയർ, കൊങ്ങശ്ശേരി കൃഷ്ണൻ, വി.കെ. കേശവൻ നമ്പൂതിരി, എ.പി. മുകുന്ദൻ കർത്താവ്, എം. കുഞ്ഞഹമ്മദ്, ആലമ്പള്ളി വാസുദേവൻ, എം.പി. രാഘവൻ നായർ എന്നിവരായിരുന്നു ആദ്യ കമ്മിറ്റി അംഗങ്ങൾ. പിന്നീട് ചെറുകാട്, ടി.പി. ഗോപാലൻ, കെ.എസ്. ഉണ്ണി, ആർ.എൻ. മനഴി തുടങ്ങിയവരും വള്ളുവനാട് താലൂക്ക് കേന്ദ്ര കലാസമിതിയുടെ ചുമതലക്കാരായി വന്നു.

വള്ളുവനാട് താലൂക്കിലെ വിവിധ കലാസമിതികൾ അവതരിപ്പിച്ചിരുന്ന പ്രധാനപ്പെട്ട കുറെ നാടകങ്ങളുടെയും അവയുടെ പിന്നിൽ പ്രവർത്തിച്ചിരുന്നവരുടെയും പേരു വിവരങ്ങൾ താഴെ കൊടുക്കുന്നു. അവയിൽ ഏറ്റവും കൂടുതൽ നാടകങ്ങൾ വന്നത് ചെറുകാടിന്റേത് തന്നെയാണ്. “നമ്മളൊന്ന്” (1948), “തറവാടിത്തം” (1954), “സ്നേഹബന്ധങ്ങൾ” (1954), “സ്വതന്ത്ര” (1955), “മനുഷ്യ ഹൃദയങ്ങൾ” (1955), “വിശുദ്ധനുണ” (1956), “ രക്തേശ്വരി” (1956), “ഒടുക്കത്തെ ഓണം” (1956), “കുട്ടിത്തമ്പുരാൻ” (1958), “മുളങ്കൂട്ടം” (1958), “ജന്മഭൂമി” (1958), “അണക്കെട്ട്” (1958), “ചിറ്റവിളക്ക്” (1960), “വാൽനക്ഷത്രം” (1960), “കൊടുങ്കാറ്റ്” (1966), “ഡോ. കചൻ” (1970), “അടിമ”, “കുട്ടിത്തമ്പുരാട്ടി”, “ചെകുത്താൻ”, “ശീതയുദ്ധം”, “ഞങ്ങളും മനുഷ്യരാണ്”, “കഞ്ഞിക്കലം”, “കരിഞ്ചന്ത”,

“കാര്യസ്ഥന്റെ കാള”, “ഇരുമ്പ് പെട്ടി”, “മമ്മുക്കാക്ക”, “ഒട്ടക്കത്തെ ശക്തൻ” എന്നിവയെല്ലാം ചെറുകാടിന്റെ രചനയിൽ അവതരിപ്പിക്കപ്പെട്ട നാടകങ്ങളായിരുന്നു. ബ്രാക്കറ്റിൽ കൊടുത്തിരിക്കുന്ന വർഷം നാടകം പുസ്തകരൂപത്തിൽ പുറത്ത് വന്ന വർഷമാണ്. പലതും അതിന് മുമ്പ് തന്നെ അരങ്ങിലെത്തിയിരുന്നു. പാട്ടബാക്കി (കെ. ദാമോദരൻ), “ജീവിതം”, “കണ്ണാടി”, “രാജമാർഗ്ഗം” (തിക്കോടിയൻ) തീ കൊണ്ട് കളിക്കരുത് (ഉറൂബ്), “വിലകുറഞ്ഞ മനുഷ്യർ” (എസ്. എൽ.പുരം സദാനന്ദൻ) തുടങ്ങിയ കേരളത്തിലെ പ്രമുഖരായ പല എഴുത്തുകാരുടെയും നാടകങ്ങളും വള്ളുവനാട്ടിലെ കലാസമിതികൾ അരങ്ങേറ്റിയിരുന്നു. വള്ളുവനാട്ടിലെ നാടക കലാകാരന്മാരായ ഒട്ടേറെ പേരും നാടക രചന നടത്തിയിരുന്നു. “പ്രമാണി”, “ചൂള”, “വിശപ്പിന്റെ ഇതിഹാസം”, “കൗരവസഭ”, “സംത്രാസം”, “കിളിക്കൂട്” (ടി.പി. ഗോപാലൻ), “ കാര്യസ്ഥന്റെ മരണം”, “അടഞ്ഞുപോയ വാതിൽ”, “തീപന്തം”, “രാജകൊട്ടാരം” (പി.പി. രാഘവ പിഷാരടി), “നട്ടുവളർത്തിയ വിഷച്ചെടി”(പി. പി.കെ. പൊതുവാൾ), “ഒരു കുടുംബം പിറക്കുന്നു”, “മഴക്കാലത്ത് മഴപെയ്യും” (നന്തനാർ), “തിരിച്ചടി” (ടി മാധവൻ എഴുത്തച്ഛൻ) “കതിരുകാണാക്കിളി” തുടങ്ങിയ ഒട്ടേറെ നാടകങ്ങൾ ധാരാളം വേദികളിൽ അവതരിപ്പിക്കപ്പെട്ടിരുന്നു. വള്ളുവനാട്ടിലുടനീളം ഒട്ടേറെ കലാസമിതികൾ പ്രവർത്തിച്ചിരുന്നുവെങ്കിലും അവയിൽ ഏറ്റവും ശക്തവും ഒരു പ്രൊഫഷണൽ നാടക സംഘമെന്ന നിലയിലേക്കുയർന്ന് കേരളത്തിനകത്തും പുറത്തുമെല്ലാം പോയി നാടകങ്ങൾ അവതരിപ്പിച്ചിരുന്നതും മോഹൻ ആർട്സ് തിയേറ്റർ ആയിരുന്നു. കോഴിക്കോട്, പാലക്കാട്, ഗുരുവായൂർ, ഒറ്റപ്പാലം, മണ്ണാർക്കാട്, ആലുവ, ഷൊർണ്ണൂർ, തലശ്ശേരി, കണ്ണൂർ തുടങ്ങി കേരളത്തിലുടനീളം നാടകങ്ങൾ അവതരിപ്പിച്ചിരുന്ന മോഹൻ ആർട്സ് തിയേറ്റർ കേരളത്തിന് പുറത്ത് മൈസൂരിലും നാടകം അവതരിപ്പിച്ചിരുന്നു.

അഖില മലബാർ കേന്ദ്രകലാ സമിതി 1953 മുതൽ തുടർച്ചയായി നാല് വർഷം നടത്തിയ അഖില മലബാർ നാടക മത്സരത്തിൽ വള്ളുവനാടിനെ പ്രതിനിധീകരിച്ച് പങ്കെടുത്തിരുന്ന മോഹൻ ആർട്സിന്റെ നാടകങ്ങൾ ഒട്ടേറെ പുരസ്കാരങ്ങൾ നേടിയിരുന്നു. നാടക രചയിതാക്കളും അഭിനേതാക്കളും സംവിധായകരും പിന്നണിപ്രവർത്തകരുമായി ഒരു വലിയ നിര കലാകാരന്മാരെ നാടകങ്ങളുടെ ഈ വസന്തകാലം വള്ളുവനാട്ടിൽ വളർത്തിയെടുത്തു.

ബഹുമുഖ പ്രതിഭയായിരുന്ന ചെറുകാട്, അഭിനയകലയിലെ ഒരു ജീനിയസ്സായിരുന്ന ടി.പി. ഗോപാലൻ, അഭിനേതാവ്, മെയ്ക്കപ്പ്മാൻ, ഏകാഭിനയക്കാരൻ എന്നീ നിലകളിൽ ശ്രദ്ധേയനായിരുന്ന പരിയാനംപറ്റ കുഞ്ചുണ്ണി നമ്പൂതിരിപ്പാട്, പള്ളത്ത് കൃഷ്ണൻ നമ്പൂതിരി, ടി.പി. നാരായണ പിഷാരടി എന്ന നാണു മാസ്റ്റർ, ആമയൂർ കെ.ജി., കണ്ണത്ത് ഗോവിന്ദൻ നായർ, സി.പി. കൃഷ്ണപിഷാരടി, കെ.പി. ശങ്കരൻകുട്ടി നായർ, കെ.പി. രാമൻ മാസ്റ്റർ, കെ.പി. ഹംസ, ടി. നാരായണൻ എന്ന ടി.എൻ. പാലൂര്, സി.എം. എസ്. നമ്പൂതിരിപ്പാട്, പി.പി.കെ. പൊതുവാൾ, കൊച്ചാട്ടിൽ ബാലകൃഷ്ണമേനോൻ, സി. വാസുദേവൻ പാലൂർ, എം. ശിവശങ്കരൻ, എം.എസ്. വല്യേട്ടൻ, പി. ജനാർദ്ദനൻ നമ്പ്യാർ, ഡോ. വി. വേണുഗോപാലൻ, പി.പി. രാഘവൻ, കെ. ഉണ്ണ്യേൻകുട്ടി, സി.എം. വിരൂപാക്ഷൻ നമ്പൂതിരിപ്പാട്, പി.വി. ഉണ്ണി, അബ്ദുറഹ്മാൻ മാസ്റ്റർ, കെ.പി. പ്രഭാകരൻ നായർ, പി.ടി. വേലു, ടി.കെ. സെയ്താലി, എൻ. സുരേഷ്, സി. സുനിൽ, കെ.പി. വാസു, പി.എം. വിശ്വനാഥൻ, എ.കെ. ഉണ്ണി, വി.ഡി. സുഭാഷ്, വി.പി. ഭാസ്കരൻ, കെ. മോഹനൻ, ജനാർദ്ദനൻ നായർ തുടങ്ങി അഭിനേതാക്കളുടെ ഒരു നീണ്ട പട്ടികയുണ്ട്.

വളരെ ശ്രദ്ധേയമായ കാര്യം ഈ നാടകക്കാലത്ത് വള്ളുവനാട്ടിൽ ഉണ്ടായ സ്ത്രീ മുന്നേറ്റമായിരുന്നു. ഉയർന്ന കുടുംബങ്ങളിൽ നിന്നുള്ള സ്ത്രീകളുടെ വലിയൊരു നിരതന്നെ നാടക പ്രവർത്തകരാകാൻ തയ്യാറായി മുന്നോട്ടു വന്നു. ആര്യാ പള്ളം, കെ.പി. ലക്ഷ്മിക്കുട്ടി പിഷാരസ്യാർ, (മിസിസ് ചെറുകാട്), എ. സരോജിനി (മിസ്സിസ്. ആർ.പി), സി.എം. കുമാരി, പുലരി പള്ളത്ത്, ശ്രീദേവി കണ്ണമ്പിള്ളി, കെ. രുഗ്മിണിയമ്മ, കെ. പത്മാവതിയമ്മ, പി.സി. ദേവകി, പി. വിജയലക്ഷ്മി, ജയശ്രീ കമലാവതി, മൃണാളിനി ടീച്ചർ, മേനഴി ഭാർഗ്ഗവി, സി.പി. സരോജിനി, പി.പി. ലക്ഷ്മി, സി. വിജയലക്ഷ്മി, പി. അംബുജാക്ഷി തുടങ്ങിയവർ സ്ത്രീ കഥാപാത്രങ്ങൾക്ക് അരങ്ങിൽ ജീവൻ നൽകി, ഒന്നോ രണ്ടോ നാടകങ്ങളിൽ വിവിധ കലാസമിതികൾക്ക് വേണ്ടി രംഗത്ത് വന്ന് പിൻവാങ്ങിയവരടക്കം ചേർക്കുകയാണെങ്കിൽ ഈ ലിസ്റ്റ് ഇനിയും നീളും. സാമൂഹ്യ പദവിയിലും സാമ്പത്തിക സ്ഥിതിയിലും ഉയർന്നുനിന്നിരുന്ന നമ്പൂതിരി കുടുംബങ്ങളിൽ നിന്നും നാടകാഭിനയരംഗത്തേക്ക് വരാൻ തൊള്ളായിരത്തി അമ്പതികളിൽ സ്ത്രീകൾ കാണിച്ച ആവേശം ഇന്നത്തെ കാലത്ത് പോലും പ്രായോഗികമാക്കുക പ്രയാസകരമാണ്. മോഹൻ ആർട്സ് കോഴിക്കോട്ട് "മനുഷ്യ ഹൃദയങ്ങൾ" എന്ന നാടകം അവതരിപ്പിച്ചപ്പോൾ അതിലെ നാല് സ്ത്രീ കഥാപാത്രങ്ങളെയും രംഗത്ത് അവതരിപ്പിച്ചത് ആര്യാപള്ളവും മറ്റു മൂന്ന് അന്തർജനങ്ങളുമായിരുന്നു.

അഭിനേതാക്കൾക്കും രചയിതാക്കൾക്കും പുറമെ നാടകങ്ങൾക്ക് വേണ്ടി പിന്നണിയിൽ ശ്രദ്ധേയമായ പ്രവർത്തനം കാഴ്ചവെച്ചവരും നിരവധി പേരുണ്ടായിരുന്നു. കെ.പി. ഗോവിന്ദപിഷാരടി ഭാഗവതർ, എൻ.പി. പരമേശ്വരൻ, കെ.എം. ദാമോദരൻ (ഗായകർ) ആനായത്ത് നാരായണ പിഷാരടി (മൃദംഗം), കെ.സി. ഡേവിഡ് (മെയ്ക്കപ്പ്), കെ. പ്രഭാകരൻ (ഹാർമോണിസ്റ്റ്), വി.ജി. മാസ്റ്റർ, സി.പി. ഉണ്ണികൃഷ്ണപിഷാരടി, പി.എം.എൻ. ഭട്ടതിരിപ്പാട്, വി.പി. ഗോവിന്ദൻ, പരിയാനമ്പറ്റ രാമപ്പൊതുവാൾ, പി.എം. നീലകണ്ഠൻ നമ്പൂതിരി, പി.എം. വേലായുധൻ മാസ്റ്റർ തുടങ്ങിയവർ അണിയറയിലാണ് തങ്ങളുടെ കഴിവുകൾ ഉപയോഗിച്ചത്. സി.എം. നീലകണ്ഠൻ നമ്പൂതിരിപ്പാട്, ചെറുകാട് എന്നിവർ കലാരംഗത്തിന് പ്രാമുഖ്യം കൊടുത്ത പൊതു പ്രവർത്തകരായിരുന്നു. കമ്യൂണിസ്റ്റ് പാർട്ടി നേതാക്കളായിരുന്ന സി. ആർ. (സി. രാമൻകുട്ടി മാസ്റ്റർ), ആർ.പി. (രാഘവ പിഷാരടി) എന്നിവർ നാടകരംഗത്തിന് കൊടുത്തിരുന്ന പ്രാധാന്യം വള്ളുവനാട്ടിലെ നാടക പ്രവർത്തനങ്ങൾക്ക് ഊർജ്ജം പകർന്നു.

അമ്പതുകളുടെ തുടക്കം മുതൽ സജീവമായി ഉണ്ടായിരുന്നവരിൽ ചിലരൊക്കെ കുറെ വർഷങ്ങൾക്ക് ശേഷം പിറകോട്ട് പോയെങ്കിലും പുതിയ പ്രവർത്തകരും പുതിയ നാടകങ്ങളും വന്നുകൊണ്ടിരുന്നു. പട്ടാമ്പി, ഷൊർണ്ണൂർ, മണ്ണാർക്കാട് ഭാഗങ്ങൾ പാലക്കാട് ജില്ലയുടെ ഭാഗമായി മാറി. അവശിഷ്ട വള്ളുവനാട് താലൂക്ക് പെരിന്തൽമണ്ണ താലൂക്കായപ്പോഴും ഒട്ടേറെ കലാസമിതികൾ സജീവമായി രംഗത്ത് ഉണ്ടായിരുന്നു. എരവിമംഗലം, കൊളത്തൂർ, കുരുവമ്പലം, പാതായ്ക്കര, കീഴാറ്റൂർ, എടയാറ്റൂർ, ചെമ്മാണിയോട് തേലക്കാട് കലാസമിതികളും, അങ്ങാടിപ്പുറം (ദേശസേവിനി), തിരൂർക്കാട് (വിജയൻ സ്മാരക) മേലാറ്റൂർ (ദേശീയഗ്രന്ഥാലയം), മലാപറമ്പ് എന്നീ വായനശാലകളും നാടകാവതരണം ഏറ്റെടുത്തിരുന്നു. ആദ്യം മുതൽ രംഗത്തുണ്ടായിരുന്ന മോഹൻ ആർട്സും, പിന്നീട് വന്ന നവചേതനയും പുലാമന്തോളിൽ നാടക ചലനങ്ങൾ നിലനിർത്തി. തച്ചിങ്ങനാടം ആർട്സ്, പെരിന്തൽമണ്ണ കോസ്മോപൊളിറ്റൻ ക്ലബ്ബ് എന്നീ കൂട്ടായ്മകളും നാടകാവതരണതത്പരരായിരുന്നു.

പാറപ്പുറത്ത് നാരായണൻ എരവിമംഗലം എന്ന പി.എൻ. എരവിമംഗലത്തിന്റെ "വിതച്ചവർ കൊയ്യും", "കടമകൾ", "നാം ശത്രുക്കളല്ല", "ഇതാണ് മനുഷ്യൻ", "ധർമ്മാശുപത്രി" സി. വാസുദേവൻ (പട്ടിക്കാട്) ന്റെ "തീച്ചൂള", "ദക്ഷയാഗം", "ആസിഡ് ബൾബ്", "എളുപ്പവഴികൾ",

"കൊട്ടും ചിരിയും", "പ്രതികാരം", "യുദ്ധപർവം" എന്നിവയും "ഇവിടെ മനുഷ്യനില്ല" (പി. ശിവരാമൻ അമ്പലപ്പാറ), "യത്തീം" (പി. എം. ശങ്കരനാരായണൻ) തുടങ്ങിയ നാടകങ്ങൾ ഒട്ടേറെ വേദികളിൽ അവതരിപ്പിക്കപ്പെട്ടിരുന്നു. പൊതു തെരഞ്ഞെടുപ്പുകൾ, സമ്മേളനങ്ങൾ, മറ്റു പൊതു പ്രചരണ പരിപാടികൾ എന്നിവയുടെ ഭാഗമായി പ്രത്യക്ഷപ്പെട്ടുകൊണ്ടിരുന്ന തെരുവ് നാടകങ്ങൾ എന്നിവയുടെ എണ്ണവും പങ്കാളികളായാവരുടെ വിശദാംശങ്ങളും വേറെ തന്നെ വിസ്തരിക്കേണ്ടതുണ്ട്. പെരിന്തൽമണ്ണ ആസ്ഥാനമാക്കി പ്രവർത്തിച്ചിരുന്ന ഒരു നാടകക്കൂട്ടപ്പ് "തെണ്ടിയോ" എന്നൊരു നാടകം പ്രൊഫഷണൽ നാടകമായി അവതരിപ്പിച്ചിരുന്നു. എസ്.കെ. വിശ്വൻ, കീഴാറ്റൂർ ബാലൻ എന്നിവരായിരുന്നു അതിന് നേതൃത്വം കൊടുത്തിരുന്നത്.

പെരിന്തൽമണ്ണയിൽ തന്നെ പിന്നീട് മറ്റൊരു സംഘം "വള്ളുവനാട് ആർട്സ് തിയേറ്റർ" എന്ന പേരിൽ പ്രവർത്തിച്ചിരുന്നു. അവരും പ്രൊഫഷണൽ നാടകാവതരണം നടത്തിയിരുന്നു. ചെറുകാടിന്റെ "തറവാടിത്തം" മേളവും സംഗീതവും ചേർത്ത് ഒരു അർദ്ധ പ്രൊഫഷണൽ രൂപത്തിൽ ഈ സംഘം അവതരിപ്പിച്ചിരുന്നു.

ടി.സി. വാസുദേവൻ, എസ്. കെ. വിശ്വം, കെ. നാരായണൻ കൊളത്തൂർ, കെ.എസ്. ഉണ്ണി കൊളത്തൂർ, വളാഞ്ചേരി കുട്ടിശങ്കരൻ നായർ, ഇ.വി.ജി. എലംകുളം, മേലാറ്റൂർ പത്മനാഭൻ, കീഴാറ്റൂർ അനിയൻ, എം.എം. അഷ്ടമൂർത്തി, വി.പി. വാസുദേവൻ, പാലക്കീഴ് നാരായണൻ, കെ.സി. ഡേവിഡ്, പി.കെ. ബാലചന്ദ്രൻ, വി. പത്മനാഭൻ മാസ്റ്റർ, പി.എ.പി. നമ്പൂതിരി, കെ.കെ. സുബ്രഹ്മണ്യൻ, മാധവൻ നായർ, ഡോ. മുഹമ്മദ്, പി.എ.പി. നമ്പൂതിരി, ടി.ജി. നമ്പൂതിരി, എം. ഉണ്ണികൃഷ്ണൻ, കെ. എം. ദാമോദരൻ, കേശവത്തരകൻ, പി. കണ്ണൻകുട്ടി പണിക്കർ, കെ.എം. വേണുഗോപാല പണിക്കർ, കെ.എം.നന്ദകുമാർ, നാണുമാഷ്, അനിയൻ മറ്റാനിക്കാട്, എൽ.എൻ. പാണ്ടിയാട്, എം.എസ്. കുറുപ്പ്, ആർ.എം.കെ.എസ്. കുറുപ്പ്, മേലാറ്റൂർ രവിവർമ്മ, എ.സി.കെ. രാജ, എ.സി.ഡി.രാജ, എം.ഭാസ്ക്കരൻ മാസ്റ്റർ, ലക്ഷ്മണൻ, പി.എൻ. പനയൂർ, കെ.ടി. പ്രഭാകരൻ, പി. പ്രഭാകരൻ, പനയൂർ ജാതവേദൻ നമ്പൂതിരി, പി.എം. ശ്രീദേവി, പി. മാലതി, പൂക്കാട് കമലം, കെ. സാവിത്രി, കെ, ഗോപാലൻകുട്ടി, സി.എം. രാമൻ നമ്പൂതിരി, സി.എം. വാമനൻ നമ്പൂതിരി, ടി.എം. ജാതവേദൻ, വരുത്തി ജാതവേദൻ, ഇന്ദ്രാണി തുടങ്ങിയ ഒരു വലിയ നിര വള്ളുവനാട്ടിൽ നാടകരംഗത്തെ ചലനാത്മകതക്ക് തുടർച്ച നൽകി.

തൊള്ളായിരത്തി എഴുപതോടെ തുടർച്ചയുള്ളതും സജീവവുമായ നാടക പ്രവർത്തനങ്ങൾ ഏതാണ്ട് ഇല്ലാത്ത അവസ്ഥയായി. പഴയ പ്രതാപകാലത്തിന്റെ ഓർമ്മകളിൽ നിന്നും ആവേശം ഉൾക്കൊണ്ട് ക്ലബ്ബുകളും വായനശാലകളും മറ്റു സാംസ്കാരിക സ്ഥാപനങ്ങളും അവയുടെ വാർഷികങ്ങൾക്കും മറ്റു വിശേഷ ദിവസങ്ങൾക്കുമൊപ്പം ഒരു നാടകം അരങ്ങേറ്റുന്ന സ്വഭാവം കുറെയൊക്കെ ചിലയിടങ്ങളിലെങ്കിലും ഇപ്പോഴും നിലനിൽക്കുന്നുണ്ട്. ഇത് പലപ്പോഴും പ്രൊഫഷണൽ നാടകസംഘങ്ങളെ പുറമെ നിന്ന് കൊണ്ടുവന്ന് കളിപ്പിക്കുക എന്ന എളുപ്പപ്പണിയിലേക്ക് മാറുകയാണ് പതിവ്. എന്നാൽ ഈ പൊതു അവസ്ഥയിൽ നിന്നും വ്യത്യസ്തമായ ഒരു ചിത്രം വള്ളുവനാട്ടിലെ നാടക ഗ്രാമങ്ങളായ പാലൂരും കൊളത്തൂരും നൽകുന്നുണ്ട്. അവിടങ്ങളിൽ എഴുപതുകൾക്ക് ശേഷവും വളരെ ശ്രദ്ധേയമായ കുറേ നാടകപ്രവർത്തനങ്ങൾ നടന്നു. അതിപ്പോഴും ഏറിയും കുറഞ്ഞുമായി തുടരുന്നുമുണ്ട്. അത് സംബന്ധിച്ച് അവസാന ഭാഗത്ത് സൂചിപ്പിച്ചിട്ടുണ്ട്.

നാല്

കിഴക്കനേറനാടിന്റെ കരുത്ത്

നാടകത്തോട് ആഭിമുഖ്യമുള്ള ഒരു മനസ്സ് എന്നും സൂക്ഷിക്കുന്ന പ്രദേശമാണ് കിഴക്കനേറനാട്. തൊള്ളായിരത്തി നാൽപ തുകളുടെ തുടക്കത്തിൽ ചന്തക്കുന്ന്, മുക്കട്ട ഭാഗങ്ങളിലെ പാടങ്ങളിൽ തട്ടിക്കൂട്ടിയിരുന്ന നാടകക്കളികളാണ് നിലമ്പൂരിലെ പഴമക്കാരുടെ മനസ്സിലുള്ള ആദ്യകാല നാടകയോർമ്മ.

കണ്ണൻകുട്ടി, പെരകൻ എന്നീ അഭിനേതാക്കൾ, ഒത്താശക്കാരായി നിന്നിരുന്ന തടത്തിൽ മുഹമ്മദ്, കുഞ്ഞാലൻ, തമിഴനും അലക്കുകാരനു മായിരുന്ന വീരമുത്തു തുടങ്ങിയവർ ചേർന്നു നടത്തിയ ഒരു നാടകക്കളി നിലമ്പൂരിലെ ആദ്യകാല നാടക പപ്രവർത്തകരിലൊരാളായ മാനു മുഹമ്മദ് തന്റെ കുട്ടിക്കാലത്തെ ഓർമ്മയായി സൂക്ഷിച്ചിരുന്നു. "ശ്രീവ ള്ളിത്തിരുമണം" എന്നായിരുന്നു നാടകത്തിന്റെ പേര്. രണ്ട് സാരികൾ മാത്രമാണ് കർട്ടന് പകരം ഉപയോഗിച്ചിരുന്നത്.

നാൽപതുകളിൽ പ്രവർത്തിച്ചിരുന്ന കലാ കൂട്ടായ്മയായ നിലമ്പൂർ യൂത്ത് അസോസിയേഷൻ നാടകാവതരണത്തിന് പ്രാധാന്യം കൊടു ത്തിരുന്നു. ഇതിന്റെ ഒരു തുടർച്ചയെന്ന നിലയിൽ അമ്പതുകളോടടുപ്പിച്ച് വേറെയും കുറെ കൂട്ടായ്മകൾ നാടകാവതരണത്തിന് മുന്നോട്ട് വന്നു. നിലമ്പൂർ ബാലന്റെ നേതൃത്വത്തിൽ ഒരു സംഘം ഒരു വിനോദം എന്ന നിലയിൽ ഒരു നാടകം ഉണ്ടാക്കി അവതരിപ്പിച്ചപ്പോൾ അതിൽ സ്വന്തം സഹോദരിയെ കൂടി അഭിനേതാവാക്കി കൂട്ടി. അങ്ങിനെ ബേബി എന്ന കാർത്യായനി നിലമ്പൂർക്കാരുടെ ഓർമ്മയിലുള്ള ആദ്യ

നടിയായി. സംഗമം ഹോട്ടൽ വേലു, നിലമ്പൂർ ബാലൻ, ശ്രീധരൻ, പി.ഗോപാലൻ തുടങ്ങിയവരായിരുന്നു മറ്റു അഭിനേതാക്കൾ, കൊളത്തോട്ട് പരമേശ്വരൻ നായരായിരുന്നു സംവിധായകൻ. ഈ നാടകം പിന്നീട് മഞ്ചേരിക്കടുത്ത കാരക്കുന്ന് എന്ന സ്ഥലത്തും പോയി കളിച്ചു. അപ്പോഴേക്കും കുണ്ടറക്കാട്ടിൽ ജാനകി എന്ന ഒരു യുവതിയും കൂടി ആ സംഘത്തോടൊപ്പം അഭിനേതാവായി ചേർന്നിരുന്നു. പായയിലും നിലത്തും ബെഞ്ചിലുമായി ഇരുന്നിരുന്ന പരിമിതമായ സദസ്സിന് മുമ്പിൽ മൈക്കൊന്നുമില്ലാതെ അഭിനേതാക്കളുടെ സ്വന്തം ശബ്ദത്തിലും പെട്രോമാക്സിന്റെ അരണ്ട വെളിച്ചത്തിലുമായിരുന്നു അന്നൊക്കെ മിക്ക നാടകാവതരണങ്ങളും. നിലമ്പൂർ യൂത്ത് അസോസിയേഷൻ അമ്പതുകളുടെ തുടക്കത്തിൽ ഹോട്ടൽകാരി (പൊൻകുന്നം വർക്കി), നല്ലതങ്ക എന്നീ നാടകങ്ങൾ അവതരിപ്പിച്ചു.

രമണൻ എമ്പ്രാന്തിരി, ശങ്കരൻ നമ്പൂതിരി, എ.കെ. പത്മനാഭൻ, പി.ജി.ഗോപാലകൃഷ്ണൻ, പി. ബാലൻ പണിക്കർ, ജി.കെ. കാരാട്ട്, മേലെകളത്തിൽ ശങ്കരൻ നായർ, സി.ടി. നാരായണൻ നായർ, കെ.ടി. ഗോപാലൻ, കൃഷ്ണൻ വൈദ്യർ, അമ്പാടി മാധവൻ നായർ, വേലായുധൻ ചെട്ടിയാർ, തീയാട്ട് പള്ളിയാലിൽ കുഞ്ഞിരാമൻ നായർ തുടങ്ങിയവർ അക്കാലത്തെ നാടക കലാകാരന്മാരായിരുന്നു.

നിലമ്പൂർ യൂത്ത് അസോസിയേഷന് പുറമെ മുതുകാട് രാമൻകുട്ടി നായരുടെ നേതൃത്വത്തിൽ പ്രവർത്തിച്ചിരുന്ന എം.ആർ. വായനശാലയും നാടകാവതരണത്തിന് താൽപര്യമെടുത്തിരുന്നു. അവർ യൂത്ത് അസോസിയേഷനുമായി സഹകരിച്ചും പ്രവർത്തിച്ചിരുന്നു. എം.ആർ. വായനശാല അമ്പതുകളുടെ തുടക്കത്തിൽ കൊളത്തോട്ടു ശ്രീധരൻ നായരുടെ സംവിധാനത്തിൽ "കറവറ്റ പശു" എന്ന നാടകം അവതരിപ്പിച്ചപ്പോഴും ജാനകിയും ബേബിയും അതിൽ നടിമാരായി. നിലമ്പൂർ ബാലൻ, പി.ജി. ഗോപാലകൃഷ്ണൻ, പുൽപ്പയിൽ ബാലൻ നായർ, ഭാസ്കരൻ തുടങ്ങിയവരായിരുന്നു മറ്റു അഭിനേതാക്കൾ. വിവാഹത്തോടെ ബേബി എന്ന കാർത്യായനി അഭിനയം നിർത്തി.

ഭൂരഹിതരെ സംഘടിപ്പിച്ച്, തരിശായിക്കിടക്കുന്ന ഭൂമികൾ കയ്യേറി കൃഷി ചെയ്തുകൊണ്ട് കമ്യൂണിസ്റ്റ് പാർട്ടിയുടെ പിന്തുണയോടെ നടന്ന തരിശ് പ്രക്ഷോഭത്തിന്റെ കാലത്ത് ആ ആശയത്തെ പിന്തുണക്കുന്ന പി.ജെ. ആന്റണിയുടെ "ഇൻക്വിലാബിന്റെ മക്കൾ" എന്ന നാടകം നിലമ്പൂരിൽ അവതരിക്കപ്പെട്ടു. നിലമ്പൂരിലെ കല്ലേംപാടം എന്ന സ്ഥലത്ത് അരങ്ങേറിയ ആ നാടക സംഘത്തെ കൊണ്ടുവന്നിരുന്നത്

നിലമ്പൂർ യൂത്ത് അസോസിയേഷനായിരുന്നു. നാടകം കണ്ട് ഇഷ്ടപ്പെട്ട ഇ.കെ. അയമുവും എന്ന യുവാവും അയാളുടെ കൂട്ടുകാരായിരുന്ന മാനു മുഹമ്മദ്, മേലേതിൽ യൂസുഫ്, പി.ടി. മുഹമ്മദാലി എന്നീ സുഹൃത്തുക്കളും ചേർന്നു അഭിനേതാക്കളെ അഭിനന്ദനം അറിയിക്കാനായി ഗ്രീൻ റൂമിനടുത്തേക്ക് ചെന്നു. എന്നാൽ സംഘാടകർ അവരെ പുറത്തേക്ക് പറഞ്ഞുവിട്ടു. ഈ സംഭവം ആ ചെറുപ്പക്കാരിൽ സ്വന്തമായി ഒരു നാടകം ഉണ്ടാക്കി അവതരിപ്പിക്കണം എന്ന ആശയം ഉണർത്തി. പിൽക്കാലത്ത് പ്രശസ്തിയിലേക്കുയർന്ന ഇ.കെ. അയമു എന്ന നാടക കൃത്തിന്റെയും നിലമ്പൂർ യുവജന കലാസമിതി എന്ന സമിതിയുടെയും പിറവിക്ക് ഇങ്ങിനെയൊരു അനുഭവവും പ്രേരണയായി.

"ജ്ജ് നല്ലൊരു മന്സനാകാൻ നോക്ക്" എന്ന് പേരിട്ട തന്റെ നാടകത്തിന്റെ ഇതിവൃത്തം എഴുതി തയ്യാറാക്കിയ ഇ.കെ.അയമു സുഹൃത്തുക്കളുമായി ചർച്ച ചെയ്തു ആവശ്യമായ കൂട്ടിച്ചേർക്കലുകൾ നടത്തി പൂർണ്ണരൂപത്തിലാക്കി. ഇപ്പോൾ നിലമ്പൂരിലുള്ള ഫാത്തിമാഗിരി സ്കൂൾ പ്രവർത്തിക്കുന്ന സ്ഥലത്തിനടുത്ത് ഒരു വലിയ പറങ്കിമാവിൻ തോട്ടമുണ്ടായിരുന്നു. അവിടെ അയമുവും സുഹൃത്തുക്കളും ഒത്ത് കൂടി റിഹേഴ്സൽ തുടങ്ങി. നിലമ്പൂരിന്റെ ജനകീയ ഡോക്ടറും കലാതൽപരനുമായ ഡോ. ഉസ്മാനുമായി ഇ.കെ. അയമുവിന് സൗഹൃദ് ബന്ധമുണ്ടായിരുന്നു. റിഹേഴ്സൽ വന്നു കണ്ട ഡോ. ഉസ്മാൻ സംഘത്തോട് സഹകരിക്കാൻ തയ്യാറായി. നാടക കർത്താവായ ഇ.കെ. അയമു കമ്യൂണിസ്റ്റ് പാർട്ടിയുടെ സജീവ പ്രവർത്തകനുമായിരുന്നു. പാർട്ടി നേതാവ് ഇമ്പിച്ചിബാവ അയമുവിന്റെ വീട്ടിൽ ഒളിവിൽ കഴിഞ്ഞിരുന്നു. നിലമ്പൂരിൽ വന്ന ഇമ്പിച്ചിബാവയെ അയമു കൂട്ടിക്കൊണ്ടു വന്നു നാടകം കാണിച്ചു. നാടകം ഇഷ്ടപ്പെട്ട ഇമ്പിച്ചിബാവ പാർട്ടിയുമായി ബന്ധപ്പെട്ട് അവതരിപ്പിക്കാൻ വേദി തരുമെന്ന് പറഞ്ഞു.

കമ്യൂണിസ്റ്റ് പാർട്ടി എടവണ്ണയിൽ നടത്തിയ ഒരു സമ്മേളനത്തോടനുബന്ധിച്ചായിരുന്നു നാടകത്തിന് ആദ്യം വേദി കിട്ടിയത്. യാത്രാച്ചെലവ് വഹിച്ചത് ഡോ.എം. ഉസ്മാൻ ആയിരുന്നു. ആദ്യ അവതരണ ദിവസം തന്നെ ആറ് ബുക്കിംഗ് കിട്ടി. നാടക സംഘം ആദ്യം സ്വീകരിച്ച പേർ ചന്തക്കുന്ന് യുവജന കലാസമിതി എന്നായിരുന്നു. ഡോ. ഉസ്മാൻ പ്രസിഡണ്ടും കെ.ജി. ഉണ്ണീൻ സെക്രട്ടറിയും പതിനഞ്ചോളം അംഗങ്ങളും ചേർന്നതായിരുന്നു സമിതി. തുടർച്ചയായി വേദി കിട്ടിയതോടെ സമിതി വിപുലീകരിച്ചു പ്രസിഡണ്ടും സെക്രട്ടറിയും തൽസ്ഥാനത്ത് തുടർന്നു. ട്രഷററായി കുഞ്ഞിക്കുട്ടൻ തമ്പുരാൻ കൂടി ഭാരവാഹി സ്ഥാനത്ത് വന്നു.

അംഗസംഖ്യ അമ്പതോളം പേരായി ഉയർന്നു. "നിലമ്പൂർ യുവജന കലാമിതി" എന്നാക്കി പേര് നിശ്ചയിക്കുകയും ചെയ്തു.

യു.പി. മുഹമ്മദ്, മേലേതിൽ യൂസുഫ് (സീനിയർ), മേലേതിൽ യൂസുഫ് (ജൂനിയർ), പി.ടി. മുഹമ്മദലി, ഇ.കെ. ഉമ്മർ, എ.കെ. മുഹമ്മദ്, എം. കുഞ്ഞാലൻ, ടി.എം. മുഹമ്മദ്, എ.പി. മൊയ്തു, കുഞ്ഞുമുഹമ്മദ് എടമല, എടമല മുഹമ്മദ്, മാനുമുഹമ്മദ്, വി.പി. ഗോപാലകൃഷ്ണൻ എന്ന ഉണ്ണി എന്നിവരായിരുന്നു ആദ്യ അവതരണത്തിൽ അരങ്ങത്ത് വന്നത്. ഇവരിൽ അവസാനം പറഞ്ഞ ഒരാൾ മാത്രമേ ജീവിച്ചിരിപ്പുള്ളൂ. നാടകകൃത്ത് ഇ.കെ. അയമുവും കലാസമിതി ഭാരവാഹികളും പിന്നണിയിൽ പ്രവർത്തിച്ചു. നിലനമ്പൂരിലെ കമ്യൂണിസ്റ്റ് പാർട്ടിയുടെ നേതൃനിരയിലുണ്ടായിരുന്ന ടി.കെ.മാധവൻ കുഞ്ഞുണ്ണി, യു. ബാലൻ, രമണൻ തുടങ്ങിയവരിൽ നിന്നും കിട്ടിയ പിന്തുണയും പ്രോത്സാഹനവും സമിതിക്ക് ബലമേകി.

നിലമ്പൂരിൽ വന്ന വള്ളുവനാടിന്റെ നാടകാചാര്യനും എഴുത്തുകാരനുമായ ചെറുകാട് നാടകം കണ്ടു. അദ്ദേഹം നാടകത്തെ കുറിച്ച് എഴുതിയ ആസ്വാദനം മാതൃഭൂമി ആഴ്ചപ്പതിപ്പിൽ പ്രസിദ്ധീകരിച്ചു. ചെറുകാടിന്റെ ശ്രമഫലമായി നെല്ലായയിൽ നടന്ന പുരോഗമന സാഹിത്യ സമ്മേളനത്തിൽ നാടകം അവതരിപ്പിക്കാൻ അവസരം കിട്ടി. അവിടെ വെച്ച് നാടകം കണ്ട ഇ.എം.എസ്. അത് സംബന്ധിച്ച് ഒരു ലേഖനം കമ്യൂണിസ്റ്റ് പാർട്ടിയുടെ ദേശീയ മുഖപത്രമായിരുന്ന 'ന്യൂ ഏജ്"ൽ പ്രസിദ്ധീകരിച്ചു. അതോടെ "ജ്ജ് നല്ലൊരു മനുസനാകാൻ നോക്ക്" എന്ന നാടകത്തിന്റെ പ്രശസ്തി കുതിച്ചുയർന്നു. അതോടെ കമ്യൂണിസ്റ്റ് പാർട്ടിയുടെ വേദികളിൽ നിന്നും കൂടുതൽ അവസരങ്ങൾ തേടിയെത്തി.

ഉന്നത നമ്പൂതിരി കുടുംബങ്ങളിലെ അന്തർജനങ്ങൾ വരെ നാടകാഭിനയരംഗത്തേക്ക് വന്നിരുന്ന വള്ളുവനാട്ടിലെ സാഹചര്യം നിലമ്പൂരിൽ ഉണ്ടായിരുന്നില്ല. അവിടെ സ്ത്രീകൾ ഒരു സമുദായത്തിൽ നിന്നും കലാരംഗത്തേക്ക് വരാൻ താത്പര്യം കാണിച്ചിരുന്നില്ല. അതിനാൽ നിലമ്പൂർ യുവജന കലാസമിതിയുടെ നാടകത്തിൽ സ്ത്രീകഥാപാത്രങ്ങളെ പുരുഷന്മാർ വേഷം കെട്ടി അവതരിപ്പിക്കുകയായിരുന്നു ചെയ്തിരുന്നത്. നാടകം കണ്ട ഇ.എം.എസ്. നല്ല അഭിപ്രായം പറയുകയും സ്ത്രീ കഥാപാത്രങ്ങളെ സ്ത്രീകളെക്കൊണ്ട് തന്നെ അവതരിപ്പിക്കണമെന്ന് നിർദ്ദേശിക്കുകയും ചെയ്തിരുന്നു. മറ്റു പല അഭ്യുദയകാംക്ഷികളും ആ നിർദ്ദേശം വെച്ചിരുന്നു. തുടർന്നു നടത്തിയ അന്വേഷണത്തിലാണ് നിലമ്പൂർ ആയിഷയടക്കമുള്ള നടിമാരെ സമിതി കണ്ടെത്തിയത്.

1953-ൽ രൂപീകൃതമായ നിലമ്പൂർ യുവജന കലാസമിതിയുടെ പ്രവർത്തനങ്ങൾ കേരളത്തിലെ നാടകപ്രസ്ഥാനത്തിന്റെ ചരിത്രത്തിലെ തന്നെ ശ്രദ്ധേയമായ ഒരു അദ്ധ്യായമാണ്. ഇ.കെ. അയമു രചിച്ചതും മുസ്ലിം സമുദായത്തിൽ നിലനിന്നിരുന്ന അനാചാരങ്ങളെയും ജീർണതകളെയും നിശിതവിമർശനത്തിന് വിധേയമാക്കിയിരുന്നതുമായ "ഇജ്ജ് നല്ലൊരു മന്സനാകാൻ നോക്ക്" എന്ന നാടകം യാഥാസ്ഥിതികക്കോട്ടകളെ വിറകൊള്ളിച്ചു. ഇങ്ങനെയൊരു കാലത്താണ് ഇതര സമുദായങ്ങളെ അപേക്ഷിച്ച് യാഥാസ്ഥിതികർക്കും പൗരോഹിത്യത്തിനും മേൽക്കൈ ഉള്ള മുസ്ലിം സമുദായത്തിൽ നിന്നും പതിനാറ് വയസ്സുകാരിയായ നിലമ്പൂർ ആയിഷയെന്ന മുസ്ലിം യുവതിയെ രംഗത്ത് കൊണ്ടുവന്ന് നിലമ്പൂർ യുവജന കലാസമിതി വിപ്ലവം സൃഷ്ടിച്ചത്.

ഇതോടെ യാഥാസ്ഥിതിക പ്രമാണിമാർക്ക് ഹാലിളകി. അവർ നിലമ്പൂർ ആയിഷയെയും നാടക സംഘത്തെയും പലപ്പോഴും അക്രമാസക്തമായി തന്നെ എതിരിട്ടു. കമ്യൂണിസ്റ്റ് പാർട്ടിയുടെ ശക്തമായ പിന്തുണ കിട്ടിയതുകൊണ്ട് മാത്രമാണ് നാടക സംഘത്തിന് പിടിച്ചു നിൽക്കാൻ കഴിഞ്ഞത്. പല കേന്ദ്രങ്ങളിലും പാർട്ടി വളണ്ടിയർമാരുടെ കാവലിലായിരുന്നു നാടകാവതരണം. സ്റ്റേജിലേക്ക് കല്ലേറ് നടത്തുക, എയർഗൺകൊണ്ട് വെടിയുതിർക്കുക, നാടകസംഘത്തെ വഴിയിൽ തടഞ്ഞ് ആക്രമിക്കാൻ ശ്രമിക്കുക, മെയ്ക്കപ്പ് റൂമിൽ കയറി വന്ന് ആക്രമിക്കുക തുടങ്ങിയ പലതരം അതിക്രമങ്ങൾ നിലമ്പൂർ ആയിഷക്ക് നേരിടേണ്ടി വന്നു.

ഇങ്ങനെ ഒട്ടേറെ തിക്താനുഭവങ്ങൾ നേരിട്ടുവെങ്കിലും "ഇജ്ജ് നല്ലൊരുമന്സനാകാൻ നോക്ക്" എന്ന നാടകം കേരളമാകെ നിരന്തരം അരങ്ങേറി. നിലമ്പൂർ യുവജന കലാസമിതിയുടെ പ്രവർത്തനങ്ങൾ നിന്നുപോയതിന് ശേഷം നിലമ്പൂർ ആർട്സ് ക്ലബ്ബിന്റെ നേതൃത്വത്തിലും, പിന്നീട് കണ്ണൂർ, കോഴിക്കോട് ജില്ലകളിലെ പല സമിതികളുടെയും ആഭിമുഖ്യത്തിൽ പല നാട്ടുകളിലായി ആ നാടകം അനേകം വേദികളിൽ അവതരിപ്പിക്കപ്പെട്ടു. അരങ്ങേറ്റം കഴിഞ്ഞ് ആറുപതിറ്റാണ്ട് പിന്നിട്ട ഇക്കാലത്തും ഈ നാടകം കോഴിക്കോട്ടും മലപ്പുറത്തും ചില സംഘങ്ങൾ അവതരിപ്പിക്കുന്നുണ്ട്. മഞ്ചേരിയിൽ പുരോഗമന കലാസാഹിത്യ സംഘത്തിന്റെ ആഭിമുഖ്യത്തിലും കുറെ സ്റ്റേജുകളിൽ അത് അരങ്ങേറിയിരുന്നു. വിവിധ തലമുറകളിലൂടെ ആ നാടകം രണ്ടായിരത്തിലേറെ വേദികളിൽ അവതരിപ്പിക്കപ്പെട്ടിട്ടുണ്ട് എന്നാണ് നിലമ്പൂർ ആയിഷ അഭിപ്രായപ്പെടുന്നത്. കോഴിക്കോട്ടെ "നാടകഗ്രാമം" എന്ന സമിതി

ടി. സുരേഷ് ബാബുവിന്റെ സംവിധാനത്തിൽ ഈ നാടകം ഇപ്പോഴും അവതരിപ്പിക്കുന്നുണ്ട്. ആദ്യാവതരണം കഴിഞ്ഞിട്ട് ആറരപ്പതിറ്റാണ്ട് കഴിഞ്ഞിട്ടും ഒരു നാടകം ഇപ്പോഴും സ്വീകരിക്കപ്പെടുന്നു എന്നത് തന്നെ വളരെ അപൂർവമായ ഒരു അനുഭവമാണ്. കമ്യൂണിസ്റ്റ് പാർട്ടിയുടെ മലബാറിലെ മുതിർന്ന നേതാവായിരുന്ന കെ.പി.ആർ. ഗോപാലനിൽ നിന്നും വലിയ പ്രോത്സാഹനമാണ് നിലമ്പൂർ യുവജന കലാസമിതിക്ക് കിട്ടിയത്. വടക്കെ മലബാറിലുടനീളം "ഇജ്ജ് നല്ലൊരു മന്സനാകാൻ നോക്ക്" എന്ന നാടകം തുടരെത്തുടരെ അരങ്ങേറി. "ഇജ്ജ് നല്ലൊരു മന്സനാകാൻ നോക്ക്" 1953ലും "മതിലുകൾ" 1957ലും ഡോ. എം. ഉസ്മാന്റെ " ഈ ദുനിയാവിൽ ഞാനൊറ്റക്കാണ്" 1959ലും പുസ്തകമായി ഇറങ്ങി. നാലകത്ത് എം.കെ. രചിച്ച "മൊയി മൂന്നും ചൊല്ലിച്ചണം" എന്നൊരു നാടകവും 1960ൽ പുസ്തകമായി പ്രസിദ്ധീകരിച്ചിട്ടുണ്ട്.

ഇ.കെ. അയമു രചിച്ച "ഇജ്ജ് നല്ലൊരു മന്സനാകാൻ നോക്ക്", "മതിലുകൾ" എന്നിവയും ഡോ. എം.ഉസ്മാൻ രചിച്ച "ഈ ദുനിയാവിൽ ഞാനൊറ്റക്കാണ്", "നാളേക്ക് വേണ്ടി" എന്നീ നാടകങ്ങളുമാണ് നിലമ്പൂർ യുവജനകലാസമിതി അവതരിപ്പിച്ചിരുന്നത്. ആദ്യ അവതരണത്തിൽ പങ്കെടുത്തവർക്ക് അസൗകര്യം വരുമ്പോൾ പുതിയവരെ രംഗത്തിറക്കി സമിതി ഊർജ്ജസ്വലത നിലനിർത്തി.

നിലമ്പൂർ ബാലൻ, നിലമ്പൂർ ആയിഷ, എസ്.എ. ജമീൽ, ഉള്ളാട്ടിൽ മുഹമ്മദ്, മച്ചാട്ട് വാസന്തി (ഗായിക), പി.ജി. ഗോപാലകൃഷ്ണൻ, തിരൂർ ബാവ (ഗായകൻ), കെ.എസ്. മുഹമ്മദ്കുട്ടി (ഗായകൻ), ആമിന (നിലമ്പൂർ ആയിഷയുടെ സഹോദരി), കാർത്യായനി (നിലമ്പൂർ ബാലന്റെ സഹോദരി), വാസു, ചന്ദ്രൻ, ശാന്താദേവി, വിജയലക്ഷ്മി (നിലമ്പൂർ ബാലന്റെ പത്നി), പി.ജി. എന്ന പി. ഗോപാലൻ, ബാലൻ പണിക്കർ, കെ.ടി. സെയ്ത്, സ്നേഹജാൻ (പിൽക്കാല സിനിമാതാരമായി പ്രശസ്തനായ കെ.പി.ഉമ്മർ), നിലമ്പൂർ ജയപ്രകാശ് (കുഞ്ഞുക്കുട്ടൻ തമ്പാന്റെ മകൻ), കെ. ജാനകി, ലസ്‌ലി പീറ്റർ (വയലിനിസ്റ്റ്), ഫിലോമിന, പി.എം. കാസിം (ഗാനരചയിതാവ്) തുടങ്ങിയവർ നിലമ്പൂർ യുവജന കലാസമിതിക്ക് വേണ്ടി രംഗത്ത് വന്നു. സമിതി സെക്രട്ടറിയായിരുന്ന കെ.ജി. ഉണ്ണീൻ ഗാനരചയിതാവെന്ന നിലയിൽ ശ്രദ്ധേയനായി. മികച്ച നടനുമായിരുന്നു അദ്ദേഹം. നാടകകൃത്ത് ഇ.കെ. അയമു അടക്കമുള്ളവർ സന്ദർഭത്തിനൊത്ത് എല്ലാ ചുമതലകളും ഏറ്റെടുത്തു. മുകളിൽ സൂചിപ്പിച്ചവരോടൊപ്പം എം.എസ്. ബാബുരാജ് (സംഗീതം), കോഴിക്കോട് അബ്ദുൽ ഖാദർ (ഗായകൻ),

എം.കെ. അർജ്ജുനൻ (സംഗീതം) തുടങ്ങിയവരും കൂടി ചേർന്നപ്പോൾ നിലമ്പൂരിന്റെ നാടകരംഗം ഊർജ്ജസ്വലമായി.

നിലമ്പൂർ യുവജന കലാസമിതിയിലൂടെ രംഗത്ത് വന്ന നിലമ്പൂർ ബാലനും നിലമ്പൂർ ആയിഷയും ചലച്ചിത്ര മേഖലയിലും തങ്ങളുടെ കഴിവുകൾ അടയാളപ്പെടുത്തി. ഒരു ബഹുമുഖ പ്രതിഭയായിരുന്ന എസ്.എ. ജമീൽ നിലമ്പൂർ യുവജന കലാസമിതിക്ക് വേണ്ടി വ്യത്യസ്ത മേഖലകളിൽ തന്റെ പങ്ക് വഹിച്ചു. എന്നാൽ അദ്ദേഹം കൂടുതൽ ഓർമ്മിക്കപ്പെടുന്നത് മാപ്പിളപ്പാട്ട് രചനാ രംഗത്ത് നടത്തിയ സംഭാവനകളുടെ പേരിലാണ്. ലോകമെമ്പാടുമുള്ള മലയാളികളുടെ മനസ്സിൽ പതിഞ്ഞ എസ്.എ. ജമീലിന്റെ "ദുബായ് കത്ത്" എന്ന പാട്ട് മലയാളത്തിലെ പ്രവാസ സാഹിത്യത്തിന്റെ കൂടി ഒരു തുടക്കമായിരുന്നു.

അമ്പതുകൾ തൊട്ട് തന്നെ നാടക പ്രവർത്തനങ്ങൾ സജീവമായിരുന്ന ഒരു സ്ഥലമാണ് കിഴക്കനേറനാട്ടിലെ പുല്ലങ്കോട്. 1954 മുതൽ പ്രവർത്തിച്ചുവരുന്ന പുല്ലങ്കോട്ടെ നാടക കൂട്ടായ്മയുടെ ആദ്യ പേര് "പുല്ലങ്കോട് കലാകേന്ദ്രം" എന്നായിരുന്നു. പിന്നീടത് "നാഷണൽ തിയേറ്റേഴ്സ്" എന്ന പേരിലേക്ക് മാറി. പുല്ലങ്കോട് എസ്റ്റേറ്റ് തൊഴിലാളികളിലെ കലാതൽപരർക്കൊപ്പം മാനേജർ ബാലകൃഷ്ണമാരാരും ഈ കൂട്ടായ്മയെ പ്രോത്സാഹിപ്പിച്ചിരുന്നു.

ഇ.കെ.അയമുവിന്റെ കാലത്ത് തന്നെ രംഗത്ത് വരികയും ശ്രദ്ധേയമായ സംഭാവനകൾ നൽകുകയും ചെയ്ത നാടക കലാകാരനായിരുന്ന നിരവധി നാടകങ്ങളുടെ കർത്താവായ ചൂരപ്പിലാൻ മമ്മദ് മേസ്തിരി. അദ്ദേഹത്തിന്റെ നാടകങ്ങൾ അവതരിപ്പിക്കപ്പെട്ടത് പുല്ലങ്കോട്ടെ കലാസമിതിയിലൂടെയായിരുന്നു.

"മാർക്കക്കാരന്റെ മോൾ", "പെണ്ണിന് പൊന്നല്ല സീനത്ത്", "കാളകൂടം", "ഡെയ്ഞ്ചർ ബ്രിഡ്ജ്", "ലയം", "ഊട് വഴി", "അട്ടിമറി", "ലാവ", "മിന്നുന്നതെല്ലാം പൊന്നല്ല", "ക്രമസമാധാനം", "വാസവദത്ത", "മോചനം അകലെ" എന്നിവ ചൂരപ്പിലാൻ മമ്മദ് മേസ്തിരി രചിച്ചതും പുല്ലങ്കോട്ടെ സമിതിയിലൂടെ അവതരിപ്പിക്കപ്പെട്ടിരുന്നതുമായ നാടകങ്ങളാണ്. കൊടുങ്കാറ്റ് എന്ന പേരിൽ ആദ്യം അവതരിപ്പിച്ചിരുന്ന നാടകമാണ് പിൽക്കാലത്ത് "കാളകൂടം" എന്ന പേരിൽ പുനരവതരണം നടത്തിയിരുന്നത്. "ജവാൻ" എന്ന പേരിൽ യുദ്ധവുമായി ബന്ധപ്പെട്ട ഒരു നാടകവും ഈ സമിതി അവതരിപ്പിച്ചിരുന്നു.

ചൂരപ്പിലാൻ മമ്മദ് മേസ്തിരി, ഇ.കെ.അയമുവിന്റെ സഹോദരൻ ഇ.കെ.അഹമ്മദുണ്ണി എന്ന ഇ.കെ. കാളികാവ്, ടൈലർ വാസു

കോഴിക്കോട് എന്നിവരായിരുന്നു പുല്ലങ്കോട്ടെ നാടകക്കൂട്ടായ്മയിൽ തുടക്കം മുതലുള്ള പ്രധാനികൾ. ആദ്യകാല പ്രവർത്തകർക്കൊപ്പം പുതിയ തലമുറയിലെ ആളുകളെ കണ്ടെത്തി കൂടെ ചേർത്ത് ഈ കൂട്ടായ്മ നാടകപ്രവർത്തനങ്ങൾ 80കൾ വരെ നിലനിർത്തി. നിലമ്പൂർ യുവജന കലാസമിതിയുടെ കാര്യത്തിലെന്നപോലെ തുടക്കത്തിൽ ഈ സമിതിയിലും സ്ത്രീവേഷം കെട്ടിയിരുന്നത് പുരുഷന്മാർ ആയിരുന്നു. വി.കെ. പത്മനാഭൻ, സി. കുഞ്ഞൻ, ഗോവിന്ദൻകുട്ടി എന്നിവരാണ് സ്ത്രീ കഥാപാത്രങ്ങളെ അവതരിപ്പിച്ചിരുന്നത്.

സഹപ്രവർത്തകർ അപ്പട്ടമാമ എന്ന് വിളിച്ചിരുന്ന പത്മനാഭൻ, വേണു റൈറ്റർ, കരുണാകര കിടാവ്, ഇ.കെ. ഉമ്മർ (ഗായകൻ, ഹാർമോണിസ്റ്റ്), എ.പി.അബു, ശശിധരൻ നമ്പ്യാർ, കെ.സി. ദാസ് കടലുണ്ടി, എ. ഗോപാലകൃഷ്ണൻ മാസ്റ്റർ (ഗാനരചന), ചന്ദ്രശേഖരൻ പുല്ലങ്കോട്, കല്ലൻ കുന്നൻ കോയ (തബല), ഉമ്മർ (ഗിറ്റാർ), തിരൂർ ബഷീർ, പ്യാരി മുഹമ്മദ് (ഹാർമോണിയം), കൊളപ്പുറം മൊയ്തീൻ കുട്ടി, കൊളപ്പുറം സെയ്തലി, തടിയൻ മുഹമ്മദ്, മുതുകാട്ടിൽ മൊയ്തീൻ കുട്ടി, ഡോ. രാമൻ, ഇന്ദിര, ജോളി ആൻസി, സരോജിനി, ശ്രീവള്ളി (ഗായിക), ചൂരപ്പിലാൻ ഷൗക്കത്ത്, എൻ.കെ. മുഹമ്മദ്, എൻ.കെ. അലി, എൻ.കെ. യൂസുഫ്, വി.പി. കാദർ, പി.എസ്. അലി, പാറുക്കുട്ടി തുടങ്ങിയവർ പുല്ലങ്കോട് നാഷണൽ തിയേറ്റേഴ്സിന് വേണ്ടി രംഗത്ത് വന്നിരുന്നു. നിലമ്പൂർ ആയിഷ, നിലമ്പൂർ സീനത്ത് എന്നിവർ ചില നാടകങ്ങളിൽ ഈ സമിതിക്കൊപ്പം ചേർന്നിരുന്നു.

സംഗീതത്തിന് നല്ല പ്രാധാന്യം കൊടുത്തിരുന്ന നാഷണൽ തിയേറ്റേഴ്സിന് ഒരു മ്യൂസിക്കൽ വിഭാഗം തന്നെ ഉണ്ടായിരുന്നു. പി.പി.എം.ഷാ തിരൂർ ആയിരുന്നു പ്രധാന പരിശീലകൻ. ഹംസാഖാൻ പുല്ലങ്കോട് ഒരു ഗായകനായി ഉയർന്നത് ഈ സമിതിയിലൂടെയാണ്. ശ്രീധരൻ (തബല), കുഞ്ഞാലസ്സൻ (ഹാർമോണിയം), കുഞ്ഞാൻ (തബല), ഡോ. നാരായണൻ (ഗായകൻ) തുടങ്ങിയവർ ഇതിന്റെ ഭാഗമായിരുന്നു.

ചന്ദ്രശേഖരൻ പുല്ലങ്കോട് നാഷണൽ തിയേറ്റേഴ്സിനൊപ്പം ചേർന്നത് എഴുപതുകളിലാണ്. ഒന്നാംക്ലാസ്സിൽ പഠിക്കുന്ന കാലത്ത് അദ്ധ്യാപകരുടെ പ്രോത്സാഹനത്തോടെ "കൊഴിഞ്ഞു വീണ പൂമൊട്ട്" എന്നൊരു നാടകത്തിൽ ബാലനടനായി അഭിനയിച്ച ചന്ദ്രശേഖരൻ വിദ്യാർത്ഥി ജീവിതകാലത്തും പിന്നീട് അദ്ധ്യാപകനായതിന് ശേഷവും സ്കൂൾ നാടകങ്ങളുടെ ഭാഗമായി പ്രവർത്തിച്ചു. അറുപതിൽപരം സ്റ്റേജ് നാടകങ്ങളിലും നൂറിലേറെ റേഡിയോ നാടകങ്ങളിലും അഭിനയിച്ച

ചന്ദ്രശേഖരൻ പുല്ലങ്കോട് നാടക രചന, സംവിധാനം, ഗാനരചന തുടങ്ങിയവയിലെല്ലാം പ്രവർത്തിച്ചിട്ടുണ്ട്.

നിലമ്പൂർ യുവജന കലാസമിതി തുടങ്ങുന്ന കാലത്ത് തന്നെ നിലമ്പൂരിന്റെ വിവിധ ഭാഗങ്ങളിൽ ചെറിയ നാടക കൂട്ടായ്മകൾ രംഗത്ത് വന്നിരുന്നു. നിലമ്പൂർ കോവിലകത്ത്മുറി ഭാഗത്തെ നിലമ്പൂർ യൂത്ത് അസോസിയേഷൻ എന്ന സംഘത്തെക്കുറിച്ച് മുമ്പ് സൂചിപ്പിച്ചു. വണ്ടൂർ, കാളികാവ്, നടുവത്ത്, കരിക്കാട്, കരുവാരകുണ്ട്, തുവ്വൂർ, പോരൂർ തുടങ്ങിയ ഒട്ടേറെ സ്ഥലങ്ങളിൽ നാടകസമിതികൾ പ്രവർത്തിച്ചിരുന്നു. ഇ.കെ. അയമുവിന്റെ സഹോദരനായ ഇ.കെ. അബു ചില കോമഡി നാടകങ്ങളും അരങ്ങത്തെത്തിച്ചിരുന്നു.

ആറ് വർഷത്തോളം സജീവമായി പ്രവർത്തിച്ച നിലമ്പൂർ യുവജനകലാസമിതിയുടെ പ്രവർത്തനം 1958ൽ നിന്നു. പിന്നീട് നിലമ്പൂർ ബാലൻ മുൻകയ്യെടുത്ത് രൂപീകരിച്ച "നിലമ്പൂർ ആർട്സ് ക്ലബ്ബി"ന്റെ നേതൃത്വത്തിലാണ് നിലമ്പൂരിലെ നാടക പ്രവർത്തനങ്ങൾ മുന്നോട്ട് പോയത്. നിലമ്പൂർ ബാലന്റെ "ധ്രുവങ്ങൾ സന്ധിക്കുന്നു", ഇ.കെ. അയമുവിന്റെ "മതിലുകൾ" എന്നിവ അവതരിപ്പിച്ചിരുന്നത് നിലമ്പൂർ ആർട്സ് ക്ലബ്ബായിരുന്നു. നേരത്തെ നിലമ്പൂർ യുവജന കലാസമിതിയോടൊപ്പം ഉണ്ടായിരുന്നവർക്ക് പുറമെ കുറെ പുതിയ പ്രവർത്തകർ കൂടി രംഗത്തെത്തി. ജയശ്രീ, കല്പറ്റ ലീല, വിശ്വൻ, സിദ്ധൻ തുടങ്ങിയവർ ഇങ്ങിനെ വന്നവരായിരുന്നു. ഇടക്കാലത്ത് അല്പം പിറകോട്ട് പോയിരുന്ന ഇ.കെ. അയമു എം.എസ്.പി.കാർക്ക് വേണ്ടി രചിച്ച "രാജപാത" തോട്ടം തൊഴിലാളികളുടെ കഥ പറയുന്ന " സ്നേഹത്തിന്റെ വോട്ട്" എന്നീ നാടകങ്ങൾ കൂടി അവതരിപ്പിക്കുകയുണ്ടായി. 1962ൽ രൂപം കൊണ്ട നിലമ്പൂർ ആർട്സ് ക്ലബ്ബിന്റെ പ്രസിഡണ്ട് സഖാവ് കുഞ്ഞാലിയായിരുന്നു. സെക്രട്ടറി നിലമ്പൂർ ബാലനും പ്രവർത്തക സമിതിയിൽ ഇ.കെ. അയമുവും ഉണ്ടായിരുന്നു.

കമ്യൂണിസ്റ്റ് പാർട്ടിയുടെ പ്രാദേശിക പ്രവർത്തകർ മാത്രമല്ല ഉന്നതരായ നേതാക്കളും നാടക പ്രവർത്തനങ്ങളെ വളരെയേറെ വിലമതിച്ചിരുന്നു. നാടകം വന്നുകാണുക, നാടകം കഴിഞ്ഞാൽ അഭിനേതാക്കളെയും പിന്നണിപ്രവർത്തകരെയും നേരിട്ട് ചെന്ന് അഭിനന്ദിക്കുക, നാടകം തുടങ്ങുന്നതിന് മുമ്പ് മേക്കപ്പ് റൂമിൽ ചെന്ന് ക്ഷേമം അന്വേഷിക്കുക തുടങ്ങിയ കാര്യങ്ങൾക്ക് മിക്ക മുതിർന്ന നേതാക്കളും പ്രത്യേകം താത്പര്യം കാണിച്ചിരുന്നു. ഇ.എം.എസ്., എ.കെ.ജി, അജയഘോഷ്, കെ.പി.ആർ. ഗോപാലൻ, കാന്തലോട്ട് കുഞ്ഞമ്പു,

ഇമ്പിച്ചിബാവ, കൊളാടി ഗോവിന്ദൻകുട്ടി, കല്ലാട്ട് കൃഷ്ണൻ, എസ്. വി. ഘലാട്ടേ, രേണുകാ ചക്രവർത്തി, സൈഫുദ്ദീൻ കിച്ച്ലു, കുഞ്ഞാലി തുടങ്ങിയവർ പലപ്പോഴായി തങ്ങളുടെ നാടകവേദിയിൽ വന്നിരുന്നത് നിലമ്പൂർ ആയിഷക്ക് ഇപ്പോഴും ഓർമ്മയിലുണ്ട്. എഴുത്തുകാരായിരുന്ന വള്ളത്തോൾ, എസ്.കെ. പൊറ്റക്കാട്, ചെറുകാട് തുടങ്ങിയവരും ഇങ്ങിനെ പ്രോത്സാഹനവുമായി എത്തിയിരുന്നു.

നിലമ്പൂർ ആർട്സ് ക്ലബ്ബ് രണ്ട് മൂന്ന് വർഷക്കാലമേ സജീവമായി രംഗത്തുണ്ടായുള്ളൂ. 1964ൽ നിലമ്പൂർ ആയിഷയുടെ മൂത്ത സഹോദരനും നാടകരചയിതാവ്, നടൻ എന്നീ നിലകളിൽ ശ്രദ്ധേയനുമായിരുന്ന മാനുമുഹമ്മദ് മുൻകയ്യെടുത്ത് "നൗഷാദ് ആർട്സ് ക്ലബ്ബ്" രൂപീകരിച്ചു. മാനുമുഹമ്മദ് രചിച്ച "അന്ത്യയവനിക", "അക്ഷയപാത്രം", "ധൂമകേതുക്കൾ", "മനുഷ്യൻ", "പുതിയവെളിച്ചം", "സ്നേഹബന്ധങ്ങൾ" തുടങ്ങിയ നാടകങ്ങൾ നൗഷാദ് ആർട്സ് ക്ലബ്ബ് അവതരിപ്പിച്ചു. നേരത്തെ നാടകരംഗത്തുണ്ടായിരുന്നവർക്കൊപ്പം കുറെ പുതിയ ആളുകൾ കൂടി രംഗത്ത് വന്നു.

ഗോപി, മുമ്മുള്ളി ഗോപാലൻ, മുമ്മുള്ളി മാധവൻ, പുലിക്കുന്നുമ്മൽ വീരാൻകുട്ടി, പുലിക്കുന്നുമ്മൽ മുഹമ്മദ്, പി.ജി. ഇന്ദിര, സീനത്ത്, ഹഫ്സത്ത്, ആമിനുവിന്റെ മകൾ സീനത്ത്, മാനുമുഹമ്മദ് (കരുളായി) കോട്ടയം ജയൻ (മേക്കപ്പ് ആർടിസ്റ്റ്), ഒറ്റപ്പാലം പപ്പൻ, നിലമ്പൂർ ഇന്ദിര, അനിത, തിരുവില്ലാമല വത്സല, ഒറ്റപ്പാലം പ്രഭ, നിലമ്പൂർ മണി, സരോജിനി, ജയിംസ് (പൊന്നു), ഗീതാസുകുമാരൻ (ബാലനടി), സി.പി.എ. ഷുക്കൂർ തുടങ്ങിയവർ അവരിൽ പ്രമുഖരായിരുന്നു.

ഒരു ക്ലബ്ബും ഒരു വായനശാലയുമായി അറുപതുകളുടെ രണ്ടാംപകുതിയിൽ പ്രവർത്തനം തുടങ്ങിയ നിലമ്പൂർ മയ്യന്താണിയിലെ "യംഗ് ആർട്സ് ക്ലബ്ബ്" നാടകാവതരണത്തിൽ നല്ലതോതിൽ താത്പര്യമെടുത്തിരുന്നു. 1966ൽ തെക്കേതിൽ ജനാർദ്ദനൻ എന്ന ടി.ജെ. നിലമ്പൂർ രചിച്ച "വേഴാമ്പലുകൾ" എന്ന നാടകം അരങ്ങേറ്റിയതും തുടർന്നുള്ള വർഷങ്ങളിൽ ടി.ജെ. നിലമ്പൂരിന്റെ തന്നെ "മാറ്റൊലി", "അതിരുകൾ", "കർക്കിടകത്തിലെ കറുത്ത വാവ്" തുടങ്ങിയ നാടകങ്ങൾക്ക് അരങ്ങൊരുക്കിയതും ഈ ക്ലബ്ബ് ആയിരുന്നു.

മണിയാണി കരുണാകരൻ നായർ, തോമസ് ജേക്കബ്, അരിപ്രചന്ദ്രൻ, വിളയിൽ നാരായണൻ, മേലാക്കത്ത് രാമകൃഷ്ണൻ, സുരേന്ദ്രൻ, അഡ്വ. രവികുമാർ, നിലമ്പൂർ മണി, കുന്നംകുലത്ത് വേലുക്കുട്ടി, പി.കെ. സോമൻ, തങ്കമണി, രാധടീച്ചർ, വത്സല, നിലമ്പൂർ സീനത്ത്,

നിലമ്പൂർ ഹഫ്സത്ത് തുടങ്ങിയവർ ഈ നാടക പ്രവർത്തനങ്ങൾക്ക് വേണ്ടി രംഗത്ത് വന്നിരുന്നവരാണ്. ഇ.കെ. അയമു, നിലമ്പൂർ ബാലൻ തലമുറക്ക് ശേഷം നാടക രചനയിൽ നിലമ്പൂരിൽ നിന്നും ഏറ്റവും ശ്ര ദ്ധിക്കപ്പെട്ട പേരാണ് ടി.ജെ. നിലമ്പൂരിന്റേത്. "യംഗ് ആർട്സ് ക്ലബ്ബ്" അവതരിപ്പിച്ചിരുന്ന നാടകങ്ങൾക്ക് പുറമെ "പഞ്ചാഗ്നി", "ഭീഷ്മശയ്യ", "തുടി", "ഗോകുലം", "കലാപം", "പതിനാറാം നമ്പർ ബൂത്തിൽ വീണ്ടും", "സതി", "ശ്രീലകം" തുടങ്ങിയ ഒട്ടേറെ നാടകങ്ങളുടെ കർത്താവാണ് ടി.ജെ. നിലമ്പൂർ.

നാല് പതിറ്റാണ്ടിലേറെക്കാലം പ്രവർത്തിച്ച നിലമ്പൂരിലെ "ജ്യോതി നൃത്തകലാ കേന്ദ്രം" നാടക കലാകാരന്മാർക്ക് എന്നും ഒരു അഭയ കേന്ദ്രമായിരുന്നു. ഇന്ദ്രാണി വിശ്വനാഥിന്റെ നേതൃത്വത്തിലുള്ള ഈ കലാകേന്ദ്രത്തിന്റെ പ്രവർത്തകർ മുൻകയ്യെടുത്ത് രൂപീകരിച്ച "ജ്യോതി തിയേറ്റേഴ്സ്"നിലമ്പൂരിലെ നാടക പ്രവർത്തനങ്ങൾക്ക് തുടർച്ചയേകി. പുലാമന്തോൾ മോഹൻ ആർട്സ്, പെരിന്തൽമണ്ണ ആസ്ഥാനമാക്കി പ്രവർത്തിച്ചിരുന്ന വള്ളുവനാട് ആർട്സ് തിയേറ്റർ എന്നിവയിൽ നല്ല നർത്തകി കൂടിയായ ഇന്ദ്രാണി പങ്കാളിയായിരുന്നു. പിന്നീടാണ് ഇന്ദ്രാണി വിശ്വനാഥനായി നിലമ്പൂരിലേക്ക് പോന്നത്.

എഴുപത്-എൺപത് കാലത്ത് ജ്യോതി തിയേറ്റേഴ്സ് നാടകരംഗ ത്ത് സജീവമായിരുന്നു. കാട്ടൂർ ബാലകൃഷ്ണന്റെ "ജന്മസിദ്ധി", ടി.ജെ. നിലമ്പൂരിന്റെ "മാറിക്കോ മന്ത്രി വരുന്നേ" എന്നീ നാടകങ്ങൾ ജ്യോതി തിയേറ്റേഴ്സ് ആണ് അരങ്ങിലെത്തിച്ചിരുന്നത്. "ജന്മസിദ്ധി"യുടെ സംവിധായിക നിലമ്പൂർ ആയിഷയായിരുന്നു. ഗിരീഷ് മുതുകാട്, വിൻസന്റ് ഗോൺസാഗ തുടങ്ങിയവർ "മാറിക്കോ മന്ത്രി വരുന്നേ" എന്ന നാടകത്തിന്റെ അവതരണത്തിന് നേതൃത്വം നൽകി.

അമ്പതുകളിൽ തന്നെ തുടങ്ങിയ നിലമ്പൂരിന്റെ നാടകാഭിമുഖ്യ ത്തിന്റെ ശ്രദ്ധിക്കപ്പെട്ട ഒരു തുടർച്ചയായിരുന്നു തൊണ്ണൂറുകളിലെ ദൃശ്യാഞ്ജലി തിയേറ്റേഴ്സിന്റെ രംഗപ്രവേശം. നാടകകൃത്ത്, തിരക്ക ഥാകൃത്ത്, സംവിധായകൻ എന്നീ നിലകളിലൊക്കെ പ്രവർത്തിക്കുന്ന ടി.എം. സിദ്ധിക്ക് നിസരിയുടെ "മീനമാസത്തിലെ ശിശിരം", "ആയില്യം മനക്കലെ തമ്പുരാൻ", "അഭയഭൂമി", "ഈ ദുനിയാവിൽ ഇത്രയൊക്കേ പറ്റൂ", "വേനൽപൂക്കൾ" എന്നീ നാടകങ്ങൾ "ദൃശ്യാഞ്ജലി" അരങ്ങി ലെത്തിച്ചിരുന്നു.

ടി. ജെ. നിലമ്പൂർ, സുദർശനൻ മാസ്റ്റർ, സോമൻ മാസ്റ്റർ, ഗിരീഷ് മുതുകാട്, ഗിരീഷ് കോവിലകത്ത്മുറി, വിൻസന്റ് ഗോൺസാഗ,

യേശുദാസ്, ജോൺ സുകുമാർ, നിലമ്പൂർ മണി, നിലമ്പൂർ ഹഫ്സത്ത്, നിലമ്പൂർ ശൈലജ തുടങ്ങിയവർ "ദൃശ്യാഞ്ജലി"ക്ക് വേണ്ടി രംഗത്ത് വന്നിരുന്നു. ടി.എം. സിദ്ധിഖ് നിസരി തന്നെ രചിച്ച "അനന്തരം അച്ചുവേട്ടൻ" എന്ന നാടകം നിലമ്പൂർ കോവിലകത്ത്മുറിയിലെ യുണൈറ്റഡ് ക്ലബ്ബ് അരങ്ങിലെത്തിച്ചിരുന്നു. "ദൃശ്യാഞ്ജലി"യുടെ പ്രവർത്തനം ഏതാനും വർഷങ്ങൾക്ക് ശേഷം നിന്നു.

തൊണ്ണൂറുകളിൽ നാടകരചനാരംഗത്ത് നിലമ്പൂരിൽ നിന്നും ശ്രദ്ധിക്കപ്പെട്ട പേരാണ് അഡ്വ. എസ്. ബിജിലാൽ. ഒട്ടേറെ ഏകാങ്കങ്ങളുടെ കർത്താവായ ബിജിലാലിന്റെ "വർഗീസ് ലോന" എന്ന ഏകാങ്കം, മലയാളത്തിലെ മികച്ച ഏകാങ്കങ്ങൾ ഉൾപ്പെടുത്തി ഡി.സി. ബുക്സ് ഇറക്കിയ പുസ്തകത്തിൽ ചേർത്തിരുന്നു. ബിജിലാലിന്റെ "വില്വാദി ഗുളികയുടെ ഭൂമിശാസ്ത്രപരമായ സവിശേഷതകൾ" എന്ന നാടകം 1994ൽ കേരള സംഗീത നാടക അക്കാദമിയുടെ നാടകരചനക്കുള്ള പുരസ്കാരം നേടി.

എഴുപതുകൾ മുതൽ കരുവാരക്കുണ്ട് പ്രവർത്തിച്ചുവരുന്ന സമിതിയാണ് "യവന". അക്കാലത്ത് എല്ലാവർഷവും സംഗീത നാടക അക്കാദമിയുടെ ആഭിമുഖ്യത്തിൽ ജില്ലാതല നാടകമേളകൾ നടന്നിരുന്നു. അയച്ചുകിട്ടുന്ന സ്ക്രിപ്റ്റുകൾ പരിശോധിച്ച് നാല് നാടകങ്ങൾ അവതരണത്തിനായി തെരഞ്ഞെടുക്കും. അക്കാദമി അറിയിക്കുന്ന ദിവസം പറയുന്ന സ്ഥലത്ത് ചെന്ന് നാടകം അവതരിപ്പിക്കണം. അവതരണച്ചിലവിലേക്ക് ഒരു തുക അക്കാദമി നൽകിയിരുന്നു. 1973ൽ പൊന്നാനി എ.വി. ഹൈസ്കൂളിൽ വെച്ച് നടത്തിയ നാടകമേളയിൽ 'യവന' തിയേറ്റേഴ്സ് അവതരിപ്പിച്ച രവി കൃഷ്ണന്റെ "വാക്യം" ഒന്നാം സ്ഥാനം നേടി. മലയാള നാടകവേദിയുടെ ശതാബ്ദി ആഘോഷങ്ങളുടെ ഭാഗമായി പ്രത്യേകം ക്ഷണിക്കപ്പെട്ടത് പ്രകാരം പെരിന്തൽമണ്ണയിൽ സി.ജെ. തോമസിന്റെ "ക്രൈം 1127/28" എന്ന നാടകം 'യവന'യാണ് അവതരിപ്പിച്ചത്. ജി.സി. കാരക്കൽ രചിച്ച "തീയാട്ട്", "ഒരു നാടകം ഒരു പ്രത്യേക പ്രതിസന്ധിയിൽ", "പഹയന്മാരുടെ ദുനിയാവ്" തുടങ്ങിയ നാടകങ്ങൾ 'യവന' അവതരിപ്പിച്ചിരുന്നു. ഒരു സാംസ്കാരിക കൂട്ടായ്മയെന്ന നിലയിൽ ഇപ്പോഴും പ്രവർത്തിക്കുന്ന സമിതിയാണ് 'യവന'. എം.എൻ. നമ്പൂതിരിപ്പാട്, ജി.സി. കാരക്കൽ, സി.ആർ. ഉണ്ണി, കലാരാജ്, സാദിഖ് പറമ്പിൽ, ഇന്ദിര, ജമീല തുടങ്ങിയവരാണ് 'യവന'ക്ക് വേണ്ടി വന്നിരുന്നത്. 'യവന'യുടെ നേതൃത്വത്തിലെ പ്രധാനിയും നോവലിസ്റ്റ്, അഭിനേതാവ്, നാടകകൃത്ത് എന്നീ നിലകളിൽ ശ്രദ്ധേയനുമായ

ജി.സി. കാരക്കൽ ഒട്ടേറെ തെരുവ് നാടകങ്ങളുടെയും കർത്താവാണ്. അവയിൽ വളരെ ശ്രദ്ധിക്കപ്പെട്ട ഒന്നാണ് പുരോഗമന കലാ സാഹിത്യ സംഘത്തിന് വേണ്ടി എഴുതിയ "കാക്കരാമൻ".

കിഴക്കനേറനാടിന്റെ നാടക ചരിത്രത്തിൽ വളരെ പ്രധാനപ്പെട്ട ഒരദ്ധ്യായമാണ് വണ്ടൂരിനടുത്ത തിരുവാലി എന്ന ഗ്രാമത്തിന്റെ നാടകപാരമ്പര്യം. പതിറ്റാണ്ടുകൾക്ക് മുമ്പ് തുടങ്ങുകയും നിരന്തരമായ നാടക പരീക്ഷണങ്ങൾ ഉണ്ടായിക്കൊണ്ട് ഇപ്പോഴും നിലനിൽക്കുകയും ചെയ്യുന്ന നാടകാഭിമുഖ്യം ഒരുപക്ഷെ തിരുവാലിക്ക് മാത്രം അവകാശപ്പെടാൻ കഴിയുന്ന ഒരു അപൂർവതയായിരിക്കും.

വെള്ളരിനാടകങ്ങളുടെ കാലം തൊട്ടേ തിരുവാലിയിൽ നാടകമുണ്ട്. കോട്ടോല ബാലൻ നായർ, ചെമ്മിണിക്കര അച്യുതൻ നായർ, വടക്കുംപാട്ട് കൃഷ്ണൻ നായർ, മഠത്തിൽ ചാലിൽ കേശവൻ നായർ തുടങ്ങിയവർ അക്കാലത്തെ നാടക കലാകാരന്മാരായിരുന്നു. അതിന് ശേഷം ദാമോദരൻ തമ്പാൻ, പടവെട്ടി ശങ്കരൻ നായർ, രാമുണ്ണി ആശാൻ, കറപ്പൻ ആശാരി, കുന്നക്കാട് ദാമോദരൻ നായർ, കെ.പി. കോരു തുടങ്ങിയവരുടെ നേതൃത്വത്തിൽ നടന്നിരുന്നതും പുലരും വരെ നീണ്ടുനിന്നിരുന്നതുമായ നാടകാവതരണങ്ങൾ പഴമക്കാരുടെ ഓർമ്മയിലുണ്ട്. അറുപതുകളിൽ രംഗത്തുവന്ന ഇവരുടെ നാടക പ്രവർത്തനങ്ങൾ എഴുപതുകൾ വരെ നീണ്ടു. അമ്പതുകളുടെ അവസാനം മുതൽ പ്രവർത്തിച്ചുവരുന്ന ചടങ്ങാംകുളം യുവജനകലാസമിതി 1995 വരെയും എല്ലാ വർഷവും ഒരു നാടകാവതരണം മുടങ്ങാതെ നടത്തിപ്പോന്നിരുന്നു. പുന്നപ്പാലയിലെ ജനതാ ഗ്രന്ഥാലയവും ഇതേ രീതിയിൽ വളരെക്കാലം പ്രതിവർഷം ഒരു നാടകാവതരണം നടത്താൻ താൽപര്യമെടുത്തിരുന്നു. പുന്നപ്പാലയിൽ "അടുക്കളയിൽ നിന്ന് അരങ്ങത്തേക്ക്", "ഇജ്ജ് നല്ലൊരു മന്സനാകാൻ നോക്ക്" തുടങ്ങിയ പ്രശസ്ത നാടകങ്ങൾ അമ്പതുകളിൽ അവതരിപ്പിച്ചിരുന്നു. കേശവ്ജി എന്ന നാടക കലാകാരനാണ് ഇതിന് നേതൃത്വം കൊടുത്തിരുന്നത്.

എഴുപതുകളിൽ തിരുവാലിക്ക് നാടകത്തുടർച്ചയുണ്ടായത് എടവണ്ണ സ്വദേശിയും നാടക തൽപരനുമായ ആദം പുന്നക്കണ്ടി തിരുവാലിയിലേക്ക് താമസം മാറ്റിയതോടെയാണ്. അദ്ദേഹത്തിന്റെ സംവിധാനത്തിൽ 'ശബ്ദം' എന്നൊരു നാടകം തിരുവാലി സ്കൂൾ അങ്കണത്തിൽ അരങ്ങേറി. ഇ.പി. ബാലകൃഷ്ണൻ, അയമുട്ടിക്ക, കൈതയിൽ ചായിച്ചേട്ടൻ, പടിഞ്ഞാറെ കളത്തിൽ കേളു, ടി.പി. അയ്യപ്പൻ തുടങ്ങിയവരും സംവിധായകൻ ആദം പുന്നക്കണ്ടിയും അതിൽ വേഷമിട്ടു. ഈ

കാലത്ത് തന്നെയാണ് പത്തിരിയാൽ കേന്ദ്രമാക്കി വടയക്കളത്തിൽ ബാലകൃഷ്ണന്റെ നേതൃത്വത്തിൽ കുറെ നാടകാവതരണങ്ങൾ നടന്നത്. ബാലതിലകൻ പുന്നപ്പാല, മട്ട അലവി, നജീബ്, വാസുദേവൻ ഇ.വി. തുടങ്ങിയവരായിരുന്നു ഈ സംഘത്തിലെ മറ്റു അഭിനേതാക്കൾ.

1979ൽ കലാനികേതൻ ആർട്സ് ആന്റ് സ്പോർട്സ് ക്ലബ്ബിന്റെ രൂപീകരണം തിരുവാലിയിലെ നാടകപ്രവർത്തനങ്ങളെ ശക്തിപ്പെടുത്തി. ആദം പുന്നക്കണ്ടിയുടെ സംവിധാനത്തിൽ ഒട്ടേറെ നാടകങ്ങൾ ഈ ക്ലബ്ബ് അവതരിപ്പിച്ചു. തട്ടാരുതൊടിയിൽ ശശിഭൂഷൺ നേതൃത്വം കൊടുത്തിരുന്ന കലാനികേതൻ ക്ലബ്ബിന്റെ നാടകങ്ങളിൽ ടി. ബാലകൃഷ്ണൻ മാസ്റ്റർ, കേളു, പത്മനാഭൻ പാട്ടുകാണി, മോഹനൻ കൊടിയാട്ട്, ആലിക്കുട്ടി മാസ്റ്റർ, കുഞ്ഞാൻ, രാമൻകുട്ടി, ശിവൻ കൈതയിൽ തുടങ്ങിയവരായിരുന്നു അഭിനേതാക്കൾ. ഈ ക്ലബ്ബ് പിന്നീട് 'ടിസ്കോ' എന്ന പേരിൽ ഒരു പുതിയ വായനശാലയായി മാറി. ഇതേ കാലത്ത് തന്നെ ചാത്തക്കാട് ഉദയ കലാ സാംസ്കാരിക സമിതിയുടെ നേതൃത്വത്തിൽ 'സായൂജ്യം', 'സമാധി', 'ഭംഗം' തുടങ്ങിയ ഒട്ടേറെ നാടകങ്ങൾ അരങ്ങേറി. മോഹനൻ കൊടിയാട്ടായിരുന്നു ഈ നാടകങ്ങളിലും കേന്ദ്രകഥാപാത്രത്തെ അവതരിപ്പിച്ചിരുന്നത്.

1980കളിൽ തിരുവാലിയുടെ നാടകരംഗത്തിന് പുതുജീവൻ പകർന്ന ഒന്നായിരുന്ന 'കളിയരങ്ങ്' എന്ന നാടക സംഘത്തിന്റെ രൂപീകരണം. തിരുവാലി 'ടിസ്കോ', ചാത്തക്കാട് 'ഉദയ' എന്നിവയും മറ്റുചില ചെറു സംഘങ്ങളും ചേർന്ന് രൂപം കൊടുത്തതായിരുന്നു 'കളിയരങ്ങ്'. ജയപ്രകാശ് ടി.കെ.യുടെ സംവിധാനത്തിൽ പി.ആർ.നാഥന്റെ 'നാറാണത്ത് ഭ്രാന്തൻ', സുരേന്ദ്രൻ അടുത്തിലയുടെ 'വ്യാഥഗീത', പി.കെ.ദേവന്റെ 'ആറ്റുകരത്തോറ്റം', ടി.എം. അബ്രഹാമിന്റെ 'അത്ഭുതാംഗണം', 'പെരുന്തച്ചൻ', 'ചെണ്ട', 'മകുടി' തുടങ്ങി തിരുവാലിയിൽ നാടകാവതരണങ്ങളുടെ ഒരു ഘോഷയാത്ര തന്നെ 'കളിയരങ്ങ്' നടത്തി.

സുരേഷ് തിരുവാലി, പ്രമോദ് ടി.കെ., മോഹനൻ കൊടിയാട്ട്, ജയപ്രകാശ് ടി.കെ., ശ്രീകുമാരവാരിയർ, ഭാസ്കരൻ തങ്കായം, കെ.പി. വിജയൻ, ഗോപി, സതീശൻ, സജീന്ദ്രൻ, നാസർ മുകുളം (രംഗശിൽപം), കോടംപള്ളി അപ്പുക്കുട്ടൻ പിള്ള (സംഗീതം), ഗംഗരാജ് വണ്ടൂർ (ചെണ്ട) തുടങ്ങിയവർ 'കളിയരങ്ങി'ന് വേണ്ടി രംഗത്തെത്തി. 'ആറ്റുകരത്തോറ്റം' പിന്നീട് കെ.പി. ഭാസ്കരന്റെ നേതൃത്വത്തിൽ നടുവത്ത് ചടങ്ങാംകുളം വായനശാലക്ക് വേണ്ടിയും കോഴിപ്പറമ്പിലും അരങ്ങേറി. എൻ.പി. മനോജ്, എൻ.ടി വിനോദ്, ഒ.പി.സുഭാഷ്, ശ്രീരാജ് മാസ്റ്റർ, ഗണപതി,

മോഹനൻ, രാമൻകുട്ടി, ആനന്ദൻ തുടങ്ങിയവർ മുമ്പ് സൂചിപ്പിച്ചവർക്ക് പുറമെ അഭിനേതാക്കളായി ഈ കേന്ദ്രങ്ങളിൽ ചേർന്നു.

കുളക്കാട്ടിരി ഗ്രാമപോഷിണി വായനശാലയുടെ നേതൃത്വത്തിൽ കാലംമൂച്ചി എസ്റ്റേറ്റിലെ തൊഴിലാളികൾ മുൻകയ്യെടുത്തു രൂപം കൊടുത്ത ഒരു നാടക സംഘം 80കളിൽ നിരവധി നാടകങ്ങൾ അവതരിപ്പിച്ചിരുന്നു. എസ്റ്റേറ്റ് മാനേജർ നടരാജന്റെ നേതൃത്വത്തിൽ ഹംസാഖാൻ ആറംകോടിന്റെ രചനയിൽ പിറന്ന നാടകങ്ങളിൽ നിലമ്പൂർ സീനത്ത്, നാരായണൻ, പി.കെ. പോക്കുട്ടി, ഹംസാഖാൻ, അബ്ദു പിടക്കോഴി, നീലകണ്ഠൻ, കണ്ണൻ, ജയപ്രകാശ് ടി.കെ., ഭാർഗവൻ തുടങ്ങിയവർ അവയിൽ അഭിനയിച്ചു.

1987ൽ പത്തിരിയാൽ മാടശ്ശേരി കേന്ദ്രമാക്കി രൂപവൽക്കരിച്ച 'യുവഭാവന' ക്ലബ്ബ് ഒട്ടേറെ പുരാണ നാടകങ്ങൾ അവതരിപ്പിച്ചു. പി. ബാലകൃഷ്ണൻ മാസ്റ്ററുടെ സംവിധാനത്തിൽ അരങ്ങേറിയ ഈ നാടകങ്ങളിൽ 'കചദേവയാനി' ഏറെ ശ്രദ്ധിക്കപ്പെട്ടു. ചൂരപ്പിലാൻ റഷീദ്, കെ.പി. വിജയകുമാർ, ശശികുമാർ, സി.രാഗേഷ് പത്തിരി യാൽ, രാമകൃഷ്ണൻ മാടശ്ശേരി, വിജയൻ തിരുവാലി, രാജീവ് എൽ.ബി, രാജേഷ് എൽ.ബി. തുടങ്ങിയവർ യുവഭാവനക്ക് വേണ്ടി രംഗത്ത് വന്നു. 'ശാപമോക്ഷം' (1988), 'രുഗ്മിണീ സ്വയംവരം' (1991) എന്നിവയും യുവഭാവന അപതരിപ്പിച്ചു. 1989ൽ രൂപീകരിച്ച 'പാസ്കോ' എന്ന പുന്നപ്പാലയിലെ സമിതിയും വാർഷികങ്ങൾക്ക് നാടകാവതരണവും കുട്ടികൾക്ക് വേണ്ടിയുള്ള നാടകക്കളരികളും നടത്തിയിരുന്നു.

തിരുവാലിയിലെ 'കളിയരങ്ങ്', പത്തിരിയാലിലെ 'യുവഭാവന', പുന്നപ്പാലയിലെ 'പാസ്കോ' എന്നീ കലാസമിതികളുടെയും, ചടങ്ങാം കുളം യുവജന കലാസമിതി തുടങ്ങിയവയും നടത്തിയ പ്രവർത്തനങ്ങൾ തൊണ്ണൂറുകളിൽ തിരുവാലിയിലെ നാടകരംഗത്തെ മത്സര സ്വഭാവ ത്തോടെ സജീവമാക്കി. ചടങ്ങാംകുളം യുവജന കലാസമിതി അവത രിപ്പിച്ചിരുന്ന 'ചന്ദീരാനും കൂട്ടരും' അഞ്ച് വർഷത്തോളം തുടർച്ചയായി വിവിധ കേന്ദ്രങ്ങളിൽ അരങ്ങേറി. ചടങ്ങാംകുളം യുവജന കലാസമിതി വർഷംതോറും ബാലസംഘം കുട്ടികളെ പങ്കെടുപ്പിച്ചുകൊണ്ട് നടത്തി യിരുന്ന കലാജാഥകളും ശ്രദ്ധേയമായിരുന്നു.

1999ൽ തിരുവാലിയിലെ നാടക പ്രവർത്തകർക്ക് ദേശീയതല ത്തിൽ അംഗീകാരം ലഭിച്ചു. തിരുവാലി പഞ്ചായത്ത് കേരളോത്സവ ത്തിൽ അവതരിപ്പിച്ചതും വിജയൻ തിരുവാലി രചനയും സംവിധാനവും നിർവഹിച്ചതുമായ 'കഫൻ' എന്ന ഹിന്ദി നാടകം 1999ൽ ലഖ്നോവിൽ

നടന്ന നാഷണൽ യൂത്ത് ഫെസ്റ്റിവലിലേക്ക് തിരഞ്ഞെടുക്കപ്പെടുകയും അംഗീകാരം നേടുകയും ചെയ്തു. ഈ നാടകത്തിൽ വിജയൻ തിരുവാലി, സുരേഷ് തിരുവാലി, പ്രമോദ് ടി.കെ., അബ്ബാസ്, വിജയൻ മാടശ്ശേരി, ബാലതിലകൻ, ചേലാടത്തിൽ മുസ്തഫ, മുഹമ്മദ് ഇഫ്തിക്കാറുദ്ദീൻ, സുജാത, സുരാജ് ചേലാട്ട്, പ്രമോദ്രാജ് പത്തിരിയാൽ, സുരേന്ദ്രൻ എം തുടങ്ങിയവർ അഭിനയിച്ചു. രണ്ടായിരമാണ്ടിന് ശേഷം തിരുവാലിയിൽ നടന്ന നാടക പ്രവർത്തനങ്ങൾ സംബന്ധിച്ച് അവസാന അദ്ധ്യായത്തിൽ സൂചിപ്പിച്ചിട്ടുണ്ട്.

അഞ്ച്

"പാട്ടബാക്കി" തൊട്ട്

1937-ലെ കെ. ദാമോദരന്റെ "പാട്ടബാക്കി" തിരൂരിന്റെ കൂടി നാടക പാരമ്പര്യത്തിന്റെ ഭാഗമായി കണക്കാക്കാമെങ്കിലും തിരൂർ കേന്ദ്രീകരിച്ച് മാത്രമായി ഒരു അവതരണമല്ല "പാട്ടബാക്കി" ക്ക് ഉണ്ടായിരുന്നത്. കേരളത്തിന്റെ വിവിധ ഭാഗങ്ങളിൽ കമ്യൂണിസ്റ്റ് പാർട്ടിയുടെ വേദികളിൽ പല സംഘങ്ങളാൽ വീണ്ടും വീണ്ടും അവതരിപ്പിക്കപ്പെട്ടുകയായിരുന്നു ആ നാടകം. എ.കെ.ജി, പ്രേംജി, ഇ.പി. വേണുഗോപാലൻ, പരിയാനംപറ്റ, എ.വി. കുഞ്ഞമ്പു, കേരളീയൻ, കെ.പി. ആർ. ഗോപാലൻ, സർദാർ ചന്ത്രോത്ത് തുടങ്ങി രാഷ്ട്രീയ രംഗത്തും കലാരംഗത്തും പിൽക്കാലത്ത് പ്രശസ്തരായി ഉയർന്ന ഒട്ടേറെ പേർ "പാട്ടബാക്കി"യിൽ അഭിനേതാക്കളായി രംഗത്ത് വന്നിട്ടുണ്ട്. "പാട്ടബാക്കി"യുടെ ഒരു തുടർച്ച എന്ന നിലയിൽ "രക്തപാനം" എന്ന ഒരു നാടകവും കെ. ദാമോദരൻ രചിച്ചിട്ടുണ്ട്. പൊന്നാനിയിലെ ബീഡിത്തൊഴിലാളികളുടെ ജീവിതമാണ് ഇതിലെ ഇതിവൃത്തം. തിരൂർ ചമ്രവട്ടം സ്വദേശിയും മലയാളത്തിലെ മുൻനിര നോവലിസ്റ്റുമായ സി. രാധാകൃഷ്ണൻ "ദ്വീപ്", "ഇത്തിക്കണ്ണികൾ" എന്നീ നാടകങ്ങളുടെ കർത്താവ് കൂടിയാണ്.

തൊള്ളായിരത്തി അമ്പതുകളിൽ മലബാറിന്റെ മറ്റു ഭാഗങ്ങളിലെന്നപോലെ തിരൂർ ഭാഗത്തും നാടകരംഗം സജീവമാകാൻ തുടങ്ങി. എന്നാൽ നാടകത്തോട് താത്പര്യമുള്ളവർ ധാരാളം പേർ ഉണ്ടായിരുന്നത് പോലെ തന്നെ അതിനോടുള്ള എതിർപ്പും വളരെ

ശക്തമായിരുന്നു. തിരൂരിലെ ജി.എം.യു.പി.സ്കൂളിലെ പ്രധാനാദ്ധ്യാപികയുടെ യാത്രയയപ്പ് പരിപാടിയിൽ പൂർവ്വ വിദ്യാർത്ഥികൾ ഒരു നാടകം അവതരിപ്പിക്കാൻ തീരുമാനിച്ചു. കാടേങ്ങൽ മുഹമ്മദിന്റെ നേതൃത്വത്തിൽ എസ്.കെ. പൊറ്റക്കാടിന്റെ "അച്ഛൻ" എന്ന നാടകം അവതരണത്തിനായി പരിശീലനം തുടങ്ങി. യാഥാസ്ഥിതികർ വീട്ടുകാരെ പറഞ്ഞു പിന്തിരിപ്പിച്ചതിനാൽ സ്വന്തം വീടുകളിൽ നിന്നുമുള്ള നിർബന്ധം വന്നപ്പോൾ പലരും പിന്മാറി. അഞ്ച് പേരൊഴികെ ബാക്കിയെല്ലാവരും ഒഴിവായപ്പോൾ "അച്ഛൻ" എന്ന നാടകം അവതരിപ്പിക്കുക അസാധ്യമായി. കെ.എ. റഹീം, കെ. എക്സ്. ആന്റോ, കെ.എക്സ്, ജോർജ്ജ്, കൈനിക്കര മുഹമ്മദ് എന്ന ഉണ്ണിയേട്ടൻ, കെ.പി. മമ്മി എന്നിവരായിരുന്നു ആ അഞ്ചുപേർ. അവർ കൂടിയാലോചിച്ച് അഞ്ച് പേർക്ക് ചേർന്ന് അവതരിപ്പിക്കാൻ കഴിയുന്ന വേറൊരു നാടകം കണ്ടെത്തി അവതരിപ്പിക്കാൻ തീരുമാനിച്ചു. അങ്ങിനെ പ്രേംചന്ദിന്റെ "ഫാത്തിഹ" എന്ന ഹിന്ദി നാടകം സ്കൂളിൽ അരങ്ങേറി. ജനങ്ങളിൽ നിന്നും നല്ല പ്രതികരണമായിരുന്നു. നാടകാവതരണം മുടക്കാൻ എതിർപ്പുകാർ വീണ്ടും ശ്രമിച്ചിരുന്നു. സ്കൂളിൽ നാടകാവതരണത്തിന് സൗകര്യം ചെയ്തു കൊടുത്തതിന്റെ പേരിൽ അവർ പ്രധാനാധ്യാപികയായ കല്യാണിക്കുട്ടിയമ്മ ടീച്ചർക്ക് ഭീഷണിക്കത്തുകൾ അയച്ചു. എന്നാൽ ടീച്ചർ ഉറച്ചുനിന്നതിനാൽ നാടകം അരങ്ങേറുക തന്നെ ചെയ്തു.

തുടർച്ചയായി നാടകങ്ങൾ അവതരിപ്പിക്കുന്ന കുറേ കലാസമിതികൾ തിരൂരിലും പരിസര പ്രദേശങ്ങളിലുമായി ഇക്കാലത്ത് പ്രവർത്തിച്ചുതുടങ്ങി. ഇപ്പോഴും ഒരു കലാസമിതിയെന്ന നിലയിൽ പ്രവർത്തിച്ചുകൊണ്ടിരിക്കുന്ന പാരഗൺ ആർട്സ് (സ്ഥാപിതം 1955) വിളു എന്ന തിരൂർ വിജയൻ എഴുതിയ "ചുഴികൾ", "നാൽക്കവല", "അഗ്നേയാസ്ത്രം", മണ്ണിശ്ശേരി ഹമീദിന്റെ "ചിലന്തി", വി.കെ. ഹംസ എഴുതിയ "പുണ്യാത്മാക്കൾ", "കെ.എ. റഹീം എഴുതിയ "മൃഗതൃഷ്ണ", "പ്രഹേളിക" തുടങ്ങിയ നാടകങ്ങൾ അരങ്ങേറ്റി. കെ.എ. റഹീം നടൻ, സംവിധായകൻ, നാടകരചയിതാവ് എന്നീ ചുമതലകൾ ഏറ്റെടുത്തിരുന്നു. വിജയൻ, ബാലകൃഷ്ണൻ, അബ്ദുള്ളക്കുട്ടി, സേൽറ്റി, സുഭദ്ര, വിലാസിനി, അബ്ദുൽ റഹീം, കൊടാശ്ശേരിബാവ, പുത്തൻ വീട്ടിൽ ബഷീർ, ഇ.എ. വണ്ടൂർ, അലിബാവ, മേച്ചേരി സെയ്തലവിമാസ്റ്റർ, പൊട്ടച്ചോല അബ്ദുൽ റഹ്മാൻ, കൈനിക്കര കാസിം, കൈനിക്കര റഹീം, അച്ചുട്ടി മേനോൻ, അരവിന്ദാക്ഷൻ, രാധാമോഹനൻ, ഉമ്മർ. പി.എസ്. പി., മമ്മു, ജമാൽ മാസ്റ്റർ, കുഞ്ഞിക്കാളി, അമ്മാളു, റാണി തുടങ്ങിയവരായിരുന്നു പാരഗൺ ആർട്സിന് വേണ്ടി പ്രവർത്തിച്ചിരുന്നത്.

തിരൂർ കേന്ദ്രമായി 1952 മുതൽ തന്നെ പ്രവർത്തിച്ചുവരുന്ന "ലളിത കലാസമിതി" അന്ന് കുറെ നാടകങ്ങൾ അവതരിപ്പിച്ചു. സ്വന്തമായി കെട്ടിടമുള്ള ഈ സമിതി ഇപ്പോൾ നാടകാവതരണം പ്രധാന പ്രവർത്തനമല്ല എങ്കിലും പ്രവർത്തിക്കുന്നുണ്ട്. കെ.എക്സ്.ആന്റോ രചിച്ച "ഇത്ര കിഴക്കോ പടിഞ്ഞാറ്", "തിരശ്ശീല", "പേടിക്കഥ", "ചെന്നായ്ക്കൾ", "സ്വപ്നങ്ങൾക്ക് മരണം" തുടങ്ങിയ നാടകങ്ങളാണ് ലളിത കലാസമിതി അവതരിപ്പിച്ചത്. സി.പി.ചന്ദ്രൻ, ലീലാ ആന്റോ, വി.ടി. സുശീല, റോസ, ഉസ്താദ് വാസുദേവ പണിക്കർ (സംഗീതം), എം. ചന്ദ്രൻ നായർ, കെ കുമാരൻ നായർ, മണി കൃഷ്ണകുമാർ, പി.സി. ശങ്കരനാരായണൻ, അൻസ തുടങ്ങിയവരാണ് അരങ്ങത്തെത്തിയിരുന്നത്. കെ.എക്സ്. ആന്റോയുടെ പല നാടകങ്ങളും പുസ്തക രൂപത്തിലും ഇറങ്ങിയിട്ടുണ്ട്.

അറുപതുകളിൽ "ബ്രിഡ്ജ് ആർട്സ്", "ഫ്രണ്ട് ആർട്സ്" എന്നീ രണ്ട് കലാസമിതികൾ നാടകരംഗത്ത് സജീവമായി പ്രവർത്തിച്ചിരുന്നു. ജി. ശങ്കരപ്പിള്ളയുടെ "കഴുകന്മാർ", "വേഷങ്ങൾ" എന്നീ നാടകങ്ങൾ ബ്രിഡ്ജ് ആർട്സും "സ്വർണ്ണ മത്സ്യം" (സുന്ദരൻ കല്ലായി), "ഉത്സവം", "വേദനയുടെ താഴ്വരയിൽ" എന്നീ നാടകങ്ങൾ ഫ്രണ്ട് ആർട്സും അരങ്ങിലെത്തിച്ചു. ടി.വി. സെയ്തലവി, വി.പി അമീർ, വി.കെ മുഹമ്മദ് മൊഹിയുദ്ദീൻ, സേൽറ്റി, എം.എം. കുട്ടി, എം.എം. ചെമ്പ്ര, തിരൂർ സുന്ദരൻ, പ്രൊഫ. നടുക്കണ്ടി, ശങ്കരൻ മാസ്റ്റർ, ചന്തുമാസ്റ്റർ, സുഭദ്ര പട്ടാമ്പി, പങ്കജം വള്ളിക്കുന്ന്, നരൻ ചേംബേ, കുഞ്ഞു മീനടത്തൂർ, ആസാദ് തിരൂർ, തിരൂർഷാ (സംഗീതം), ആറ്റക്കോയ തങ്ങൾ, ജയകൃഷ്ണൻ മാസ്റ്റർ, ബൽറാം, എം.സി.അപ്പൻ, ഇന്ദിര, ചന്ദ്രഭാനു മാസ്റ്റർ തുടങ്ങിയവർ ഈ സമിതികൾക്കുവേണ്ടി രംഗത്തുവന്നിരുന്നു. 1965 മുതൽ 80കളുടെ അവസാനംവരെ സജീവമായിരുന്ന "ഫ്രണ്ട്സ് ആർട്സ്" സി.എൽ.ജോസ്, ഇ.കെ. അയമു എന്നിവരുടെ നാടകങ്ങളും അവതരിപ്പിച്ചിരുന്നു. അറുപതുകളുടെ ആദ്യപകുതിയിൽ തിരൂരിൽ ശ്രദ്ധനേടിയ ഒരു നാടകമായിരുന്നു "നീരാളി". ഈ നാടകത്തിന്റെ രചയിതാവായ മമ്മു 'നീരാളി മമ്മു' എന്നാണ് അറിയപ്പെട്ടിരുന്നത്. കെ.എ. റഹീമായിരുന്നു സംവിധായകൻ.

വെട്ടം കലാമന്ദിരം, ഉപാസനാ ആർട്സ് ക്ലബ്ബ് കുട്ടായി, പറവണ്ണയംഗ് ഹീറോസ് മുതലായ സമിതികളുടെ ആഭിമുഖ്യത്തിലും കുറെ നാടകങ്ങൾ അരങ്ങേറിയിരുന്നു. മെഹറലി എഴുതിയ "ബലിയാടുകൾ", "പരാജയം", "നിഴൽ നിറഞ്ഞ നിലാവ്" കെ.പി. കുട്ടി വാക്കാട് എഴുതിയ "ദുബായ്ക്കട", "വാർത്തകൾക്കിടയിൽ", "കൊടുങ്കാറ്റ്",

"ഗ്ലാസ്നോസ്റ്റ്" തുടങ്ങിയ നാടകങ്ങൾ അരങ്ങേറിയത് ഈ സമിതികളിലൂടെയായിരുന്നു. പറവണ്ണ അബ്ദുൾ റഹിമാൻ, തിരൂർ ദാസ്, എം.എ. പുറത്തൂർ, തിരൂർ കുമാർ, ഗൗരി പുറത്തൂർ, ശോഭന വള്ളിക്കുന്ന്, ബൽക്കീസ് മഞ്ചേരി, സരതി തുടങ്ങിയവർ ഈ നാടകങ്ങളിൽ അഭിനേതാക്കളായെത്തി. ഇപ്പോഴും വായനശാലയായി പ്രവർത്തിച്ചുകൊണ്ടിരിക്കുന്ന ആലത്തിയൂരിലെ "നവജീവൻ" കലാസമിതിയും നാടകങ്ങൾ അവതരിപ്പിച്ചിരുന്നു. അല്ലൻ പൂഴിംകുന്ന് എഴുതിയ "കറുത്ത ദുനിയാവ്", "പൊൻപുലരി" എന്നീ നാടകങ്ങൾ നവജീവൻ കലാസമിതിയാണ് അവതരിപ്പിച്ചിരുന്നത്. 1965-70 കാലത്ത് തിരൂരിൽ പലവേദികളിലായി പലതവണ അവതരിപ്പിക്കപ്പെട്ട നാടകമാണ് ഇ.കെ. അയമുവിന്റെ "മതിലുകൾ". കെ.എ. റഹീമായിരുന്നു സംവിധാനം.

മന്ത്രവാദത്തെയും അന്ധവിശ്വാസങ്ങളെയും ചോദ്യം ചെയ്തിരുന്ന "കറുത്ത ദുനിയാവ്" എന്ന നാടകം ഇരിങ്ങാവൂർ എന്ന സ്ഥലത്ത് അവതരിപ്പിക്കുമ്പോൾ യാഥാസ്ഥിതികരുടെ ഭാഗത്ത് നിന്നും ഉണ്ടായ കടുത്ത എതിർപ്പ് കാരണം നിർത്തിവെക്കേണ്ടിവന്നു. "പൊൻപുലരി" എന്ന നാടകത്തിൽ പിന്നീട് തിരൂർ എം.എൽ.എ.യും കമ്യൂണിസ്റ്റ് പാർട്ടി നേതാവുമായിരുന്ന പി.പി. അബ്ദുള്ളക്കുട്ടിയും അഭിനയിച്ചിരുന്നു. സുഭദ്ര, രാമചന്ദ്രൻ മാസ്റ്റർ, എഡ്ഡി, നാരായണൻ മാസ്റ്റർ, തറയിൽ മൊയ്തീൻ, ശാരദ പുറത്തൂർ തുടങ്ങിയവരും നവജീവന്റെ അരങ്ങിൽ വന്നിരുന്നവരാണ്.

1970ൽ രൂപീകരിക്കപ്പെട്ട 'ജ്വലന' തീയേറ്റേഴ്സ് നാടകങ്ങൾ അവതരിപ്പിക്കുകയും അമേച്വർ നാടക മത്സരങ്ങളിൽ പങ്കെടുക്കുകയും ചെയ്തിരുന്നു. "ആൽമരം" (സുന്ദരൻ കല്ലായി), "ശബ്ദം" (എം.എം. ചെമ്പ്ര), "സ്ത്രീധനം" എന്നീ നാടകങ്ങൾ ജ്വലന അവതരിപ്പിച്ചിരുന്നു. ഫ്രണ്ട്സ് ആർട്സ് ക്ലബ്ബിന്റെ പ്രവർത്തകർ ഈ സമിതിക്കുവേണ്ടിയും രംഗത്തുവന്നു. അവർക്ക് പുറമെ സുമം തിരുത്തിയാട്, സുഭദ്ര, ബാവ കൊടശ്ശേരി, ആർ.എം. ബഷീർ മംഗലം, ജമാൽ കല്പകഞ്ചേരി, വാസു ചെമ്പ്ര, പി.ടി. മുഹമ്മദലി, വിൽസൺ സാമുവൽ (സംഗീതം) എന്നിവരും ജ്വലനക്ക് വേണ്ടി രംഗത്തെത്തി.

എഴുപതുകളുടെ ആദ്യ പകുതിയിൽ തിരൂരിലെ ഒരു സംഘം നാടക പ്രവർത്തകർ മുൻ കയ്യെടുത്ത് രൂപീകരിച്ച "യുഗശിൽപി തിയേറ്റേഴ്സ്" അടിയന്തിരാവസ്ഥയെ വിമർശിക്കുന്ന ഗിരീഷ് കർണാടിന്റെ "തുഗ്ളക്ക്", മണ്ണിശ്ശേരി ഹമീദിന്റെ "ചിലന്തി" തുടങ്ങിയ നാടകങ്ങൾ അരങ്ങേറ്റിയിരുന്നു. വിജയൻ, കൈനിക്കര മുഹമ്മതലി, ശിവദാസൻ,

ഗോവിന്ദൻകുട്ടി, ബാവ കൊടശ്ശേരി, സുഭദ്ര, ആസാദ് തിരൂർ, ഇ. ഇസ്മയിൽ, കെ.എ. റഹീം തുടങ്ങിയവർ യുഗശില്പിയുടെ പ്രവർത്തകരായിരുന്നു. "തുഗ്ളക്ക്" എന്ന നാടകം പുരോഗമന കലാസാഹിത്യസംഗം തിരൂർ മേഘലാ കമ്മറ്റിയുടെ ആഭിമുഖ്യത്തിൽ തുഞ്ചൻ പറമ്പിൽ ടിക്കറ്റ് വെച്ച് അവതരിപ്പിക്കുകയുണ്ടായി. വിജയ കുമാര കുറുപ്പ്, വി.പി.ഉണ്ണികൃഷ്ണൻ, റസാക്ക്, വിശ്വനാഥൻ എന്നിവരും യുഗശില്പി സമിതിയിലെ കുറച്ച് പേരും ആ അവതരണത്തിൽ പങ്കെടുത്തു. എൺപതുകളുടെ അവസാനം വരെ പ്രവർത്തന നിരതമായിരുന്നു യുഗശില്പി തിയേറ്റേഴ്സ്.

തിരൂർ പൂങ്ങോട്ടുകുളം കേന്ദ്രമാക്കി എഴുപതുകളുടെ ആദ്യപകുതിയിൽ പ്രവർത്തിച്ചിരുന്ന കലാസമിതിയാണ് നെരൂദ ആർട്സ്. പി.പി. ലക്ഷ്മണൻ രചനയും സംവിധാനവും നിർവഹിച്ച "മതിലുകൾ തകരുന്നു", "നീർച്ചുഴികൾ", "വിഷബീജങ്ങൾ" എന്നീ നാടകങ്ങൾ ഈ സമിതി അവതരിപ്പിച്ചിരുന്നു. ഇതിൽ "വിഷബീജങ്ങൾ" എന്ന നാടകത്തിൽ ആകെയുള്ള എട്ട് കഥാപാത്രങ്ങളും സ്ത്രീകളായിരുന്നു. ഹേമലത, ശാന്തകുമാരി, ഉഷ, ലത, ഗീത, ഭാനുമതി, സുനിത, ശ്യാമള എന്നിവരാണ് ഈ കഥാപാത്രങ്ങളെ അവതരിപ്പിച്ചിരുന്നത്. ടി.പി. രാമൻ, മോഹനൻ, വേലായുധൻ, നാടകകൃത്ത് പി.പി. ലക്ഷ്മണൻ എന്നിവരും ആദ്യം പറഞ്ഞ അഭിനേത്രികളും നെരൂദ ആർട്സിന് വേണ്ടി രംഗത്ത് വന്നിരുന്നു.

എഴുപതുകളിൽ രംഗത്തുണ്ടായിരുന്ന "അനന്താവൂർ ഫൈൻ ആർട്സ് സൊസൈറ്റി" കെ.എ. ഹമീദ് എഴുതിയ "യോദ്ധാക്കൾ", "വഴിയമ്പലം" എന്നീ നാടകങ്ങൾ അവതരിപ്പിച്ചിരുന്നു. ജമാൽ പുത്തനങ്ങാടി, കോയാമുട്ടി (ഹാസ്യനടൻ), ഹംസത്ത്, സുഭദ്ര, പുഷ്പ, അബ്ദുള്ളക്കുട്ടി, അമരിയിൽ അഹമ്മദ്കുട്ടി, അമരിയിൽ വീരാൻ, നസീബ് അനന്താവൂർ (ഗാനരചന), ഷാ (സംഗീതം), ഈശ്വർ (വയലിനിസ്റ്റ്), സേൽറ്റി (തബലിസ്റ്റ്), ക്ലാരി മുഹമ്മദ് (സംവിധാനം) തുടങ്ങിയവരാണ് ഈ സമിതിക്ക് വേണ്ടി രംഗത്ത് വന്നിരുന്നത്. 1974ൽ അവതരണം നടത്തിയതും സേൽറ്റി തിരൂർ, മണ്ണിശ്ശേരി ഹമീദ് എന്നിവരുടെ സംയുക്ത രചനയിൽ പിറന്നതുമായ "അപ്പുണ്ണി വൈദ്യരും മറ്റും അഥവാ ചിന്താർമണി വൈദ്യശാല" എന്ന ആക്ഷേപ ഹാസ്യനാടകം വിവിധ കൂട്ടായ്മകളുടെ ആഭിമുഖ്യത്തിൽ രണ്ടായിരാമാണ്ടുവരെയും അവതരിപ്പിക്കപ്പെട്ടിരുന്നു. 1974-76 കാലത്ത് രണ്ട് ആക്ഷേപഹാസ്യ നാടകങ്ങൾ പല കൂട്ടായ്മകൾ പലവേദികളിലായി അവതരിപ്പിച്ചിരുന്നു. സേൽറ്റി

തിരൂർ രചിച്ച "ദൈവസഹായം കല്യാണബ്യൂറോ ഇന്റർനാഷണൽ", "ഉസ്താദ് മൗലാനാസ് കലാകേന്ദ്ര പ്രൈവറ്റ് ലിമിറ്റഡ്" എന്നിവയായിരുന്നു ആ നാടകങ്ങൾ.

വാട്ടർ അതോറിറ്റി ജീവനക്കാരനായിരുന്ന കെ.എ. ഹമീദ് എഴുതിയ ഏതാനും നാടകങ്ങൾ എൺപതുകളിൽ കുത്ത്കല്ല് കോളനിയിൽ പ്രവർത്തിച്ചിരുന്ന "യുവധാരാ ആർട്സ് ആന്റ് സ്പോർട്സ് ക്ലബ്ബിന്റെ ആഭിമുഖ്യത്തിലും അവതരിപ്പിക്കപ്പെട്ടിരുന്നു. "വിത്തുകാളകൾ", "ടിക്കറ്റ് കളയാതെ സൂക്ഷിക്കുക", "ധർമ്മരഥം", "പ്രേമസൗധം" എന്നീ നാടകങ്ങളാണ് യുവധാരയുടെ ആഭിമുഖ്യത്തിൽ അരങ്ങിലെത്തിയത്. കോളനി നിവാസികളായ കുറെ ചെറുപ്പക്കാരായിരുന്നു അഭിനേതാക്കളും അണിയറ പ്രവർത്തകരുമായി ഉണ്ടായിരുന്നത്. നടിമാരായി ശ്രീലത, ശൈലജ എന്നിവർ രംഗത്ത് വന്നിരുന്നു. എൺപതുകൾ തൊട്ടുള്ള കാലത്തെ തിരൂരിലെ ശ്രദ്ധേയരായ നാടകപ്രവർത്തകരാണ് തിരൂർ സുന്ദരൻ, വി.കെ. ഗൗസ് എന്നിവർ. എൺപതുകളിൽ നാടകാവതരണത്തിൽ താൽപര്യമെടുത്തിരുന്ന സമിതിയായിരുന്നു വി.കെ. ഗൗസിന്റെ നേതൃത്വത്തിൽ പ്രവർത്തിച്ചിരുന്ന "തിരൂർ സിറ്റി സൺസ് കൗൺസിൽ". എൻ.എൻ. പിള്ളയുടെ നാടകങ്ങളുടെ അവതരണങ്ങളിലൂടെയാണ് ഈ സമിതി ശ്രദ്ധ നേടിയത്.

എല്ലാ വർഷവും ഏതെങ്കിലും നാടകം തെരഞ്ഞെടുത്ത് സ്വയം റിഹേഴ്സൽ നടത്തി പരിശീലിച്ച് അവതരിപ്പിച്ച് കൊണ്ടിരുന്ന കുറെയേറെ ക്ലബ്ബുകളും കലാസമിതികളും തിരൂരും പരിസരത്തുമായി പ്രവർത്തിച്ചിരുന്നു. അവയിൽ പലതും ഇപ്പോഴും വർഷത്തിൽ ഒരു നാടകമെങ്കിലും അവതരിപ്പിക്കാൻ ശ്രദ്ധിക്കാറുണ്ട്. പക്ഷെ ഇപ്പോൾ പഴയത് പോലെ സ്വയം അഭിനേതാക്കളും സംവിധായകരുമൊക്കെയായി രംഗത്ത് വരുന്നതിന് പകരം ഏതെങ്കിലും പ്രൊഫഷണൽ നാടകം കൊണ്ടുവന്നു അരങ്ങേറ്റുകയാണ് ചെയ്യുന്നത് എന്ന് മാത്രം.

ഈ രീതിയിൽ പ്രവർത്തിക്കുന്ന തലക്കാട്ടെ "എ.കെ.ജി. കലാസമിതി"ക്ക് സ്വന്തം കെട്ടിടമുണ്ട്. കുറ്റൂരിലെ "ആശാൻ കലാസമിതി", മാങ്ങാട്ടിരിയിലെ "ശ്രീനാരായണഗുരു വായനശാല " ആലത്തിയൂരിലെ "കൈലാസ കലാസമിതി" തുടങ്ങിയവ നാടകത്തോടുള്ള ആഭിമുഖ്യം പുലർത്തുന്ന സംഘങ്ങളാണ്. ഇവയിൽ കൈലാസ കലാസമിതി ഒരു പ്രൊഫഷണൽ നാടക സമിതിയായി പ്രവർത്തിക്കാൻ ശ്രമിച്ചുനോക്കിയിരുന്നു. മമ്മു പള്ളിപ്പുറം എഴുതിയ "നീരാളി" എന്ന നാടകമാണ് ഇതിന് വേണ്ടി അവതരിപ്പിച്ചിരുന്നത്. എന്നാൽ വേണ്ടത്ര ബുക്കിംഗ്

ലഭിക്കായ്കയാൽ ആ ശ്രമം അധികം മുന്നോട്ട് കൊണ്ട് പോകാനായില്ല. നിലമ്പൂർ ആയിഷയടക്കമുള്ള പ്രഗത്ഭരെ കൂടി സഹകരിപ്പിച്ച് കൊണ്ട് തിരൂർ കേന്ദ്രമാക്കി ഒരു പ്രൊഫഷണൽ നാടകസമിതി രൂപീകരിക്കാനുള്ള ആലോചനകളും നടന്നിരുന്നു. അതും വിജയിക്കുകയുണ്ടായില്ല.

പുരോഗമന പ്രസ്ഥാനങ്ങളുടെ ആഭിമുഖ്യത്തിൽ കാലാനുസൃതമായ ആശയപ്രചരണങ്ങൾ ലക്ഷ്യംവെച്ച് കൊണ്ട് രൂപം കൊണ്ടിരുന്ന വിവിധ കൂട്ടായ്മകൾ വിവിധ കാലങ്ങളിലും സന്ദർഭങ്ങളിലും അവതരിപ്പിച്ചിരുന്ന നാടകങ്ങൾ തിരൂരിന്റെ നാടകരംഗത്തെ ചലനാത്മകമാക്കിയിരുന്നു. അത്തരം കൂട്ടായ്മകളുടെ ഭാഗമായി നിന്ന് കൊണ്ട് നാടകരംഗത്ത് സംഭാവന നൽകിയ നാടക കലാകാരന്മാരുടെ ഒരു വലിയ നിരയും തിരൂരിന്റെ നാടക ചരിത്രത്തിലുണ്ട്. അനന്തേട്ടൻ, അയ്യപ്പൻ, കെ.എം. പുല്ലൂർ, കെ.പി. മൊയ്തീൻകുട്ടി, മഹ്മൂജ്ക്ലാരി, റസീന ടീച്ചർ, യു. രാജശേഖരൻ, ഭരതൻമാസ്റ്റർ പച്ചാട്ടീരി, ജമാൽ പുത്തനങ്ങാടി, പി.പി. ശങ്കരൻ, കൈനിക്കര മുഹമ്മദ് അബ്ദുറഹ്മാൻ, കമ്പോണ്ടർ കുമാരൻ, കാരി, ബേബി, തറമ്മൽ ജമാൽ, മുരളി, സൂരജ് ഭാസുര, വിജയൻ പൂതേരി, കാദർ പി.സി., ബാബു സെൻട്രൽ, ഹമീദ് അനന്താവൂർ, നസീബ് അനന്താവൂർ, എം.എ. കാദർ, ഹുസൈൻകുട്ടി, മാധവിക്കുട്ടി, യശോദ, ജാനകി, എൽസി, വിജയലക്ഷ്മി, ഗംഗാദേവി തുടങ്ങിയവർ ഇതിലുൾപ്പെടുന്ന നാടക കലാകാരന്മാരാണ്. നാല് പതിറ്റാണ്ട് മുമ്പ് സജീവമായിരുന്ന ദേശീയ കലാസമിതിയും ആശയപ്രചരണം കൂടി ലക്ഷ്യംവെച്ച് കൊണ്ട് പ്രവർത്തിച്ചിരുന്ന നാടക സംഘമായിരുന്നു. കുഞ്ഞാപ്പു (കാംകുമാർ), സി.വി. വേലായുധൻ, അപ്പുമാസ്റ്റർ, കുട്ടിശങ്കരൻ തുടങ്ങിയവർ ദേശീയ കലാസമിതിയുടെ പ്രവർത്തകരായിരുന്നു.

അമ്പതുകളുടെ തുടക്കത്തിൽ പരപ്പനങ്ങാടി കേന്ദ്രമാക്കി പ്രവർത്തിച്ചിരുന്ന "പീപ്പിൾസ് ആർട്സ് ക്ലബ്ബ്" കുറെ നാടകങ്ങൾ അവതരിപ്പിച്ചിരുന്നു. സി.കെ. ബാലൻ, യജ്ഞമൂർത്തി നമ്പൂതിരിപ്പാട്, ചന്ദ്രശേഖരൻ, ലീന, ടി.ആർ.സി., സേതു പണിക്കർ, ഉണ്ണീരിക്കുട്ടി, ഗോപാലകൃഷ്ണൻ മാസ്റ്റർ തുടങ്ങിയവരായിരുന്നു സമിതിയുടെ നാടകങ്ങളിൽ രംഗത്ത് വന്നിരുന്നത്. "അശ്ലീലം കസ്റ്റഡിയിൽ" എന്ന നാടകം ക്ലബ്ബ് അവതരിപ്പിച്ചിരുന്നത് ഏറെ ശ്രദ്ധിക്കപ്പെട്ടിരുന്നു.

ചെമ്മാട് കേന്ദ്രമായി പ്രവർത്തിച്ചിരുന്ന "നവകേരള ആർട്സ്" അമ്പതുകളുടെ മദ്ധ്യത്തിലാണ് നിലവിൽ വന്നത്. സി.പി. രാവുണ്ണിക്കുട്ടി, കടുങ്ങി അപ്പുക്കുട്ടൻ, ബാലകൃഷ്ണൻ നായർ, തൃക്കുളം കൃഷ്ണൻ

കുട്ടി, നാരായണൻ നായർ, കുഞ്ഞിമരക്കാർ, കുഞ്ഞുക്കുട്ടൻ, വേലു തുടങ്ങിയവരായിരുന്നു നവകേരളക്ക് വേണ്ടി പ്രവർത്തിച്ചിരുന്നത്. തിക്കോടിയന്റെ "പ്രസവിക്കാത്ത അമ്മ" ചെറുകാടിന്റെ "മനുഷ്യഹൃദയങ്ങൾ" തുടങ്ങിയ നാടകങ്ങൾ നവകേരള അവതരിപ്പിച്ചിരുന്നു. കെ.ടി.യുടെ "ഇത് ഭൂമിയാണ്" എന്ന നാടകം അവതരിപ്പിക്കാൻ ശ്രമം നടത്തിയിരുന്നുവെങ്കിലും എതിർപ്പുകൾ കാരണം ചില നടന്മാർ പിൻവാങ്ങിയതിനാൽ അവതരണം നടന്നില്ല, തൃക്കളം കേന്ദ്രമാക്കി പ്രവർത്തിച്ചിരുന്ന "തൃക്കളം കലാസമിതി"യും കുറെ നാടകങ്ങൾ അരങ്ങിൽ എത്തിച്ചിരുന്നു.

വള്ളിക്കുന്നിൽ അറുപതുകളിൽ സജീവമായിരുന്ന "പീപ്പിൾസ് ആർട്സ് ക്ലബ്ബ്" ഒട്ടേറെ നാടകങ്ങൾ അവതരിപ്പിച്ചിരുന്നു. സി.എൽ. ജോസിന്റെ പല പ്രശസ്തമായ നാടകങ്ങളും ക്ലബ്ബ് അരങ്ങിൽ എത്തിച്ചിരുന്നു. ബാലകൃഷ്ണൻ, സത്യനാഥ്, കേശവൻ നമ്പൂതിരി, വടക്കുംതാന്നി ഗോപാലകൃഷ്ണൻ, സി.കെ. ബാലൻ, തൃക്കളം കൃഷ്ണൻ കുട്ടി തുടങ്ങിയവർ ഈ സംഘത്തിന് വേണ്ടി പ്രവർത്തിച്ചിരുന്നു. യുക്തിവാദി സംഘം നേതാവായ യു. കലാനാഥൻ പീപ്പിൾ ആർട്സ് ക്ലബ്ബിന്റെ സംഘാടകരിൽ പ്രധാനിയായിരുന്നു.

ആറ്

പൊന്നാനിപ്പെരുമ

വടക്ക് ഭാഗത്ത് പൂരപ്പുഴ മുതൽ തെക്ക് കൊട്ടുങ്ങല്ലൂരിനടുത്തുള്ള ആല എന്ന സ്ഥലം വരെ നീണ്ടുകിടന്നിരുന്ന വിശാലമായ ഒരു ഭൂപ്രദേശമായിരുന്നു പഴയ പൊന്നാനി താലൂക്ക്. പാലക്കാട് ജില്ലയുടെ ഭാഗമായിരുന്ന പൊന്നാനി താലൂക്കിന്റെ തെക്കെ അറ്റത്തെ കുറച്ച് ഭാഗം തൃശ്ശൂർ ജില്ലയിലേക്ക് ഉൾപ്പെടുത്തിയും വടക്ക് ഭാഗത്തെ കുറച്ച് പ്രദേശങ്ങൾ പാലക്കാട് ജില്ലയിൽ തന്നെ നിലനിർത്തുകയും ചെയ്ത് ബാക്കിയുള്ള ഭാഗങ്ങളാണ് മലപ്പുറം ജില്ലയിലെ ഇന്നത്തെ പൊന്നാനി താലൂക്കായത്. പൊന്നാനിയുടെ നാടക പാരമ്പര്യം അത് കൊണ്ട് തന്നെ പാലക്കാട് തൃശ്ശൂർ ജില്ലകളുമായി ബന്ധപ്പെട്ടാണ് കിടക്കുന്നത്.

"അടുക്കളയിൽ നിന്നും അരങ്ങത്തേക്ക്"(1929), "മറക്കുടക്കുള്ളിലെ മഹാനരകം" (1930) എന്നീ നാടകങ്ങളുടെ അരങ്ങത്ത് പ്രവർത്തിച്ചവരുടെ നേതൃത്വത്തിൽ തന്നെയായിരുന്നു ജന്മിത്വവിരുദ്ധ സമരങ്ങൾക്ക് ആവേശം പകർന്ന് ചരിത്രത്തിൽ ഇടംനേടിയ കെ. ദാമോദരന്റെ "പാട്ടബാക്കി" (1937) എന്ന നാടകത്തിന്റെ രംഗപ്രവേശം.

വടക്കെ മലബാറിൽ ശക്തമായി നടന്നിരുന്ന കർഷക സമരങ്ങൾ അത്രത്തോളം തന്നെ തെക്കെ മലബാറിൽ ഉണ്ടായിരുന്നില്ല. ഗുരുവായൂരിൽ നടത്താൻ തീരുമാനിക്കപ്പെട്ട ഒന്നാം പൊന്നാനി താലൂക്ക് കർഷക സമ്മേളനത്തോടനുബന്ധിച്ച് ഒരു നാടകം അവതരിപ്പിക്കണം എന്ന ചർച്ച ഉയർന്നുവന്നപ്പോൾ ഇ.എം.എസി.ന്റെ നിർദ്ദേശപ്രകാരം കെ. ദാമോദരൻ തയ്യാറാക്കിയതായിരുന്നു "പാട്ടബാക്കി". പൊന്നാനി

താലൂക്കിലെ വൈലത്തൂരിലെ കടലായമനയിൽ ഇരുന്നാണ് കെ. ദാമോദരൻ നാടക രചന നടത്തിയത്.

അട്ടക്കളയിൽ നിന്നും അരങ്ങത്തേക്കിന്റെയും മറ്റും പിന്നിൽ പ്രവർത്തിച്ചിരുന്ന എം.പി. ഭട്ടതിരിപ്പാട് (പ്രേംജി) എം.ആർ.ബി., പരിയാനംപറ്റ, കുന്നത്തുള്ളി നമ്പൂതിരി, പത്തിനേത്രൻ ഭട്ടതിരി എന്നിവർ ഉൾപ്പെട്ട കുറെ പുരോഗമന കാംക്ഷികളായ യുവാക്കളായിരുന്നു "പാട്ടബാക്കി"യുടെ അഭിനേതാക്കളും സംഘാടകരുമായി രംഗത്ത് വന്നിരുന്നത്. കലയും രാഷ്ട്രീയ പ്രവർത്തനവും തമ്മിൽ ഇന്നുള്ളതിനേക്കാൾ ബന്ധം അക്കാലത്തുണ്ടായിരുന്നു. "പാട്ടബാക്കി"യുടെ അവതരണം നടന്ന ഒന്നാമത്തെ പൊന്നാനി താലൂക്ക് കർഷക സമ്മേളനം ഉദ്ഘാടനം ചെയ്തത് എഴുത്തുകാരനായ പി.കേശവദേവായിരുന്നു.

കേരളമാകെ നൂറ് കണക്കിന് വേദികളിൽ തുടർച്ചയായി അവതരിപ്പിക്കപ്പെട്ട "പാട്ടബാക്കി"യിൽ കേരളത്തിലെ മിക്കവാറും കമ്യൂണിസ്റ്റ് പാർട്ടി നേതാക്കളും അഭിനേതാക്കളോ സംഘാടകരോ ആയി ഒരിടത്തല്ലെങ്കിൽ മറ്റൊരിടത്ത് രംഗത്ത് വന്നിരുന്നു. കമ്യൂണിസ്റ്റ് പാർട്ടിയിൽ നിന്നും കിട്ടിയിരുന്ന പിന്തുണയും പ്രോത്സാഹനങ്ങളും കേരളത്തിലെ മറ്റു പ്രദേശങ്ങളിലെന്നപോലെ പൊന്നാനിയിലും നാടകരംഗത്തെ ചലനാത്മകമാക്കുന്നതിൽ വലിയ പങ്ക് വഹിച്ചു. മലയാളത്തിലെ ലക്ഷണമൊത്ത ആദ്യത്തെ രാഷ്ട്രീയ നാടകമായി "പാട്ടബാക്കി"യെ സി.ജെ. തോമസ് ("ഉയരുന്ന യവനിക") എൻ.കൃഷ്ണപിള്ള ("കൈരളിയുടെ കഥ") കാട്ടുമാടം നാരായണൻ ("മലയാള നാടകങ്ങളിലൂടെ") എന്നിവർ വിലയിരുത്തിയിട്ടുണ്ട്.

എഴുത്തുകാരും കലാകൃത്തുക്കളുമായ ഒട്ടേറെ പ്രതിഭകൾക്ക് പിറവി കൊടുത്തിട്ടുള്ള മണ്ണാണ് പൊന്നാനി. എന്നാൽ അവരിൽ പലരുടെയും നാടകരംഗത്തെ സംഭാവനകൾ അവരുടെ മറ്റു മേഖലകളിലെ പ്രവർത്തനങ്ങൾ പോലെ ശ്രദ്ധിക്കപ്പെട്ടിട്ടില്ല. പൊന്നാനി തൃപ്രങ്ങോട് സ്വദേശിയും നിരൂപകൻ എന്ന നിലയിൽ വിഖ്യാതനുമായ കുട്ടികൃഷ്ണമാരാർ (1900-1973) "ജീവിച്ചിരുന്നാൽ" എന്നൊരു നാടകം 1936ൽ എഴുതിയിട്ടുണ്ട്. ജ്ഞാനപീഠം ജേതാവായ കവി അക്കിത്തം അച്യുതൻ നമ്പൂതിരി (1926-2020) "കലിമുഴുത്തു" എന്നൊരു നാടകം എഴുതിയത് 1946ലാണ്. "ഈ ഏടത്തി നുണേ പറയൂ" എന്നൊരു ബാലനാടകത്തിന്റെയും കർത്താവാണ് അക്കിത്തം. പ്രശസ്തനായ നോവലിസ്റ്റ് പി.സി.കുട്ടികൃഷ്ണൻ (1915-1979) എന്ന ഉറൂബിന്റെ നാടക രചനകളാണ് "തീ കൊളുത്തിത്തരുന്നത്", "മണ്ണും പെണ്ണും", "മിസ്

ചിന്നവും ലേഡീസ് ജാനവും" തുടങ്ങിയവ. കുറ്റിപ്പുറത്തെ തൃക്കണാപുരം മഞ്ചേശ്വരത്ത് താഴത്തേതിൽ ഗോവിന്ദൻ എന്ന എം. ഗോവിന്ദന്റെ "നീ മനുഷ്യനെ കൊല്ലരുത്" എന്ന നാടകം മുമ്പ് സൂചിപ്പിച്ചു. "ചെകുത്താനും മനുഷ്യരും", "ഒസ്യത്ത്" എന്നിവയാണ് അദ്ദേഹത്തിന്റെ മറ്റു നാടകങ്ങൾ. അഭിനയപ്രതിഭയും സാംസ്കാരിക ചിന്തകനും പൊന്നാനി നാടകക്കളരിയിലെ അംഗവുമായിരുന്ന ബാലഗോപാലക്കുറുപ്പ് എന്ന സുരാസു "വിശ്വരൂപം", "താളവട്ടം" എന്നീ നാടകങ്ങളുടെ കർത്താവാണ്. കെ.എ ഉമ്മർകുട്ടി (1958-2020)യുടെ പരീക്ഷണ നാടകമായ "കറുത്ത കണ്ണുള്ള വെളുത്ത ചെറിയ പെൺകുട്ടി"യും പൊന്നാനിയുടെ സംഭാവനയാണ്.

1948-51 കാലത്ത് കമ്യൂണിസ്റ്റ് പാർട്ടി നിരോധിക്കപ്പെട്ടപ്പോൾ അത് നാടകരംഗത്തും ഒരു നിർജ്ജീവാവസ്ഥയുണ്ടാക്കി. ഈ സാഹചര്യത്തിലാണ് 1949ൽ കലാതത്പരരായ കുറെ ചെറുപ്പക്കാരും പ്രമുഖ വ്യക്തികളും പൊന്നാനി മിഷൻ സ്കൂളിൽ ഒത്ത് ചേർന്ന് പൊന്നാനി താലൂക്ക് കേന്ദ്രകലാസമിതിക്ക് രൂപം നൽകിയത്. യോഗത്തിൽ അമ്പതോളം പേർ പങ്കെടുത്തിരുന്നു.

ഇടശ്ശേരി, അക്കിത്തം, ഉറൂബ്, എം.ടി.എൻ നായർ (എം.ടി വാസുദേവൻ നായരുടെ ജ്യേഷ്ഠൻ), കടവനാട് കുട്ടികൃഷ്ണൻ, എം. ഗോവിന്ദൻ, എൻ. ദാമോദരൻ, പി.കെ. മുഹമ്മദ് കുഞ്ഞി, പി.കെ.എ. റഹീം, കാട്ടുമാടം നാരായണൻ, സാധു.ടി. അബ്ദുള്ളക്കുട്ടി തുടങ്ങിയവർ ഈ സമിതിയിൽ ഭാഗഭാക്കായിരുന്നു. ഇടശ്ശേരി പ്രസിഡണ്ടും അക്കിത്തം സെക്രട്ടറിയുമായി രൂപീകരിക്കപ്പെട്ട സമിതി പൊന്നാനി താലൂക്കിലെ നാടകരംഗത്തെയും കലാരംഗത്തെ മൊത്തത്തിലും സജീവമാക്കുന്നതിൽ വലിയ പങ്ക് വഹിച്ചു. സമിതിയുടെ ഉദ്ഘാടന സമ്മേളനത്തിൽ സി.ജെ. തോമസ്, എൻ.വി. കൃഷ്ണവാര്യർ, കുട്ടികൃഷ്ണമാരാർ, എൻ. കൃഷ്ണപിള്ള തുടങ്ങിയവർ പങ്കെടുത്തിരുന്നു. സമിതിയുടെ രണ്ടാമത്തെ സമ്മേളനം തൃത്താലയിൽ വി.ടി.യുടെ നേതൃത്വത്തിലാണ് നടന്നത്. നാടക പ്രവർത്തനങ്ങൾക്ക് വ്യാപകമായി ശക്തിപകർന്ന മലബാർ കേന്ദ്ര കലാസമിതി രൂപം കൊള്ളുന്നതിനും മുമ്പ് തന്നെ ആശയ ദൃഢതയിലും ലക്ഷ്യബോധത്തിലും അടിയുറച്ച ഒരു നാടകപ്രസ്ഥാനമായി പൊന്നാനി താലൂക്ക് കേന്ദ്രകലാസമിതി പ്രവർത്തിച്ചു തുടങ്ങിയിരുന്നു.

നമ്മുടെ നാടക ചരിത്രത്തിലെ മൂന്ന് ശ്രദ്ധേയമായ നാടകങ്ങളുടെ രംഗപ്രവേശം പൊന്നാനി താലൂക്ക് കേന്ദ്രകലാസമിതി നടത്തിയ

പ്രവർത്തനങ്ങളിൽ നിന്നുള്ള പ്രചോദനം കൊണ്ടായിരുന്നു. ഇടശ്ശേരിയുടെ "കൂട്ടുകൃഷി" (1949), എം. ഗോവിന്ദന്റെ "നീ മനുഷ്യനെ കൊല്ലരുത്" (1949), പി.കെ. മുഹമ്മദ് കുഞ്ഞിയുടെ "ഇമ്മീം മോളും" എന്നിവയായിരുന്നു ആ മൂന്ന് നാടകങ്ങൾ. ഏറെ ചർച്ച ചെയ്യപ്പെട്ട "കൂട്ടുകൃഷി" ആദ്യം അവതരിപ്പിച്ചത് പൊന്നാനിയിലെ കൃഷ്ണപ്പണിക്കർ വായനശാലയുടെ വാർഷിക പരിപാടിയിലായിരുന്നു. എന്നാൽ "കൂട്ടുകൃഷി" കേരളമാകെ ശ്രദ്ധിക്കപ്പെട്ടത് തവനൂരിൽ കെ. കേളപ്പന്റെ നേതൃത്വത്തിൽ നടന്ന സർവോദയ മേളയിലെ അവതരണത്തോടെയായിരുന്നു. "നൂലാമാല", "എണ്ണിച്ചുട്ട അപ്പം" എന്നീ നാടകങ്ങളും "കളിയും ചിരിയും", "ചാലിയത്തി", "ഞെട്ടിയിൽ പടരാത്ത മുല്ല" എന്നീ ഏകാങ്കങ്ങളും കവി ഇടശ്ശേരിയുടെ നാടക രചനകളാണ്.

കർഷക പ്രശ്നങ്ങളെയും സാമൂഹ്യമാറ്റങ്ങൾക്ക് വേണ്ടിയുള്ള കൂട്ടായ്മയെയും കുറിച്ചൊക്കെ പ്രതിപാദിച്ചിരുന്ന കൂട്ടുകൃഷിയുടെ ആദ്യ അവതരണത്തിൽ പങ്കെടുത്തത് ഉറൂബ്, പി.എം. ബാലകൃഷ്ണൻ നായർ, ഇ. ഹരിദാസ്, പി. പത്മനാഭൻ, സി. ശങ്കരക്കുറുപ്പ്, അക്കിത്തം, ഇടശ്ശേരി, കെ.വി.ഡേവിഡ്, കെ.പി.ജോൺ, ടി.ഗോപാലക്കുറുപ്പ്, പി.വി.അനന്തരാമയ്യർ, ഐ.വി.പത്മനാഭപ്പണിക്കർ, പി.എം. ശങ്കുണ്ണിമേനോൻ, കെ.വി. പോൾ, ഇ. ബാലഭാസ്കരൻ, കെ.പി. ജേക്കബ്, വി. കുഞ്ഞിക്കുട്ടൻ നായർ എന്നിവരായിരുന്നു. സദസ്യരിൽ കുട്ടികൃഷ്ണമാരാരും, ജോസഫ് മുണ്ടശ്ശേരിയും ഉണ്ടായിരുന്നു.

യുദ്ധത്തിനെതിരെയുള്ള നാടകമായിരുന്നു എം. ഗോവിന്ദന്റെ "നീ മനുഷ്യനെ കൊല്ലരുത്". കെ.ടി.യുടെയും ഇ.കെ. അയമുവിന്റെയും നാടകങ്ങൾ വരുന്നതിനും മുമ്പ് ഇറങ്ങിയതും മുസ്ലിം സമുദായത്തിലെ പ്രശ്നങ്ങൾ പ്രതിപാദിച്ചിരുന്നതുമായ ആദ്യ നാടകമായിരുന്നു പി.കെ. മുഹമ്മദ് കുഞ്ഞിയുടെ "ഇമ്മീം മോളും". വന്നേരിയിൽ രൂപീകൃതമായ യുവജന കലാസമിതിയുടെ ആഭിമുഖ്യത്തിലായിരുന്നു പെരുമ്പടപ്പിൽ "ഇമ്മീം മോളും" നാടകത്തിന്റെ ആദ്യ അരങ്ങേറ്റം. പി.കെ.എ.റഹീം, കാട്ടുമാടം നാരായണൻ, ശ്രീധരൻ, സാധു ടി. അബ്ദുള്ളക്കുട്ടി, കെ.വി. ആർ. വാര്യർ തുടങ്ങിയവരായിരുന്നു അഭിനേതാക്കളും സംഘാടകരുമായി രംഗത്ത് വന്നത്. ശക്തമായ എതിർപ്പുണ്ടായിരുന്നതിനാൽ പോലീസ് കാവലിലാണ് നാടകാവതരണം നടന്നത്.

പൊന്നാനി താലൂക്ക് കേന്ദ്രകലാസമിതി നടത്തിയ പ്രവർത്തനങ്ങളിൽ പ്രചോദിതരായി ഒട്ടേറെ പ്രദേശങ്ങളിൽ കലാസമിതികൾ രൂപീകരിക്കപ്പെട്ടുകയും നാടകങ്ങൾ അരങ്ങേറുകയും ചെയ്തു.

നാടകത്തെക്കുറിച്ചുള്ള ഗൗരവമേറിയ ചർച്ചകൾക്കും പഠനങ്ങൾക്കും താലൂക്ക് കേന്ദ്രകലാസമിതി നേതൃത്വം നൽകി. വന്നേരിയിൽ നടത്തിയിരുന്ന ഈ ചർച്ചകളിൽ എൻ.വി. കൃഷ്ണ വാരിയർ, സി.ജെ.തോമസ് തുടങ്ങിയ പ്രമുഖർ പങ്കെടുത്തിരുന്നു. 1953ൽ മലബാർ കേന്ദ്രകലാസമിതിയുടെ രൂപീകരണം വരെ ഈ തരത്തിലുള്ള വലുതും സുസംഘടിതവുമായ നാടക പ്രവർത്തനം നടത്തിയിരുന്നത് പൊന്നാനി താലൂക്ക് കേന്ദ്രകലാസമിതിയായിരുന്നു.

ഇത്തരം പ്രവർത്തനങ്ങളുടെ കൂടി ഫലമായിരുന്നു താലൂക്ക് കേന്ദ്രകലാസമിതി പ്രവർത്തകൻ കൂടിയായിരുന്ന കാട്ടുമാടം നാരായണനിൽ നിന്നും നാടകവുമായി ബന്ധപ്പെട്ട ശ്രദ്ധേയമായ ഏതാനും ഗ്രന്ഥങ്ങൾ മലയാളത്തിന് കിട്ടിയത്. ഗ്രീക്ക് നാടകവേദിയെ മലയാളിക്ക് പരിചയപ്പെടുത്തുന്ന "സോഫാക്ലീസിന് ഒരു മുഖവുര", മലയാള നാടകരംഗത്തിന്റെ ആദ്യകാല ചരിത്ര ഗ്രന്ഥമായ "മലയാള നാടകങ്ങളിലൂടെ", "നാടകരൂപ ചർച്ച", "മലയാള നാടക പ്രസ്ഥാനം", "ഇബ്സൻ" എന്നിവയായിരുന്നു ആ പുസ്തകങ്ങൾ. ഇത് കൂടാതെ "ശുദ്ധാത്മാക്കൾ" എന്നൊരു നാടകവും പുസ്തകരൂപത്തിൽ കാട്ടുമാടം പുറത്തിറക്കിയിരുന്നു.

താലൂക്ക് കേന്ദ്രകലാസമിതിയുടെ രൂപീകരണത്തിന് ശേഷം രൂപംകൊണ്ട ഒട്ടേറെ കലാസമിതികളിൽ ഒന്നായിരുന്നു ഇടശ്ശേരിയുടെ നേതൃത്വത്തിൽ തുടങ്ങിയ "കൃപാ" കലാസമിതി പൊന്നാനി കേന്ദ്രീകരിച്ച് പ്രവർത്തിച്ചിരുന്ന സമിതി പൊന്നാനി ദേവി ടാക്കീസിൽ പ്രതിമാസം ടിക്കറ്റ് വെച്ച് ഓരോ നാടകം അവതരിപ്പിച്ചിരുന്നു. "എണ്ണിച്ചുട്ട അപ്പം", "നൂലാമാല", "ഓമനേ നീയെന്റെ സ്വത്താണ്" തുടങ്ങിയ നാടകങ്ങൾ കൃപ അവതരിപ്പിച്ചിരുന്നു. എ. മാധവൻ, ഇ. രാമൻ മാസ്റ്റർ, എൻ.പി. കുമാരൻ, കെ.പി.ഡേവിഡ്, ജോൺ തുടങ്ങിയവർ "കൃപ"യുടെ നേതൃത്വത്തിൽ ഉണ്ടായിരുന്നു.

ഏറെക്കുറെ ഈ കാലത്ത് തന്നെയായിരുന്നു തൃക്കാവിൽ കേന്ദ്രീകരിച്ച് പ്രവർത്തിച്ചിരുന്ന "ഉദയ" കലാസമിതിയും നാടകങ്ങൾ അവതരിപ്പിച്ചിരുന്നത്. കെ. കുമാരൻ, രാധാകൃഷ്ണൻ, കുമാരൻ നായർ എന്ന മണി (നോവലിസ്റ്റ് പി. സുരേന്ദ്രന്റെ പിതാവ്) തുടങ്ങിയവരായിരുന്നു "ഉദയ"ക്ക് നേതൃത്വം കൊടുത്തിരുന്നത്. അംഗങ്ങൾ തന്നെ തയ്യാറാക്കിയിരുന്ന നാടകങ്ങളും അച്ചടിച്ചു വന്ന നാടകങ്ങളും "ഉദയ" അവതരിപ്പിച്ചിരുന്നു.

നാടകത്തെ ഒരു മതവിരുദ്ധ പ്രവർത്തനം പോലെ കണ്ടിരുന്ന മുസ്ലിം യാഥാസ്ഥിതികർക്ക് മേൽകൈ ഉണ്ടായിരുന്ന പൊന്നാനി ടൗണിൽ ഉൽപതിഷ്ണുക്കളായ കുറെ യുവാക്കൾ ചേർന്ന് രൂപം കൊടുത്ത കലാസമിതിയായിരുന്നു "ചന്ദ്രതാരാ ആർട്സ്". ടി.കെ. മുഹമ്മദ്കുട്ടി എഴുതിയ "ഇബ്‌ലീസുകളില്ലാത്ത നാട്ടിൽ" പി.എൻ.എം.ആലിക്കോയ എഴുതിയ "തറവാട്ടും മടിശ്ശീലയും" എന്നീ നാടകങ്ങൾ "ചന്ദ്രതാര" പ്രവർത്തകർ ധീരമായി അവതരിപ്പിച്ചു. ടി.കെ. മുഹമ്മദ് മാസ്റ്റർ, ഖാലിദ്, സിദ്ധിഖ് തുടങ്ങിയവരായിരുന്നു "ചന്ദ്രതാര"ക്ക് നേതൃത്വം കൊടുത്തിരുന്നത്. ഇതേ കാലത്ത് തന്നെയായിരുന്നു യു.കെ.ബാവ രചിച്ച "ഒരു ദജ്ജാലും കുറെ മനുഷ്യരും" എന്ന നാടകവും അവതിപ്പിച്ചിരുന്നത്. ഇതും മുസ്ലിം സമുദായത്തിലെ ജീർണ്ണതകളെ കടുത്ത വിമർശനങ്ങൾക്ക് വിധേയമാക്കിയ ഒരു നാടകമായിരുന്നു. എം.എൻ. മുഹമ്മദ്കുട്ടി, അബ്ദുള്ളക്കുട്ടി, കെ.കെ. മുഹമ്മദ് തുടങ്ങിയവരായിരുന്നു യു.കെ. ബാവയുടെ സംഘത്തിലെ പ്രമുഖർ.

ഇക്കാലത്തെ മറ്റൊരു പ്രധാന കലാസമിതിയായിരുന്നു വെളിയംകോട്ടെ "ധീര കേരള ക്ലബ്ബ്". വി.ടി.ഇന്ദുചൂഡന്റെ "നിവർന്നു നിൽക്കാറായി" എന്ന നാടകം അവതരിപ്പിച്ചത് "ധീരകേരള"യായിരുന്നു. കെ.പി.എ.സി.യുടെ "മുടിയനായ പുത്രൻ" നിലമ്പൂർ യുവജന കലാസമിതിയുടെ "ഇജ്ജ് നല്ലൊരു മനുസനാകാൻ നോക്ക്" തുടങ്ങിയ നാടകങ്ങൾ കൊണ്ട് വന്ന് ജനങ്ങൾക്ക് സൗജന്യമായി കാണിച്ച് പരിചയപ്പെടുത്തുന്ന ഒരു പ്രവർത്തനവും "ധീരകേരള"യുടെ പ്രത്യേകതയായിരുന്നു. പി.പി. ബീരാൻ കുട്ടി, കൊളാടി ഗോവിന്ദൻ കുട്ടി, ഐ.പി.മാധവപ്പണിക്കർ, ഇ.എം.എസ്. എന്ന് വിളിക്കപ്പെട്ടിരുന്ന ഇ.എം.ശങ്കരനാരായണൻ, ബാലൻ പണിക്കർ, പി.പി. അബൂബക്കർ മാസ്റ്റർ, എ.സി. നായർ എന്നിവർ "ധീരകേരള"ക്ക് വേണ്ടി പ്രവർത്തിച്ചിരുന്നു.

അമ്പതുകളുടെ തുടക്കത്തിൽ പ്രവർത്തിക്കാൻ തുടങ്ങിയ മുകളിൽ സൂചിപ്പിച്ച കലാ സമിതികൾക്ക് പുറമെ അമ്പതുകളുടെ മദ്ധ്യത്തോടെ കുറെ പുതിയ സംഘങ്ങൾ കൂടി നാടക രംഗത്തേക്ക് വന്നു. "മിനർവ", "നവോദയ", "നവസുമം", "ജയകേരളം" തുടങ്ങിയവ ഇതിൽ പ്രധാനപ്പെട്ടവയായിരുന്നു.

നാടകത്തെക്കുറിച്ചും സമൂഹത്തെക്കുറിച്ചും നല്ല ധാരണകളുണ്ടായിരുന്ന കുറെ പ്രവർത്തകർ "മിനർവക്കും", "ജയകേരള"ത്തിനും വേണ്ടി പ്രവർത്തിച്ചിരുന്നു. സാധു അബ്ദുള്ളക്കുട്ടി രചിച്ച നാടകങ്ങൾ "ജയകേരള"വും എ.സി. നായർ രചിച്ച നാടകങ്ങൾ "മിനർവ"യും

അവതരിപ്പിച്ചിരുന്നു. കെ.മോഹൻദാസ്, അശോകൻ വന്നേരി, എൻ.വി.അബൂബക്കർ, ഒ.കെ. കുമാരൻ വൈദ്യർ, എസ്. ബാബു, സെയ്ത് മുഹമ്മദ്, ആർട്ടിസ്റ്റ് മാനുണ്ണി, വെളക്കേരി കരീം തുടങ്ങിയവർ ഇരു സമിതികൾക്ക് വേണ്ടിയും രംഗത്ത് വന്നവരായിരുന്നു. എ.സി. നായർ രചിച്ച "വേലികൾ പൊളിയുന്നു", "നീർക്കുമിള" തുടങ്ങിയ നാടകങ്ങൾ മിനർവ ആർട്സാണ് അരങ്ങിൽ എത്തിച്ചത്. പി.ജെ. ആന്റണിയുടെ "ചക്രവാളത്തിലേക്ക്" എന്ന നാടകവും മിനർവ അവതരിപ്പിച്ചിരുന്നു. മുഹമ്മദലി, ടി.ആർ.ചന്ദ്രൻ., സീത, ആനന്ദം, കാർത്യായനി തുടങ്ങിയവർ മിനർവയിലെ കലാകാരന്മാരായിരുന്നു.

വന്നേരി ഗ്രാമങ്ങളിലൊന്നായ പനമ്പാട്ട് "ജയ്ഹിന്ദ്" വായനശാലയുടെയും "നവോദയം" വായനശാലയുടെയും നേതൃത്വത്തിൽ പ്രശസ്തമായ പല നാടകങ്ങളും അരങ്ങേറിയിരുന്നുവെങ്കിലും ഒരു പ്രൊഫഷണൽ നാടക സംഘം വേണം എന്ന ആഗ്രഹത്തിന്റെ ഫലമായി രൂപീകരിക്കപ്പെട്ട "നവസുമം കലാവേദി" ശ്രദ്ധേയമായ ഒരു മുന്നേറ്റമായിരുന്നു. വിപ്ലവ കവിയും ഗാനരചയിതാവുമായിരുന്ന പൊൻകുന്നം ദാമോദരന്റെ "മായാത്ത മഴവില്ല്" എന്ന നാടകമാണ് "നവസുമം" ആദ്യം അരങ്ങേറ്റിയത്. സംഗീത സംവിധായകൻ വി.കെ. മായിൻ, ഗായകൻ എൻ.പി. പോക്കർ, പി.കണാരൻ മാസ്റ്റർ, ടി. ശങ്കരൻ മാസ്റ്റർ, കെ.ആർ.ചെറായി, ടി.ആർ.ചന്ദ്രൻ, ഐ.പി.മാധവപ്പണിക്കർ, അയ്യപ്പൻ കുട്ടി, വി. കൃഷ്ണൻ നായർ, വി. മാധവൻ, ഇ. അച്യുതൻ മാസ്റ്റർ, അയ്യപ്പൻ മാസ്റ്റർ, മൊയ്തീൻ മാസ്റ്റർ എന്നിവരോടൊപ്പം പൊന്നാനിയിലെ ആദ്യകാല നടികളായി രംഗത്ത് വന്ന കാർത്യായനി, സതീദേവി, കമലം, ജാനകി എന്നിവരും "നവസുമ"ത്തിന് വേണ്ടി അണി നിരന്നിരുന്നു. നാടകകൃത്ത് പൊൻകുന്നം ദാമോദരന്റെ മകളും പിൽക്കാലത്ത് പ്രസിദ്ധ നോവലിസ്റ്റായി ഉയർന്നവരുമായ എം.ഡി. രത്നമ്മ "നവസുമ"ത്തിലെ ഗായികയായിരുന്നു.

തവനൂരിൽ "ദേശസേവിനി" വായനശാലയുടെ നേതൃത്വത്തിൽ ഒട്ടേറെ പ്രാദേശിക നാടകങ്ങൾ അരങ്ങേറിയിരുന്നു. അക്കിത്തം രചിച്ച "കുതിർന്ന മണ്ണ്" നിഴൽ നാടകമായി ദേശസേവിനി പ്രവർത്തകർ പല കേന്ദ്രങ്ങളിലും അവതരിപ്പിച്ചിരുന്നു. തമറ്റാട്ട് ഗോവിന്ദൻകുട്ടി, കെ.എം. അപ്പു മാസ്റ്റർ തുടങ്ങിയവർ ദേശസേവിനിയുടെ നേതൃത്വത്തിൽ ഉണ്ടായിരുന്നു. പിൽക്കാലത്ത് രൂപീകരിക്കപ്പെട്ട "ശ്രുതി ആർട്സ് ക്ലബ്ബ്" തവനൂരിന്റെ ഈ നാടക പാരമ്പര്യത്തിന്റെ പിൻമുറക്കാരാണ്. നാടകത്തെ ആവേശമായി കാണുന്ന കുറെ പ്രവർത്തകർ "ശ്രുതി"യിൽ ഉണ്ട്.

പ്രമോദ്, തവനൂർ മണികണ്ഠൻ, വിജയൻ തുടങ്ങിയവർ ശ്രുതിയിലെ പ്രവർത്തകരാണ്.

അറുപതുകളിൽ പൊന്നാനി മേഖലയിൽ സജീവമായിരുന്ന നാടക സമിതികളിൽ പ്രധാനപ്പെട്ടവയായിരുന്നു പനമ്പാട്ടെ "സംഗീത കലാവേദി" എടപ്പാളിലെ "സെന്റർ ആർട്സ്", വന്നേരി "രാഗാഞ്ജലി", പൊന്നാനിയിലെ "പീപ്പിൾ ആർട്സ് സെന്റർ" തുടങ്ങിയ സംഘങ്ങൾ. 1964-ൽ പനമ്പാട്ട് കാഞ്ഞിരമുക്കിൽ കേന്ദ്രമാക്കി പ്രവർത്തിച്ചിരുന്ന "സംഗീത കലാവേദി" ടി.ആർ.ചന്ദ്രൻ. രചനയും സംവിധാനവും നിർവ ഹിച്ച "തമസ്സ്" എന്ന നാടകം അരങ്ങിൽ എത്തിച്ചു. കെ.ആർ.ചെറായി, സി.സി. അബ്ദുൽ കരീം, സി.പി. രവീന്ദ്രനാഥ്, എൻ.വി. അബൂബക്കർ, കെ.വി.ആർ. വാര്യർ, അയ്യപ്പൻകുട്ടി, മാനുണ്ണി മാസ്റ്റർ, ജയ, ജയശ്രീ, കാർത്യായനി, യു. അബൂബക്കർ (സംഗീതം) തുടങ്ങിയവരായിരുന്നു വേദിയുടെ പ്രവർത്തകർ.

1966-ൽ പി.എം. പള്ളിപ്പാടിന്റെ നേതൃത്വത്തിൽ എടപ്പാൾ കേന്ദ്ര മാക്കി രൂപീകരിച്ച സമിതിയായിരുന്നു "സെന്റർ ആർട്സ്" എ.സി. നായർ എഴുതിയ "കുമിളകൾ" എന്ന നാടകം അവതരിപ്പിച്ചിരുന്നത് ഈ സമിതിയായിരുന്നു. വി.ആർ.ഭരതൻ, എൻ.ഐ. പരീത്, ഇ.പി. വേലായുധൻ മാസ്റ്റർ, ടി.ആർ.സി., കരുണാകരൻ, കുട്ട്യേടത്തി വിലാസിനി തുടങ്ങിയവർ "സെന്റർ ആർട്സിൽ" അഭിനേതാക്കളും പിന്നണിക്കാരുമായി രംഗത്ത് വന്നിരുന്നു.

1969-ൽ തുടങ്ങിയ "വന്നേരി രാഗാഞ്ജലി" എന്ന സമിതി ഉത്സവങ്ങൾ, സ്കൂൾ വാർഷികങ്ങൾ തുടങ്ങിയവയിൽ നാടകങ്ങൾ അവതരിപ്പിച്ചിരുന്നു. പുസ്തകരൂപത്തിൽ അച്ചടിച്ച പുറത്ത് വന്ന നാടക ങ്ങളായിരുന്നു കൂടുതലും അവതരിപ്പിച്ചിരുന്നത്. അശോകൻ കരിപ്പോട്ട്, ദേവീകൃഷ്ണ (സംഗീതം), അരവിന്ദൻ കോടത്തൂർ, താൻസൻ കൃഷ്ണൻകുട്ടി, എം.എൻ. നരണിപ്പുഴ, ഹനീഫ മാസ്റ്റർ, എം.ആർ. ദാസ്, ഹരിപ്രസാദ്, സരിത, ലീലാഹരി, ആളൂർ വത്സല, ജി.ഒ. മാറഞ്ചേരി (സംവിധാനം) തുടങ്ങിയവരായിരുന്നു "രാഗാഞ്ജലി"ക്ക് വേണ്ടി പ്രവർത്തിച്ചിരുന്നത്.

1969-ൽ തന്നെ രൂപീകൃതമായ മറ്റൊരു സമിതിയായിരുന്നു പൊന്നാനി കേന്ദ്രീകരിച്ച് പ്രവർത്തിച്ചിരുന്ന "പീപ്പിൾസ് ആർട്സ് സെന്റർ" ഡോക്ടർ കരുണാകരൻകുട്ടി രചനയും സംവിധാനവും നിർ വഹിച്ചിരുന്ന നാടകങ്ങളായിരുന്നു സമിതി അരങ്ങിലെത്തിച്ചിരുന്നത്. എം.എൻ. മുഹമ്മദ്കുട്ടി, മോഹൻദാസ്, എം.എ. ഹംസ, യു.കെ. ബാവ, കുട്ടൻ പരമേശ്വരൻ, എൻ.ഐ. ദേവസ്സി, ടി.ആർ.ചന്ദ്രൻ, അബ്ദുള്ളക്കുട്ടി,

തൃശ്ശൂർ എൽസി, വി.കെ. മായിൻ (സംഗീതം), മച്ചാട്ട് വാസന്തി, വേണുഗോപാൽ (ഗായകർ) എന്നിവർ ഈ സമിതിക്ക് വേണ്ടി രംഗത്ത് വന്നിരുന്നു. സമിതി അവതരിപ്പിച്ചിരുന്ന "യാത്ര" ശ്രദ്ധിക്കപ്പെട്ട ഒരു നാടകമായിരുന്നു.

നാൽപതുകളുടെ അവസാനം മുതൽ കേരള വ്യാപകമായി ഉണ്ടായ നാടകമുന്നേറ്റം അറുപതുകളുടെ അവസാനത്തോടെ എല്ലാ ഭാഗത്തും പിറകോട്ട് പോയി. അറുപതുകൾക്ക് ശേഷവും നാടക പ്രവർത്തനം കുറച്ചൊക്കെ സജീവമായി തന്നെ നിലനിന്ന അപൂർവം മേഖലകളിലൊന്നായിരുന്നു പൊന്നാനി. എഴുപതുകളുടെ തുടക്കം മുതൽ സജീവമായിരുന്ന വട്ടംകുളത്തെ "അമ്പിളി കലാസമിതി" നടത്തിയ ശ്രദ്ധേയമായ ഒരു പ്രവർത്തനമായിരുന്നു "അടുക്കളയിൽ നിന്നും അരങ്ങത്തേക്കി"ന്റെ പുനരവതരണം. ആ നാടകത്തിന്റെ ആദ്യ അവതരണത്തിൽ ഭാഗഭാക്കായ പ്രേംജിയെയും മുല്ലനഴി തുടങ്ങിയ പ്രമുഖരെയും ഉൾപ്പെടുത്തിക്കൊണ്ടായിരുന്നു ആ പുനരവതരണം. ഇ.പി. വേലായുധൻ മാസ്റ്റർ, ഉണ്ണി, ടി.പി. ശങ്കരൻ നമ്പൂതിരി, പി.പി.രാമചന്ദ്രൻ, രവീന്ദ്രൻ മാസ്റ്റർ തുടങ്ങിയവരായിരുന്നു "അമ്പിളി"യെ ചലിപ്പിച്ചിരുന്നത്. ഏതാണ്ട് ഇതേ കാലത്ത് തന്നെ "പൊന്നാനി നാടകവേദി"യുടെ ബാനറിൽ ഇടശ്ശേരിയുടെ "കൂട്ടുകൃഷി" പുനരവതരണം നടത്തിയപ്പോഴും അമ്പിളിയുടെ പ്രവർത്തകർ ആശ്രമത്തിനു പിന്നിൽ സജീവമായി ഉണ്ടായിരുന്നു. ജനശ്രദ്ധ പിടിച്ചുപറ്റിയ നാടക മത്സരങ്ങളും "അമ്പിളി"യുടെ ആഭിമുഖ്യത്തിൽ നടന്നിരുന്നു.

1970ൽ പെരുമ്പടപ്പിൽ രൂപീകരിച്ച "സംഗീത കലാവേദി" ടി.ആർ. ചന്ദ്രൻ രചനയും സംവിധാനവും നിർവഹിച്ച "വാണിഭം" എന്ന നാടകം അരങ്ങിൽ എത്തിച്ചു. മോഹൻദാസ്, രാധാകൃഷ്ണൻ, എൻ.വി. അബൂബക്കർ, കുട്ടൻ പരമേശ്വരൻ, പുറത്തൂർ ബാലൻ, തൃശ്ശൂർ എൽസി എന്നിവർ അഭിനേതാക്കളായിരുന്നു. 1973ൽ പൊന്നാനി കേന്ദ്രീകരിച്ച് പ്രവർത്തിച്ചിരുന്ന പീപ്പിൾസ് മ്യൂസിക് ക്ലബ്ബിന്റെ ബാനറിൽ രാജു കൂർക്കഞ്ചേരിയുടെ "രാഗരശ്മി" എന്ന നാടകം അവതരിപ്പിച്ചിരുന്നു. പിൽക്കാലത്ത് പ്രസിദ്ധ ചലച്ചിത്ര നടനായി മാറിയ ടി.ജി.രവി ഈ സംഘത്തിന് വേണ്ടി നടനും സംവിധായകനുമായി പ്രവർത്തിച്ചിരുന്നു. ടി.ഐ.തങ്ങൾ, എം.എ. ഹംസ, ടി.ആർ.ചന്ദ്രൻ, മൊയ്തീൻ, വി.കെ. മായിൻ എന്നിവർ ഈ സമിതിക്ക് വേണ്ടി പ്രവർത്തിച്ചിരുന്നു.

1975ൽ എരമംഗലം കേന്ദ്രീകരിച്ച് പ്രവർത്തിച്ചിരുന്ന "സർഗ്ഗവേദി" ടി.ആർ.ചന്ദ്രന്റെ "അഗ്നി" എന്ന നാടകം അരങ്ങിൽ എത്തിച്ചു. ഈ

നാടകത്തിന്റെ സംവിധായകനും നടനുമായിരുന്ന അബൂബക്കർ പിന്നീട് സിനിമയിലും അഭിനേതാവായി. ചേമഞ്ചേരി നാരായണൻ നായർ, റഞ്ചുൺ റഹ്മാൻ, ഗോവിന്ദൻകുട്ടി, റഹ്മാൻ, ജിനൻ കാണിപ്പയ്യൂർ, ലീലാഹരി, വി.കെ. മായിൻ തുടങ്ങിയവർ "സർഗ്ഗവേദി"യിൽ ഉണ്ടായിരുന്നു. ടി.എൻ. ഗോപിനാഥൻ നായരുടെ "പരീക്ഷ"യായിരുന്നു സർഗ്ഗവേദി അവതരിപ്പിച്ചിരുന്ന മറ്റൊരു പ്രമുഖ നാടകം.

1977 മുതൽ കാഞ്ഞിരമുക്കിൽ പ്രവർത്തിച്ചിരുന്ന "സംഗീത കലാസമിതി" സി.എൽ. ജോസിന്റെ ഒട്ടേറെ നാടകങ്ങൾ അവതരിപ്പിച്ചിരുന്നു. "മണൽക്കാറ്റ്", "സൂര്യാഘാതം" തുടങ്ങിയവയായിരുന്നു പ്രധാന നാടകങ്ങൾ. കേശവൻ നമ്പൂതിരി, അരവിന്ദാക്ഷമേനോൻ, രാജൻ, പുഷ്പ തുടങ്ങിയവർ അരങ്ങിൽ എത്തിയിരുന്നു. ടി.ആർ.ചന്ദ്രനായിരുന്നു സംവിധായകൻ. സംഗീത സംവിധാനം മലബാർ മനോഹരനായിരുന്നു. 1977ൽ രൂപീകൃതമാവുകയും തൊണ്ണൂറുകളുടെ മദ്ധ്യം വരെ പ്രവർത്തിക്കുകയും ചെയ്തിരുന്ന പനമ്പാട്ടെ "കൈരളി കലാസമിതി" നിരവധി നാടകങ്ങൾ അവതരിപ്പിച്ചിരുന്നു. "സെർച്ച് ലൈറ്റ്", "വേലികൾ", "സൂര്യാഘാതം", "മോക്ഷം", "ഉടവാൾ", "ഉറങ്ങാത്ത രാത്രികൾ", "ജ്വലനം" തുടങ്ങിയവയായിരുന്നു പ്രധാന നാടകങ്ങൾ. എം.വി.കെ. പനമ്പാട് (കുഞ്ഞിക്ക), എം.എ. കൈരളിയെന്ന കുഞ്ഞുമുഹമ്മദ് മാസ്റ്റർ, ബക്കർ മാറഞ്ചേരി (ഗായകൻ), ശ്രീരാമൻ, മൊയ്തുണ്ണി, ജയൻ മാസ്റ്റർ, അബ്ദുൽ റബ്ബ്, അഷ്റഫ്, സരിത, പുഷ്പ, ഹനീഫ മാസ്റ്റർ, കുഞ്ഞാപ്പ തുടങ്ങിയവരായിരുന്നു കൈരളിയുടെ അരങ്ങത്തും അണിയറയിലുമായി ഉണ്ടായിരുന്നത്.

ചിട്ടയോടെ പ്രവർത്തിച്ചിരുന്ന ഒരു പ്രൊഫഷണൽ നാടകവേദിയായിരുന്നു 1978ൽ രൂപീകൃതമായ "ഇടശ്ശേരി നാടക അരങ്ങ്" എന്ന സമിതി. 22 വർഷം പ്രവർത്തിച്ച ഈ സംഘം 18 നാടകങ്ങൾ അവതരിപ്പിച്ചു. ടി.ആർ.സി. രചിച്ച "താളഭംഗം", "ഓർമ്മകൾക്കൊരു നൂപുരം", "തേൻതുള്ളിക്കൊരു പൂച്ചില്ല", "പൊന്നിനകത്തൊരു മുത്ത്", "വാണിഭം", ബാലഗോപാലൻ രചിച്ച "ഈണം", "ശ്രുതി", "തത്വമസി", "ഉത്തരാടക്കിളി", "വീണ്ടും പൂക്കുന്ന സന്ധ്യ", "കൈകേയിമാരുടെ അയോദ്ധ്യ", "ജനനീ ജന്മഭൂമി", "ഉടവാൾ", കെ.എസ്. നമ്പൂതിരി രചിച്ച "സമീപനം", ശ്രീമൂലനഗരം വിജയന്റെ "വിഷപ്പക്ഷി", വാരിയർ മോഹന്റെ "സായാന്തനങ്ങളേ സാക്ഷി" വാരിയർ മോഹനും ബാലഗോപാലും സംയുക്തമായി രചിച്ച "സാലഭഞ്ജിക", ടി.ആർ.സി.യും ബാലഗോപാലും ചേർന്നു രചിച്ച "സുഖിനോഭവന്തു"

എന്നീ നാടകങ്ങളാണ് "ഇടശ്ശേരി നാടക അരങ്ങ്" അവതരിപ്പിച്ചത്. കേരളത്തിന്റെ വിവിധ ഭാഗങ്ങളിൽ നിന്നുമുള്ള ഒട്ടേറെ പ്രശസ്തരായ അഭിനേതാക്കൾ പല സമയത്തായി "ഇടശ്ശേരി നാടക അരങ്ങി"ന് വേണ്ടി വേദിയിൽ എത്തിയിരുന്നു.

മാള അരവിന്ദൻ, കെ.പി.എ.സി. പ്രേമചന്ദ്രൻ, കുഞ്ഞാണ്ടി, കെടാമംഗലം അലി, ജനിൻ കാണിപ്പയ്യൂർ, മൊയ്തീൻ, പ്രിയദർശൻ (മുഹമ്മദ്കുട്ടി), അബ്ദു, ടി.കെ. ഭാരതി, സരിത, പുഷ്പ, പരത്തുള്ളി രവീന്ദ്രൻ, ഹനീഫ മാസ്റ്റർ, ബാലഗോപാലൻ, സുരേഷ് കോഴിക്കോട്, ജയൻ, നിലമ്പൂർ ബാലൻ, വിക്രമൻ നായർ, കൃഷ്ണദാസ്, എ.കെ. ലോഹിതദാസ് (തിരക്കഥാകൃത്ത്), സേതു ആറങ്ങോട്, ഉണ്ണി എടപ്പാൾ, അഷ്റഫ്, വത്സല, വിദ്യാധരൻ മാസ്റ്റർ (സംഗീത സംവിധായകൻ), മലബാർ മനോഹരൻ, രംഗനാഥൻ, ബി.കെ.സി. വർഗീസ്, അംബിക, രമാദേവി, ഗിരിജ, വത്സല, ബാലഗോപാൽ, ശങ്കർ ഗ്രാമം, സുന്ദരൻ തിരൂർ, മുരളി തലമുണ്ട, രജനി, ജയകുമാരി തുടങ്ങിയവർ അതിൽ ഉൾപ്പെട്ടിരുന്നു.

എൺപതുകളിലും തൊണ്ണൂറുകളിലുമെല്ലാം പൊന്നാനിയിലും പരിസരപ്രദേശങ്ങളിലുമായി പുതിയ നാടകസംഘങ്ങളും നാടക പ്രവർത്തകരും രംഗത്ത് വന്നിരുന്നു. അൽപകാലം പ്രവർത്തിക്കുകയും പിന്നീട് പ്രവർത്തനം നിലച്ചുപോവുകയും ചെയ്തിരുന്ന സംഘങ്ങളിലെ അവശേഷിക്കുന്ന പ്രവർത്തകർ പുതിയ ആളുകളെ കൂട്ടിച്ചേർത്ത് പുതിയ സമിതികൾ രൂപീകരിച്ച് കൊണ്ട് നാടക ചലനങ്ങളുടെ തുടർച്ച നിലനിർത്താനുള്ള ഒരു താത്പര്യം പൊന്നാനിയുടെ ഒരു പ്രത്യേകതയായി നിലനിന്നു.

"ദിവ്യബലി", "മോക്ഷം" എന്നീ നാടകങ്ങൾ അരങ്ങിലെത്തിച്ച എടപ്പാളിലെ "കവിതാ കലാകേന്ദ്രം" എടപ്പാളിൽ തന്നെ പ്രവർത്തിച്ചിരുന്ന "എടപ്പാൾ തിയേറ്റേഴ്സ്", "വള്ളുവനാട് അമൃത" എന്ന പേരിൽ പൊന്നാനിയിൽ പ്രവർത്തിച്ചിരുന്ന ഒരു ട്രൂപ്പ്, സേവ്യർ പുൽപ്പാട്ടിന്റെ "യൗവനങ്ങളുടെ നൊമ്പരം" എന്ന നാടകം അരങ്ങിലെത്തിച്ചിരുന്ന പന്താവൂരിലെ കലാസമിതി തുടങ്ങിയവയെല്ലാം എൺപതുകളിൽ പൊന്നാനി മേഖലയിലെ നാടക പ്രവർത്തനങ്ങളുടെ തുടർച്ച നിലനിർത്തി.

ഹരിദാസൻ, ഉണ്ണി എടപ്പാൾ, പപ്പൻ വാടകര, ബാലസുബ്രഹ്മണ്യൻ, ഡി.കെ. ഇന്ദിര, അപ്പു, ദാസൻ പള്ളിക്കര, പന്താവൂർ നാരായണൻ, താരു, സലാം പൊന്നാനി, കേശവൻ മാസ്റ്റർ, ലളിത, വി.വി. രാമകൃഷ്ണൻ, ഉദയഭാനു, ബിജു നായരങ്ങാടി, ഹരിമാസ്റ്റർ,

സി.എം.എസ്. ചാത്തൻ മാസ്റ്റർ തുടങ്ങിയവർ വിവിധ സമിതികളുടെ ഭാഗമായി പ്രവർത്തിച്ചുകൊണ്ടും ആധുനിക അമേച്വർ നാടകങ്ങളുടെ അവതരണങ്ങളിലൂടെയും നാടകരംഗത്തെ എൺപത്- തൊണ്ണൂറുക ളിൽ സജീവമാക്കിയിരുന്നു.

കവിയും പ്രഭാഷകനുമായ ആലംകോട് ലീലാകൃഷ്ണന്റെ നേതൃത്വ ത്തിൽ പ്രവർത്തിച്ചിരുന്ന "സത്യൻ സ്മാരക കലാസമിതി" മലബാർ മനോഹരൻ നേതൃത്വം കൊടുത്തിരുന്ന ഒരു ട്രൂപ്പ്, വിജയൻ, വാസുദേവൻ തുടങ്ങിയവരുടെ നേതൃത്വത്തിൽ പ്രവർത്തിച്ചിരുന്ന പൊറൂക്കരയിലെ "യാസ്പോ ക്ലബ്ബ്", തലമുണ്ടയിലെ "ടാസ്ക് കലാസമിതി" തുടങ്ങിയവ നാടകാവതരണത്തിൽ കാണിച്ച താത്പര്യം ഈ കാലഘട്ടത്തിൽ പൊന്നാനിയിലെ പ്രധാനപ്പെട്ട നാടക ചലനമായിരുന്നു.

തൊണ്ണൂറുകളിൽ നാടകരംഗത്ത് പൊന്നാനിയിൽ ഉണ്ടായ ഓർമ്മി ക്കപ്പെടുന്ന ഒരു സംഭവമായിരുന്നു നന്നമുക്കിൽ പ്രവർത്തിച്ചിരുന്ന "രാഗമാലിക"യുടെ "തലാക്ക്" എന്ന നാടകത്തിന്റെ അവതരണം. നാടകം മുന്നോട്ട് വെച്ച വിമർശനങ്ങളിൽ പ്രകോപിതരായ മുസ്ലിം യാഥാസ്ഥിതികർ നാടകാവതരണ സമയത്ത് സ്റ്റേജിൽ കയറി ആക്രമണം നടത്തി. നടന്മാരിൽ പലർക്കും പരിക്ക് പറ്റിയിട്ടും അവർ ധീരമായി ചെറുത്തുനിൽക്കുകയും നാടകം അവതരിപ്പിക്കുകയും ചെയ്തു. ശ്രീധരൻ വേളാട്ട്, വാസു, അശോകൻ, രാജൻ, സലാം പൊന്നാനി, ലളിത, നന്ദിനി, ടി.ആർ.ചന്ദ്രൻ, എ.കെ.മുഹമ്മദുണ്ണി തുടങ്ങിയവരാണ് "രാഗമാലിക"ക്ക് വേണ്ടി രംഗത്ത് വന്നിരുന്നത്.

മാധവൻ നായർ രചിച്ച "പണം" എന്ന നാടകം അദ്ദേഹത്തിന്റെ തന്നെ നേതൃത്വത്തിലുള്ള ഒരു സംഘവും ശ്രീമൂലനഗരം മോഹൻ രചിച്ച "സമാധി" എന്ന നാടകം "ടാക്സി"ന്റെ ആഭിമുഖ്യത്തിലും അരങ്ങിലെ ത്തിയത് തൊണ്ണൂറുകളിലായിരുന്നു. മാധവൻ നായരുടെ നേതൃത്വത്തി ലുള്ള സംഘം അദ്ദേഹത്തിന്റെ തന്നെ മറ്റുചില നാടകങ്ങളും അവതരി പ്പിച്ചിരുന്നു. രഘു, മുരളി തലമുണ്ട, രാധാകൃഷ്ണൻ, ഹരിപ്രസാദ്, ശോഭ തുടങ്ങിയവരായിരുന്നു "ടാസ്കി"ന് വേണ്ടി രംഗത്ത് വന്നിരുന്നത്.

തൊണ്ണൂറുകളുടെ അവസാനത്തിൽ പൊന്നാനിയിൽ നാടകരംഗ ത്ത് ഉണ്ടായ പുതുചലനമായിരുന്നു "പൊന്നാനി നാടകവേദി". 1997ൽ ഇടശ്ശേരിയുടെ നവതി ആചരണവുമായി ബന്ധപ്പെട്ട് "കൂട്ടുകൃഷി" എന്ന ഇടശ്ശേരിയുടെ നാടകം പുനരവതരണം നടത്തിയത് ഈ സമിതിയാണ്. വലിയ സ്വീകാര്യത കിട്ടിയ ഒരു പ്രവർത്തനമായിരുന്നു ഇത്. കേരളത്തി നകത്തും പുറത്തുമായി അറുപതോളം വേദികളിൽ ഈ സമിതി ആ

നാടകം അവതരിപ്പിച്ചു. കവി പി. പി. രാമചന്ദ്രൻ നേതൃത്വം കൊടുത്തിരുന്ന ഈ കൂട്ടായ്മയിൽ നരിപ്പറ്റ രാജുവിന്റെ സംവിധാനത്തിലായിരുന്നു "കൂട്ടുകൃഷി"ക്ക് പുതിയ രംഗഭാഷ്യം ഒരുക്കിയത്. വി.എം. ദീപ, ബീന, ശോഭന, ടി.പി. ശങ്കരൻ നമ്പൂതിരി, റിയാസ്, സാരഥി, സുരഭി, ശ്രീജ ആറങ്ങോട്ടുകര, എസ്സെൻ കുമരനല്ലൂർ, ഉണ്ണിക്ക, മാറഞ്ചേരി ശ്രീരാമൻ, പുഴമ്പ്ര ഉണ്ണികൃഷ്ണൻ, ഹരീഷ്, വി.വി. രാമകൃഷ്ണൻ, സോമൻ മാസ്റ്റർ, ജാഫർ കുറ്റിപ്പുറം, പി.എം. പ്രദീപ് (സംഗീതം), സക്കറിയ (അരങ്ങ്) തുടങ്ങിയവർ പൊന്നാനി നാടകവേദിക്ക് വേണ്ടി രംഗത്ത് വന്നിരുന്നു. "കൂട്ടുകൃഷി"ക്ക് ശേഷം തുപ്പേട്ടന്റെ "ചക്ക", 'മോഹന സുന്ദരപാലം" തുടങ്ങിയ നാടകങ്ങളും ഈ സമിതി അരങ്ങിലെത്തിച്ചിരുന്നു. അവയും ഒട്ടേറെ വേദികളിൽ അവതരിപ്പിക്കപ്പെട്ടു.

ഏഴ്

ഏറനാടിന്റെ അകം

ഏറനാടിന്റെ ആസ്ഥാനമായ മഞ്ചേരിയിലെയും പരിസരപ്രദേശങ്ങളിലെയും നാടക പ്രവർത്തനങ്ങളിൽ ഏറ്റവും പഴക്കമുള്ളതും തുടർച്ചയുണ്ടായിരുന്നതുമായ പ്രവർത്തനങ്ങൾ നടത്തിയിട്ടുള്ളത് തൃക്കലങ്ങോട് പഞ്ചായത്തിലെ കരിക്കാട് കലാസമിതി ആണ്. പി.എസ്. വാരിയരുടെ നേതൃത്വത്തിൽ കോട്ടക്കലെ പരമശിവവിലാസം നാടകക്കമ്പനി സജീവമായി പ്രവർത്തിച്ചിരുന്ന 1920കളിൽ തന്നെ കരിക്കാട്ട് നാടക പ്രവർത്തനങ്ങൾ തുടങ്ങിയിരുന്നു. മൂത്തേടത്ത് പാലശ്ശേരി നാരായണൻ നമ്പൂതിരിയുടെ നേതൃത്വത്തിൽ അക്കാലത്ത് രൂപംകൊണ്ട സംഘം പല സ്ഥലങ്ങളിലും പോയി നാടകം അവതരിപ്പിച്ചിരുന്നു. മഞ്ചേരി കൈതക്കൽ മനക്കൽ ചാത്രികൾ എന്ന പേരിലറിയപ്പെട്ടിരുന്ന നീലകണ്ഠൻ നമ്പൂതിരിപ്പാടായിരുന്നു ഈ ആദ്യസംഘത്തിലെ മറ്റൊരു പ്രമുഖൻ. അദ്ദേഹം മേയ്ക്കപ്പ്മാന്റെ ചുമതലയായിരുന്നു പ്രധാനമായും നിർവഹിച്ചിരുന്നത്. ഇദ്ദേഹം സിനിമയിലും പ്രവർത്തിക്കുകയുണ്ടായി.

കരിക്കാട്ടെ നാടകപ്രവർത്തനത്തിന്റെ ഈ ആദ്യകാല പഥികർക്കൊപ്പം പ്രവർത്തിക്കാൻ അവസരം കിട്ടിയ ഏറ്റവും പ്രായം കുറഞ്ഞവരിൽ ഒരാളായിരുന്നു നൊട്ടു ആശാൻ. 1918ൽ ജനിച്ച നൊട്ടുആശാൻ തന്റെ പതിമൂന്നാം വയസ്സിൽ 1931ൽ ആദ്യമായി അഭിനേതാവായി രംഗത്തെത്തി. പിന്നീട് കരിക്കാട്ടെയും മഞ്ചേരിയിലെയും പിൽക്കാല തലമുറകൾക്കൊപ്പം നാടകരംഗത്ത് നിന്ന നൊട്ടു ആശാൻ വിടവാങ്ങിയത് 1990കളിലാണ്.

“ഭക്തകുചേല”, “ഭഗവദ്ദൂത്”, “നളചരിതം”, “ദേവയാനി” തുടങ്ങിയ നാടകങ്ങൾ നാരായണൻ നമ്പൂതിരിയുടെ നേതൃത്വത്തിൽ രൂപം കൊണ്ട നാടകസംഘം 1920കളിലും 30കളിലുമായി ഒട്ടേറെ കേന്ദ്രങ്ങളിൽ അവതരിപ്പിച്ചു. എടക്കാട്ട് നാരായണൻ നായർ, വെളുത്തേടത്ത് വീട്ടിൽ അയ്യപ്പൻ മാസ്റ്റർ, മാധവൻ നായർ തുടങ്ങിയവർ നേതൃത്വം കൊടുത്തിരുന്ന ഈ സംഘത്തിൽ മിക്കവരും പുരോഗമന ആശയക്കാരുമായിരുന്നു. കരിക്കാട് ക്ഷേത്രത്തിലേക്ക് അന്ന് താഴ്ന്ന ജാതിയിൽപ്പെട്ടവർക്ക് പ്രവേശനമുണ്ടായിരുന്നില്ല. അതിനെതിരെ നടത്തിയ ക്ഷേത്രപ്രവേശന സമരത്തിന് നേതൃത്വം കൊടുക്കാൻ മണ്ണാൻ സമുദായ അംഗമായ നൊട്ടആശാന് ധൈര്യം കിട്ടിയത് നാടക സംഘത്തിലെ സഹപ്രവർത്തകരായ ഉയർന്ന ജാതിക്കാരിൽ നിന്നും കിട്ടിയ പിന്തുണകൊണ്ടു കൂടിയായിരുന്നു.

1920കളിൽ തന്നെ തുടക്കമിട്ട കരിക്കാട്ടെ നാടക ചലനങ്ങൾ ഏറിയും കുറഞ്ഞും തുടർച്ച നഷ്ടപ്പെടാത്ത രീതിയിൽ തന്നെ നിലനിന്നു. 1940കളുടെ അവസാനത്തിലും അമ്പതുകളിലുമായി കേരളമാകെ അലയടിച്ച നാടക തരംഗത്തിൽ കരിക്കാട് അടക്കമുള്ള മഞ്ചേരിയുടെ പരിസരപ്രദേശങ്ങളിൽ ഒട്ടേറെ നാടകസമിതികൾ സജീവമായി. കരിക്കാട്, മങ്കട, തൃപ്പനച്ചി, പുന്നപ്പാല, അരുകീഴായ, ചെങ്ങോട്ടിൽ, പുൽപ്പറ്റ തുടങ്ങിയ സ്ഥലങ്ങളിൽ പ്രവർത്തിച്ചിരുന്ന കലാസമിതികൾ മഞ്ചേരി കേന്ദ്രമാക്കി പ്രവർത്തിച്ചിരുന്ന ഏറനാട് താലൂക്ക് കേന്ദ്രകലാസമിതിയുടെ പ്രോത്സാഹനത്തോടെ, അഖില മലബാർ കേന്ദ്രകലാസമിതിയുടെ ആഭിമുഖ്യത്തിൽ നടത്തപ്പെട്ടിരുന്ന മത്സരങ്ങളിൽ കോഴിക്കോട് നാടകങ്ങൾ അവതരിപ്പിച്ചിരുന്നു.

പിൽക്കാലത്ത് മലയാളത്തിന്റെ നാടകാചാര്യനായി ഉയർന്ന കെ.ടി. മുഹമ്മദ് (1929-2008)ന്റെ നാടക പ്രവർത്തനങ്ങളുടെ കേന്ദ്രം കോഴിക്കോടായിരുന്നുവെങ്കിലും അദ്ദേഹത്തിന്റെ ജനനവും കലാപ്രവർത്തനങ്ങളുടെ തുടക്കവും ഏറനാടിന്റെ ആസ്ഥാനമായ മഞ്ചേരിയിലായിരുന്നു. സ്കൂൾ ജീവിതകാലത്ത് തന്നെ ഒരു നടൻ എന്ന നിലയിൽ പ്രശംസ നേടിയ വിദ്യാർത്ഥിയായിരുന്നു കെ.ടി. മുഹമ്മദ്.

കെ.ടി., ഉറൂബ്, പൊൻകുന്നം വർക്കി, സ്വാമി ബ്രഹ്മവ്രതൻ, കെ.പി. ഉമ്മർ തുടങ്ങിയവരുടെ സാമൂഹ്യനാടകങ്ങളാണ് ഈ സമിതികൾ കൂടുതലായും അവതരിപ്പിച്ചിരുന്നത്. “കറവറ്റ പശു”, “ഒരാൾക്കൂടി കള്ളനായി”, “മണ്ണും പെണ്ണും”, “പെണ്ണും മണ്ണും”, “രോഗികൾ”, “വമ്പത്തി നീയാണ് പെണ്ണ്”, “വെളിച്ചം വിളക്ക് അന്വേഷിക്കുന്നു”,

“കതിരുകാണാക്കിളി”, തുടങ്ങിയ ഒട്ടേറെ നാടകങ്ങൾ ഈ സമിതികൾ വ്യാപകമായി അരങ്ങേറ്റി. മഞ്ചേരിക്കടുത്ത വെള്ളിലയിലെ എ.പി. വാസു എഴുതിയ “ചെകിട്ടത്തടിച്ച കൈ” അടക്കമുള്ള നാടകങ്ങൾ അമ്പതുകളിൽ മങ്കട, വെള്ളില, പടിഞ്ഞാറ്റുമുറി, വള്ളിക്കാപ്പറ്റ പ്രദേശങ്ങളിലെ കലാസമിതി പ്രവർത്തകർ അരങ്ങേറ്റിയിരുന്നു.

വി.പി. ഭാസ്ക്കരൻ, എ.പി.വാസു, മാധവൻ മാസ്റ്റർ, കെ.പി.വല്ലഭൻ, ടി.പി. രാമചന്ദ്രമേനോൻ, ഇ.മൊയ്തീൻകുട്ടി ഹാജി, ശിവരാമൻ നായർ, പത്മനാഭൻനായർ, നാരായണൻനായർ, എ.കെ.കുമാരൻ നായർ, കെ.അച്യുതൻ, കെ. രാമൻനായർ, പി.കേശവ്ജി, പി.വി.കൃഷ്ണൻനായർ, നൊട്ടു ആശാൻ, പി.എൻ.കെ.മേനോൻ, വി.അയ്യപ്പൻ, അച്യുതവാര്യർ, പി.ഭാസ്ക്കരൻനായർ, വിജയകുമാർ, പ്രഭാകരൻ നായർ തുടങ്ങിയവരായിരുന്നു വിവിധ കലാസമിതികളിലായി പ്രവർത്തിച്ചിരുന്ന അക്കാലത്തെ നാടകപ്രവർത്തകരിൽ പ്രമുഖർ.

മലബാർ കേന്ദ്രകലാസമിതി, അതിന് കീഴെ ഏറനാട് താലൂക്ക് കേന്ദ്രകലാസമിതി , അതിനും കീഴിൽ ഗ്രാമീണ കലാസമിതികൾ എന്നമട്ടിലുള്ള സംഘടിതമായ പ്രവർത്തനങ്ങൾ നിലച്ചുപോയെങ്കിലും എൺപത് തൊണ്ണൂറ് കാലഘട്ടം വരെ മഞ്ചേരിയിലെ നാടകപ്രവർത്തനങ്ങൾ ചില ചെറിയ ഇടവേളകൾ ഉണ്ടായിരുന്നുവെങ്കിലും ഏതാണ്ടൊരു തുടർച്ചയോടെ നിലനിന്നു. ഓണത്തിനും വിഷുവിനും വായനശാല-സ്കൂൾ വാർഷികങ്ങളിലും ഒരു നാടകം അരങ്ങേറ്റുക തുടങ്ങിയ ശീലങ്ങൾ പല സംഘങ്ങളും വളരെകാലം നിലനിർത്തി.

അമ്പതുകളിൽ തന്നെ പ്രവർത്തിച്ചു തുടങ്ങിയിരുന്ന “ശാന്തി ആർട്സ്” മഞ്ചേരി കേന്ദ്രീകരിച്ച് നിലനിന്നിരുന്ന ശ്രദ്ധേയമായ ഒരു നാടകക്കൂട്ടായ്മയായിരുന്നു. കെ.ടി.യുടെയും സി.എൽ. ജോസിന്റെയും നാടകങ്ങൾ ശാന്തി ആർട്സ് അവതരിപ്പിച്ചിരുന്നു. കല്ലായി അബൂബക്കർ രചിച്ച “ബാപ്പ കാത്തിരുന്നില്ല” എന്ന നാടകം ശാന്തി ആർട്സിന്റെ ശ്രദ്ധിക്കപ്പെട്ട ഒരു നാടകമായിരുന്നു. “അണക്കെട്ട്”, “കൂട്ടുകൃഷി”, “അഗ്നിപർവ്വതം” തുടങ്ങിയ നാടകങ്ങളും ശാന്തി ആർട്സ് അരങ്ങേറ്റിയിരുന്നു.

ശാന്തി ആർട്സ് സജീവമാകുന്നതിന് മുമ്പ് തന്നെ ഓരോ വർഷവും ഒരു നാടകമെങ്കിലും പരിശീലനം നടത്തി അരങ്ങത്തെത്തിച്ചിരുന്നു അരുകീഴായ ഗ്രാമസേവസമിതിയുടെ പ്രവർത്തകർ. ഇതിലെ പ്രവർത്തകരും കമ്യൂണിസ്റ്റ് പാർട്ടി പ്രവർത്തകരും ചേർന്ന് പാർട്ടിയുടെ തെരഞ്ഞെടുപ്പ് പ്രചരണാർത്ഥം അവതരിപ്പിച്ചിരുന്ന “മർദ്ദകരേ

വഴിമാറ്റ" എന്ന നാടകം ഒട്ടേറെ വേദികളിൽ അവതരിപ്പിച്ചിരുന്നു. ശാന്തി ആർട്സ് സജീവമായതോടെ അരുകീഴായ ഗ്രാമസേവാസമിതിയിലെ മിക്കവാറും പ്രവർത്തകരും ശാന്തി ആർട്സിന്റെയും പ്രവർത്തകരായി മാറി.

പി.എൻ.കെ. മേനോൻ, വി.അയ്യപ്പൻ, അച്യുതവാര്യർ, പി.ഭാസ്കരൻ നായർ, പ്രഭാകരൻ നായർ, വിജയകുമാർ, കെ.യു. കേശവൻ നായർ, പി.ഒ. അബ്രഹാം, കെ.എസ്.വില്യം, തോരപ്പ അഹമ്മദ്, പി.എം. ആർട്സ് അബു, പി.അയ്യപ്പൻ മുള്ളമ്പാറ, സി. വിശ്വൻ, മൊയ്തീൻകുട്ടി എന്ന ഖാൻ തുടങ്ങിയവർ വിവിധ ഘട്ടങ്ങളിൽ "ശാന്തി ആർട്സു"മായി ചേർന്ന് പ്രവർത്തിച്ചിരുന്നു. അറുപതുകളുടെ അവസാനത്തോടെ ശാന്തി ആർട്സ് പ്രവർത്തനം നിന്നു. പിന്നീട് പ്യാരി മുഹമ്മദ് മുൻകയ്യെടുത്ത് "പ്രീതി ആർട്സ്" എന്ന പേരിൽ ഒരു സമിതി രൂപീകരിച്ച് അല്പകാലംകൂടി ഈ കൂട്ടായ്മ പ്രവർത്തിച്ചിരുന്നു. നിലമ്പൂർ ആയിഷ, തൃശ്ശൂർ ഫിലോമിന, വിയ്യൂർ കൃഷ്ണവേണി, പരിയാപുരം മേരി, കോഴിക്കോട് വിലാസിനി, തൃശ്ശൂർ എൽസി തുടങ്ങിയവർ ആർട്ടിസ്റ്റുകളായി "ശാന്തി ആർട്സിൽ" വന്നിരുന്നു. മഞ്ചേരിക്കടുത്ത മുള്ളമ്പാറ കേന്ദ്രമായി അറുപതുകളിൽ സജീവമായിരുന്ന "നവോദയ കലാസമിതി"യും കുറെയേറെ നാടകങ്ങൾ അവതരിപ്പിച്ചിരുന്നു. അയ്യപ്പൻ വടക്കയിൽ, ഇ.കെ. വിജയൻ, വിജയകുമാർ അരുകീഴായ, മൊയ്തീൻകുട്ടി, കുട്ടപ്പൻ കെ.കെ., എൻ.ടി.അബ്ദുൽ റഹ്മാൻ തുടങ്ങിയവരായിരുന്നു പ്രധാന പ്രവർത്തകരും അഭിനേതാക്കളും.

പ്രീതി മ്യൂസിക് ക്ലബ്ബിന്റെ നേതൃത്വത്തിൽ രൂപംകൊണ്ട പ്രീതി ആർട്സ് നാടക പ്രവർത്തനങ്ങളിൽ സജീവമായത് എഴുപതുകളിലാണ്. സിവിക് ചന്ദ്രന്റെ "താമ്രപത്രം", പി.എം. ശങ്കര നാരായണന്റെ "ശ്വേതാശ്വങ്ങൾ", ജയകൃഷ്ണന്റെ "വാക്യം" എന്നീ നാടകങ്ങൾ അവതരിപ്പിച്ചതും ഈ സമിതിയാണ്. ശാന്തി ആർട്സിൽ പ്രവർത്തിച്ച കലാകൃത്തുക്കൾക്കൊപ്പം ചെമ്പ്രശ്ശേരിയിൽ നിന്നുള്ള പി.എം. ശങ്കര നാരായണൻ, എം.എൻ. നമ്പൂതിരിപ്പാട് എന്നിവരും ഈ കൂട്ടായ്മയിൽ ചേർന്നിരുന്നു.

1970ൽ രൂപീകരിക്കപ്പെട്ട മഞ്ചേരിയിലെ "റെഡ്സ്റ്റാർ തിയേറ്റേഴ്സ് നറുകര" കുറെ നാടകങ്ങൾ അവതരിപ്പിച്ചു. നാടക രചനയും സംവിധാനവും നിർവഹിച്ചിരുന്നത് വിക്രമൻ നറുകര ആയിരുന്നു. "പടയോട്ടം", "ടൈംബോംബ്", "തൂക്കമരങ്ങളേ മാറൂ" എന്നിവയായിരുന്നു പ്രധാന നാടകങ്ങൾ. "ടൈംബോംബിന്" പല സ്ഥലത്തും മത്സരങ്ങളിൽ ഒന്നാംസ്ഥാനം കിട്ടിയിരുന്നു.

വാസുവൈദ്യർ.കെ., കെ.പി. രാവുണ്ണി, വി.വിജയകുമാർ, ഇ. ദാമോദരൻ, പി.ശിവശങ്കരൻ, സി.സുകുമാരൻ, സി.ഉസ്മാൻ, വി.കെ. സുന്ദരൻ, കുഞ്ഞൻ എ.പി., കോയ എ.പി., അബൂബക്കർ പി., ജോസ്മേരി ദാസ്, ജോസ്മാസ്റ്റർ, ലത്തീഫ്, നറുകര ഉണ്ണി, പ്രഭാകരൻ നറുകര, എൻ. രാധാകൃഷ്ണൻ, സ്കറിയ മാസ്റ്റർ, ആനിയമ്മ ജോസ്, സരോജിനി, കൃഷ്ണൻ മുള്ളമ്പാറ, ഓമന വേലായുധൻകുട്ടി മഞ്ചേരി, ശങ്കരൻ വണ്ടൂർ, ശിവരാമൻ.കെ., സുരേഷ്, അനീഷ് തുടങ്ങിയവർ "റെഡ്സ്റ്റാർ നറുകര"ക്ക് വേണ്ടി പ്രവർത്തിച്ചിരുന്നു.

മുള്ളമ്പാറയിൽ അറുപതുകളിൽ സജീവമായിരുന്ന നവോദയ കലാസമിതിയുടെ പ്രവർത്തനങ്ങൾ പിൽക്കാലത്ത് നിന്ന് പോയി. എൺപതുകളിൽ മുള്ളമ്പാറയിലെ നാടകരംഗം വീണ്ടും സജീവമായി. "രംഗഭൂമി തിയേറ്റേഴ്സ്" എന്ന മുള്ളമ്പാറ കേന്ദ്രീകരിച്ച് രൂപീകരിക്കപ്പെട്ട സമിതി കുറെ നാടകങ്ങൾ അവതരിപ്പിച്ചു. അഭിനേതാവും, ഗാനരചയിതാവും സംവിധായകനുമായി പ്രവർത്തിച്ചിരുന്ന രാമു മുള്ളമ്പാറയുടെ "പുതുവെട്ടം", "ഉണർത്തുപാട്ട്", "ചമയം", "പുനർജനി" എന്നീ നാടകങ്ങൾ അവതരിപ്പിച്ചത് ഈ സംഘമായിരുന്നു.

വി.ടി.സ്കറിയ, കൃഷ്ണൻമാസ്റ്റർ, പത്മനാഭൻ എന്ന പപ്പേട്ടൻ, കെ.ആർ. ഷൈൻ, പ്രിൻസി ശിവരാമൻ, കെ. ഹമീദ്, ഷാ കുളിയാടൻ എന്ന അയ്യപ്പറം മൊയ്തീൻ, നിലമ്പൂർ സീനത്ത്, നിലമ്പൂർ ഹഫ്സത്ത് തുടങ്ങിയവർ അഭിനേതാക്കളായിരുന്നു. വിപിൻ, ജനു മുള്ളമ്പാറ, പി.എൻ. കേശവൻ തുടങ്ങിയവരായിരുന്നു അണിയറ പ്രവർത്തകർ.

മറ്റു ജില്ലകളിൽ നിന്നുള്ള പ്രൊഫഷണൽ നാടകങ്ങളുടെ അവതരണമല്ലാതെ കാര്യമായ നാടകപ്രവർത്തനങ്ങളൊന്നുംതന്നെ നടക്കാത്ത അവസ്ഥയിലേക്ക് തൊണ്ണൂറുകളോടെ മഞ്ചേരിയിലെ നാടകരംഗം ചുരുങ്ങിയപ്പോൾ പുരോഗമന കലാസാഹിത്യസംഘം മുൻകയ്യെടുത്ത് രൂപീകരിച്ച നാടകസംഘമായിരുന്നു "സംഘവേദി", ഇ.കെ. അയമുവിന്റെ "ജ്ജ് നല്ലൊര് മന്സനാകാൻ നോക്ക്" പുനരവതരിപ്പിച്ച സംഘവേദി ആ നാടകം 33 വേദികളിൽ അവതരിപ്പിച്ചു. തുടർന്ന് എ.പി. വാസുവിന്റെ "പ്രതിചരായ" എന്ന നാടകവും പുനരവതരണം നടത്തി.

മുള്ളമ്പാറയിൽ മുമ്പ് പ്രവർത്തിച്ചിരുന്ന "നവോദയ", "രംഗഭൂമി" എന്നീ സമിതികളുടെ പ്രവർത്തകരും "സംഘവേദി തിയേറ്റേഴ്സി"ന് വേണ്ടി രംഗത്ത് വന്നു. രാമു മുള്ളമ്പാറ, ശ്യാം പ്രകാശ്, വി.ടി. സ്കറിയ, വിക്രമൻ നറുകര, ദാമോദരൻ നറുകര, മാളിയേക്കൽ മുഹമ്മദലി, മേലാക്കം രാധാകൃഷ്ണൻ, മംഗലശ്ശേരി മുഹമ്മദ്, ബാബു മുള്ളമ്പാറ,

കൃഷ്ണൻ മാസ്റ്റർ, ബൾക്കീസ്, നിലമ്പൂർ ഹഫ്സത്ത്, സുഹ്റ അരീക്കോട്, അയ്യപ്പൻ വടക്കയിൽ, ഗോപി, വിജയകുമാർ അരുകീഴായ, നാസർ ചന്തക്കുന്ന്, കുളിയോടൻ മൊയ്തീൻ തുടങ്ങിയവരായിരുന്നു അഭിനേതാക്കൾ. പി.എൻ.കേശവനായിരുന്നു നാടക സംവിധായകൻ. വിപിൻ, ജനു മഞ്ചേരി, കൃഷ്ണൻ നമ്പൂതിരി, കല്ലായി ഷൗക്കത്ത്, ശിവകുമാർ ചുറ്റാനിക്കാട്, പ്രൊഫ. എ.എൻ.ശിവരാമൻനായർ, ശശി മാസ്റ്റർ തുടങ്ങിയവർ അണിയറ പ്രവർത്തകരായിരുന്നു. കല്ലായി അബൂബക്കർ, എ.പി.വാസു, ടി.കെ. ഹംസ, പ്രൊഫ. എ. എൻ. ശിവരാമൻ നായർ തുടങ്ങിയവരുടെ പ്രോത്സാഹനവും മാർഗ്ഗനിർദ്ദേശങ്ങളും അനുസരിച്ച് പ്രവർത്തിച്ച "സംഘവേദി"ക്ക് മഞ്ചേരിയിലെ അമേച്വർ നാടകരംഗത്തെ അല്പകാലം കൂടി സജീവമാക്കി നിർത്താൻ സാധിച്ചു.

അമ്പതുകളിൽ തന്നെ തുടങ്ങുകയും മങ്കട വായനശാലയോടനുബന്ധിച്ച് പ്രവർത്തിക്കുകയും ചെയ്തിരുന്ന മങ്കട കലാസമിതി വി.എം. കൊച്ചുണ്ണിമാസ്റ്ററുടെ കുറെ നാടകങ്ങൾ എഴുപതുകൾ തൊട്ട് എൺപതുകൾ വരെ നീണ്ട കാലയളവിനുള്ളിൽ അരങ്ങിൽ എത്തിച്ചു. "ബലിയാടുകൾ", "മരുപ്പച്ച", "കണ്ണുകൾ", "ദൂരം", "ആട്ടം മുട്ടിയാൽ കൊട്ടത്തളത്തിൽ", "കടിച്ചതും പിടിച്ചതും പോയി" തുടങ്ങിയ നാടകങ്ങളാണ് മങ്കട കലാസമിതി അവതരിപ്പിച്ചത്. കെ.അഹമ്മദലി മാസ്റ്റർ, വി.എം. കൊച്ചുണ്ണി, കെ. രാമചന്ദ്രൻ, കമാൽ അഹമ്മദ്, ഡോ.എ. മുഹമ്മദ്, കുറുപ്പൻ, താപ്പൻ, ആലങ്ങാടൻ ഹംസ തുടങ്ങിയവരായിരുന്നു അഭിനേതാക്കളും അണിയറ പ്രവർത്തകരുമായി പ്രവർത്തിച്ചിരുന്നവരിൽ പ്രധാനികൾ.

നാടകപ്രവർത്തകൻ, രാഷ്ട്രീയ പ്രവർത്തകൻ എന്നീ നിലകളിൽ ശ്രദ്ധേയനായിരുന്ന എ.പി.വാസുവിന്റെ വിവിധ നാടകങ്ങൾ വിവിധ കലാസമിതികൾ വ്യത്യസ്ത കാലത്തായി അവതരിപ്പിച്ചിരുന്നു. ആദ്യകാല നാടകം "ചെകിട്ടത്തടിച്ച കൈ" അരങ്ങിലെത്തിച്ചത് തൃപ്പനച്ചി കലാസമിതിയായിരുന്നു. എഴുപതുകളിൽ അദ്ദേഹത്തിന്റെ "പ്രതിഛായ" എന്ന നാടകം മഞ്ചേരിയിലെ കുറെ ദേശാഭിമാനി സ്റ്റഡിസർക്കിൾ പ്രവർത്തകർ ചേർന്നാണ് അരങ്ങിൽ അവതരിപ്പിച്ചത്. 1981-ൽ എ.പി. വാസു പുസ്തകമാക്കി ഇറക്കിയ "ഐ വിറ്റ്നസ്" എന്ന നാടകം സ്റ്റേജിൽ അവതരിപ്പിച്ചിരുന്നത് വെള്ളില വായനശാലയോനുബന്ധിച്ച് പ്രവർത്തിച്ചിരുന്ന കലാസമിതിയായിരുന്നു. 1985ൽ എഴുതിയ "പുലരിത്തുടുപ്പ്" എന്ന ലഘുനാടകം അരീക്കോട്ടെ കുറെ നാടകപ്രവർത്തകർ മുൻകയ്യെടുത്താണ് സ്റ്റേജ് ചെയ്തത്. എൺപതുകളിൽ തന്നെ എ.പി.

വാസുവിന്റെ മറ്റൊരു നാടകമായ "കലങ്ങി മറിയുന്ന കടൽ" അരങ്ങിൽ എത്തിയത് പുൽപ്പറ്റ കലാസമിതിയുടെ ആഭിമുഖ്യത്തിലായിരുന്നു.

1920കൾ തൊട്ട് നാടകപ്രവർത്തനങ്ങൾക്ക് തുടക്കമിട്ട കരിക്കാട് അമ്പതുകളിൽ രൂപം കൊണ്ട് "കരിക്കാട് കലാസമിതി" ഇപ്പോഴും വർഷത്തിൽ ഒരു നാടകമെങ്കിലും അവതരിപ്പിക്കുന്നതിൽ പതിവ് തെറ്റിക്കാതെ നാടകബന്ധത്തിന്റെ തുടർച്ച അവകാശപ്പെടാവുന്ന ഒരു സമിതിയാണ് മൂന്ന് നാല് തലമുറകളിൽപെട്ട പ്രവർത്തകരുടെ ഒരു നിരയാണ് സമിതിയെ പതിറ്റാണ്ടുകളായി ചലനാത്മകമാക്കുന്നത്. വി.എൻ.കരിക്കാട്, ശാസ്ത്രശർമ്മൻ കരിക്കാട്, കെ.ആർ.കെ. എമ്പ്രാന്തിരി, നൊട്ടു ആശാൻ, എം.പി.കേശവൻ നമ്പൂതിരി, പി. നാരായണൻ, വാസുനായർ, ഒ.ജി.നിലമ്പൂർ, രാമൻ നായർ, മുതുകാട് കൃഷ്ണൻനായർ, നാരായണൻനമ്പൂതിരി, കോട്ടോലബാലൻനായർ, മരനാട്ട് നാരായണൻ നമ്പൂതിരിപ്പാട്, പി.കെ.ദേവൻ മാസ്റ്റർ, സി.വി. ഗോവിന്ദൻ നമ്പൂതിരി എന്ന ഗോപിയേട്ടൻ, രാമചന്ദ്രൻ വെള്ളോടി, കുന്നപ്പള്ളി ജനാർദ്ദനൻ, കുന്നപ്പള്ളി ഗോപാലകൃഷ്ണൻ, പി.എൻ.രാജൻ, കുഴിക്കാട്ടിൽ രവി, സത്യവതി, ജയശ്രീ വി.കെ, മോഹൻദാസ്, മനോജ്, സാജി, മധു, അനിൽബാബു, എം.പി. ഉണ്ണികൃഷ്ണൻ നമ്പൂതിരി, പ്രതീഷ്, പി.കെ.എസ്.ആനന്ദ്, ജയനാരായണൻ ഇങ്ങിനെ അഭിനേതാക്കളും പ്രവർത്തകരുമായി വിവിധ കാലങ്ങളിൽ കരിക്കാട് കലാസമിതിയെ സജീവമാക്കി നിർത്തിയവരുടെ നിര നീണ്ടുകിടക്കുന്നു. കരിക്കാട് കലാസമിതിക്കും വായനശാലക്കും നമ്പൂതിരി നവോത്ഥാന പ്രസ്ഥാനമായ യോഗക്ഷേമസഭയുടെ പാരമ്പര്യം അവകാശപ്പെടാനുണ്ട്. മുപ്പതുകളിൽ നമ്പൂതിരി വിദ്യാലയം സ്ഥാപിച്ച സഭാശാഖയായിരുന്നു അത്.

മഞ്ചേരിക്കടുത്ത എളങ്കൂർ സ്വദേശി പി.കെ. ദേവൻ ഏറനാട്ടിൽ നിന്നുള്ള ശ്രദ്ധേയനായ നാടകകൃത്താണ്. തുഞ്ചത്തെഴുത്തച്ഛനെ കുറിച്ചുള്ള "പ്രജാപതി"യാണ് പി.കെ. ദേവന്റെ പ്രഥമ രചന. 1985ൽ തുഞ്ചൻ സ്മാരക ട്രസ്റ്റും, 1986ൽ എഫ്.എ.സി.ടി.യും നടത്തിയ അഖില കേരള നാടക മത്സരങ്ങളിൽ ഒന്നാം സമ്മാനം പ്രജാപതിക്കായിരുന്നു. "പരുഷപുരാണം", "അടിമകൾക്ക് ഒരു പുരാവൃത്തം", "അമ്മ കരയരുത്", "ഇടത്ത്പുറത്തപ്പൻ", "സംഘനൃത്തം", "അമ്പതുകളിലെ കയ്യെഴുത്തു പ്രതി", "ആറ്റുകര തോറ്റം", "ആദിചേര പെരുമാൾ", "പെരുങ്കളിയാട്ടം", "പഴമയുടെ പാട്ട്" തുടങ്ങിയ ഒട്ടേറെ നാടകങ്ങളുടെ കർത്താവാണ് പി.കെ. ദേവൻ. 1995ൽ കേരള സംഗീത നാടക അക്കാദമിയുടെ അമേച്വർ നാടകമത്സരത്തിൽ ഒന്നാംസ്ഥാനം പി.കെ.ദേവന്റെ "അമ്മ

കരയരുത്" നേടി. വിദ്യാർത്ഥിയായിരിക്കുമ്പോൾ തന്നെ നാടക രചനയിലേക്ക് കടന്ന പി.കെ ദേവൻ രചിച്ച ഒട്ടേറെ ഏകാങ്കങ്ങൾ സ്കൂൾതല മത്സരങ്ങളിൽ സമ്മാനാർഹമായി. കരിക്കാട്, എളങ്കൂർ, വണ്ടൂർ, ചെമ്പശ്ശേരി തുടങ്ങിയ ഒട്ടേറെ സ്ഥലങ്ങളിലെ കലാസമിതികൾ പി.കെ. ദേവന്റെ നാടകങ്ങൾ രംഗത്ത് അവതരിപ്പിച്ചിരുന്നു. എം. എൻ. നമ്പൂതിരിപ്പാട്, പി.എസ്. ശങ്കരനാരായണൻ, പി.എൻ. രാജൻ എന്നീ അഭിനേതാക്കൾ പി.കെ. ദേവന്റെ കഥാപാത്രങ്ങളെ ജനമനസ്സുകളിൽ പതിച്ചുനിർത്തി. പി.എൻ. രാജൻ എന്ന നടനും, എം. വിനോദ് എന്ന സംവിധായകനും 1995ലെ സംഗീത നാടക അക്കാദമി പുരസ്കാര ത്തിന് അർഹത നേടിയത് പി.കെ. ദേവന്റെ "അമ്മ കരയരുത്" എന്ന നാടകത്തിലൂടെയാണ്.

കിഴക്കനേറനാട്ടിലെ ചെമ്പ്രശ്ശേരിയിൽ 1960കളിൽ സജീവമായി രുന്ന സമിതിയാണ് ചെമ്പ്രശ്ശേരി കലാസമിതി. പി.എം. ശങ്കരനാരാ യണന്റെ "ത്രിപുട", സി.എൻ. ശ്രീകണ്ഠൻനായരുടെ "കാഞ്ചന സീത", തോപ്പിൽ ഭാസിയുടെ "മുടിയനായ പുത്രൻ", പൊൻകുന്നം വർക്കിയുടെ "വിശറിക്ക് കാറ്റുവേണ്ട", വിക്രമൻ നായരുടെ "പരീക്ഷ", പി.എ. വാര്യരുടെ "ചവിട്ടിക്കുഴച്ച മണ്ണ്", സോഫാക്ലിസിന്റെ "ആന്റിഗണി" എന്നിവയും "യത്തീം" എന്ന മറ്റൊരു നാടകവും ഈ സമിതി അവത രിപ്പിച്ചിരുന്നു. രണ്ട് വർഷം നാടകമത്സരങ്ങൾ സംഘടിപ്പിച്ച ചെമ്പ്ര ശ്ശേരി കലാസമിതി തൊട്ടടുത്ത കലാസമിതികളെ കൂടി സഹകരിപ്പിച്ച് കൊണ്ട് "യുണൈറ്റഡ് ആർട്സ് ക്ലബ്ബ്" എന്ന ഒരു സംയുക്ത സമിതി ഉണ്ടാക്കാനും മുൻകൈ എടുത്തു. എസ്.എൽ. പുരത്തിന്റെ "കാക്കപ്പൊ ന്ന്" എന്ന നാടകം യുണൈറ്റഡ് ആർട്സ് ക്ലബ്ബിന്റെ ആഭിമുഖ്യത്തി ലാണ് അവതരിപ്പിച്ചിരുന്നത്. എം.എൻ. നമ്പൂതിരിപ്പാട്, പി.എം. ശങ്ക രനാരായണൻ, ശിവരാമൻ നായർ തുടങ്ങിയവരായിരുന്നു ചെമ്പ്രശ്ശേരി കലാസമിതിക്ക് നേതൃത്വം കൊടുത്തിരുന്നവരിൽ പ്രധാനികൾ.

കൊണ്ടോട്ടിയിലെ കലാതൽപരരുടെ പഴക്കമുള്ള നാടക ഓർമ്മ സ്വാതന്ത്ര്യത്തിനും മുമ്പ് അത്തം പള്ളിയാളിയിൽ നടന്ന ദേശാഭിമാനി മേളയോടനുബന്ധിച്ച് നാടകം കളിച്ചതാണ്. കമ്പളത്ത് ഗോവിന്ദൻ നായർ, അച്യുതമേനോക്കി, എടക്കോട്ട് കുട്ടിരായിൻ തുടങ്ങിയവർ അതിൽ പങ്കെടുത്തിരുന്നു. പോലീസിനെ വിമർശിച്ചുകൊണ്ടുള്ള ഈ നാടകത്തിൽ അഭിനയിച്ച അച്യുതമേനോക്കി പിന്നീട് പോലീസ് മർദ്ദനം കാരണമാണ് മരണപ്പെട്ടത്. ബീഡിത്തൊഴിലാളികളും ബീഡിക്കമ്പനി നടത്തിപ്പുകാരുമായിരുന്ന കൊണ്ടോട്ടിയിലെ

ആദ്യകാല നാടകപ്രവർത്തകർ. 1957ലെ തെരഞ്ഞെടുപ്പ് പ്രചരണത്തിന്റെ ഭാഗമായി ഇ.കെ. അയമുവിന്റെ "ജ്ജ് നല്ലൊരു മനുസനാകാൻ നോക്ക്" കൊണ്ടോട്ടിയിൽ അവതരിപ്പിച്ചിരുന്നു. ഗോപുണ്ണി വൈദ്യർ (നീറാട്) രചനയും സംവിധാനവും നിർവഹിച്ച "കണക്കപ്പിള്ള" എന്നൊരു നാടകവും അക്കാലത്ത് അവതരിപ്പിച്ചിരുന്നു. കൊടമ്പാടൻ ബിച്ചിക്കോയ, കാഞ്ഞിരത്തൊടി മൂസ്സ, ബാർബർ മോന്തീൻകോയ, കിളിനാടൻ മൊയ്തീൻകുട്ടി, പാറക്കൽ ഇബ്രാഹിം, കോണിയകത്ത് അബൂബക്കർ എന്നിവർ "കണക്കപ്പിള്ള"യിൽ അഭിനയിച്ചിരുന്നു.

കൊണ്ടോട്ടിയിലും പരിസരപ്രദേശങ്ങളിലും നാടകപ്രവർത്തനങ്ങൾ സജീവമായത് അമ്പതുകളിൽ തന്നെയായിരുന്നു.കെ.ടി. മുഹമ്മദ് സാലിഹ് തങ്ങളായിരുന്നു ഈ ആദ്യചലനങ്ങൾക്ക് നേതൃത്വം കൊടുത്തിരുന്നത്. അദ്ദേഹം തന്നെ രചിക്കുകയും നേതൃത്വം കൊടുത്ത് അവതരിപ്പിക്കുകയും ചെയ്ത "കൂലിക്കാരന്റെ പെരുന്നാൾ" എന്ന നാടകം മുന്നോട്ട് വെച്ച പുരോഗമന ആശയങ്ങൾ യാഥാസ്ഥിതികരെ അസ്വസ്ഥരാക്കി. അവർ നാടക സംഘാംഗങ്ങളെ പള്ളിയിൽ നിന്നും പുറത്താക്കൽ തുടങ്ങിയ ശിക്ഷകൾ കൊണ്ടാണ് നേരിട്ടത്. മധുവായ് മോയിൻകുട്ടി, പള്ളിയാളി മുഹമ്മദ്കുട്ടി, എടക്കോട്ട് കുട്ടിരായിൻ തുടങ്ങിയവരായിരുന്നു സാലിഹ് തങ്ങളുടെ നാടക സംഘത്തിൽ ഉണ്ടായിരുന്നവരിൽ പ്രധാനപ്പെട്ടവർ. വടക്കേങ്ങര കുഞ്ഞുട്ടി രചിച്ച "ജീവിതഗതി" എന്നൊരു നാടകവും ഈ കൂട്ടായ്മ അവതരിപ്പിച്ചിരുന്നു. തോട്ടശ്ശേരി മമ്മദ്കുട്ടിയായിരുന്നു ഇതിലെ ഗാനങ്ങൾ രചിച്ചത്. അറുപതുകളുടെ പകുതിയോടെ ഈ സംഘത്തിന്റെ പ്രവർത്തനം നിലച്ചു.

അറുപതുകളുടെ അവസാനത്തിൽ രൂപംകൊണ്ട ദേശീയ കലാസമിതിയും, യുവജന ആർട്സ് ആന്റ് സ്പോർട്സ് ക്ലബ്ബും കൊണ്ടോട്ടിയിലെ നാടകപ്രവർത്തനങ്ങളെ വീണ്ടും സജീവമാക്കി. തഹസിൽദാർ കെ.വി. ഗോപാലൻ, തെയ്യുട്ടി തുടങ്ങിയവരുടെ നേതൃത്വത്തിൽ പ്രവർത്തിച്ചിരുന്ന ദേശീയ കലാസമിതി ടൈലർ തെയ്യുട്ടി രചിച്ച ഒരു നാടകവും പി.എൻ.എം. ആലിക്കോയ എഴുതിയ "തറവാട്ടും മടിശ്ശീലയും" എന്ന മറ്റൊരു നാടകവും കുറെ വേദികളിൽ അവതരിപ്പിച്ചു. യുവജന ആർട്സ് ആന്റ് സ്പോർട്സ് ക്ലബ്ബിന്റെ ആഭിമുഖ്യത്തിൽ "വമ്പത്തി നീയാണ് പെണ്ണ്", "അത്ഞ്ഞി നടക്കൂല" തുടങ്ങിയ കുറെ നാടകങ്ങൾ അരങ്ങിൽ എത്തി. കൊടമ്പാടൻ ബിച്ചിക്കോയ, ടി.എ. അബ്ദുള്ളക്കോയ, കെ.പി. മൊയ്തീൻകുട്ടി, ചെമ്പൻ മൊയ്തീൻ, കലങ്ങോടൻ ആലിക്കുട്ടി മാസ്റ്റർ, ചുണ്ടക്കാടൻ അബൂബക്കർ കുട്ടി, കളത്തിങ്ങൽ മൊയ്തീൻകുട്ടി

(ആംഗ്ലോഇന്ത്യൻ), ചേനങ്ങാടൻ ഹസ്സൻകുട്ടി, പാണാളി റഹീം, കെ.ടി. മൂസ്സ, കോണിയകത്ത് അബൂബക്കർ, മോല്യാർ ഹസ്സൻ, പറക്കുത്ത് മമ്മദ്കുട്ടി, വെണ്ണേക്കോടൻ അബ്ദുള്ളക്കുട്ടി, കൊടക്കാടൻ മുഹമ്മദ്, കൊടവണ്ടി മമ്മദീശ തുടങ്ങിയവരായിരുന്നു ഈ കൂട്ടായ്മയിൽ ഉണ്ടാ യിരുന്നത്. ഈ കാലത്ത് തന്നെയാണ് വി.എം. കുട്ടി, പള്ളിയാളി മുഹമ്മദ്മാസ്റ്റർ തുടങ്ങിയവരുടെ നേതൃത്വത്തിൽ പുളിക്കൽപോലുള്ള സമീപ പ്രദേശങ്ങളിലും നാടകപ്രവർത്തനങ്ങൾ ഊർജ്ജിതമായത്.

കമ്മ്യൂണിസ്റ്റ് പാർട്ടിയുടെ അനുഭാവികളും പ്രവർത്തകരുമായിരുന്നു നല്ലൊരുഭാഗം നാടക പ്രവർത്തകർ. അതിനാൽ 1964ൽ കമ്മ്യൂണിസ്റ്റ് പാർട്ടിയിലെ പിളർപ്പ് കൊണ്ടോട്ടിയുടെ നാടകരംഗത്തെയും ബാധിച്ചു. നാടക പ്രവർത്തനങ്ങളുടെ കേന്ദ്രം കൊണ്ടോട്ടിയിൽ നിന്നും നെടിയിരു പ്പ്, തുറക്കൽ ഭാഗങ്ങളിലേക്ക് മാറി. പാർട്ടി പ്രവർത്തകൻ കൂടിയായി രുന്ന കോണിയകത്ത് അബൂബക്കറിന്റെ നേതൃത്വത്തിൽ നെടിയിരുപ്പ് കേന്ദ്രമാക്കി രൂപീകരിച്ച ഉദയകലാസമിതി "അസ്തമനം" എന്നൊരു നാടകം അക്കാലത്ത് അവതരിപ്പിച്ചിരുന്നു.

ടി.എ. റസാഖ്, നാരനാട്ട് അപ്പുണ്ണി തുടങ്ങിയവരുടെ രംഗപ്രവേശ നത്തോടെ കൊണ്ടോട്ടിയുടെ നാടകരംഗം വീണ്ടും സജീവമായി. ഇവർ മുൻകയ്യെടുത്ത് രൂപീകരിച്ച കൂട്ടായ്മയുടെ നേതൃത്വത്തിൽ "യാഗശാല" എന്നൊരു നാടകം അവതരിപ്പിക്കപ്പെട്ടു. പി.പി. മുഹമ്മദ്, കൊടമ്പാടൻ ബിച്ചിക്കോയ എന്നിവരുടെ നേതൃത്വത്തിൽ രൂപംകൊണ്ട "ഹാപ്പി ആർട്സ് ക്ലബ്ബ്" അറുപതുകളുടെ രണ്ടാംപകുതിയിൽ കൊണ്ടോട്ടിക്ക് നാടകത്തുടർച്ച നൽകി. "പിറക്കാത്ത മോൻ" എന്നൊരു നാടക ത്തോടെ തുടക്കമിട്ട "ഹാപ്പി ആർട്സ് ക്ലബ്ബ്" ടി.എ. റസാഖിന്റെ "മോഹങ്ങൾ", "സെൻസസ്" എന്നിവയും അവതരിപ്പിച്ചിരുന്നു.

"ഹാപ്പി ആർട്സ് ക്ലബ്ബി"നൊപ്പം രംഗത്ത് വന്നവരിൽ കുറെ പേരും ഏതാനും പുതിയ പ്രവർത്തകരും ചേർന്ന് രൂപീകരിച്ച "ജ്വാല തിയേറ്റേ ഴ്സ്"ന്റെ നേതൃത്വത്തിലായിരുന്നു എഴുപതുകളിൽ കൊണ്ടോട്ടിയിലെ നാടകരംഗം സജീവമായത്. ടി.എ. റസാഖിന്റെ "ഉണർത്തുപാട്ട്", "കണ്ണന്റെ പാട്ട്", "പട്ടി" തുടങ്ങിയവ "ജ്വാല" അവതരിപ്പിച്ചിരുന്നു. ഏകപാത്ര നാടകമായ "പട്ടി"യിൽ അഭിനയിച്ചിരുന്നത് സിദ്ധിഖ് താമരശ്ശേരിയാണ്. ടി.എ. റസാഖിന്റെ തന്നെ "കുടുക്ക മറ്റൊരു കുടുക്ക" എന്ന ഒരു നാടകവും "ജ്വാല"യുടെ ആഭിമുഖ്യത്തിൽ പരിശീലനം നടത്തിയിരുന്നുവെങ്കിലും അവതരണം നടക്കുകയുണ്ടായില്ല.

ടി.എ. റസാഖ്, കൊടമ്പാടൻ ബിച്ചിക്കോയ, അപ്പുണ്ണി നാരനാട്, ചെള്ളിക്കുട്ടി നാരനാട്, ടി.എ. ലത്തീഫ്, പാണ്ടിക്കാടൻ കുഞ്ഞാലൻ, ബഷീർ ഹസ്സൻ പള്ളത്തിൽ, അമ്പാട്ട് കുഞ്ഞാലൻ കുട്ടി (തബലിസ്റ്റ്), ജയ ബാലുശ്ശേരി, വത്സല, ഇന്ദിരജോയ്, അബ്ദുൽ റസാഖ് താമരശ്ശേരി, അലി പാതിരിക്കോടൻ, പി.കെ. അബ്ദുൽ അസീസ്, ഉമ്മർ സി കൊണ്ടോട്ടി, അബൂബക്കർ പുതിയകത്ത്, സിദ്ധിഖ് താമരശ്ശേരി, ഹംസ കയനിക്കര, കെ.സി. അബ്ദുൽ റബ്ബ്, ജയരാജ് കടലുണ്ടി, സി.ജെ. മത്തായി, ടി.എ. ഷാഹിദ്, ബാബു ചീരക്കോട തുടങ്ങിയവർ ഈ രണ്ട് സമിതികൾക്കുമായി രംഗത്ത് വന്നിരുന്ന കലാകൃത്തുക്കളിൽ ഉൾപ്പെടുന്നു.

എൺപതുകളുടെ തുടക്കത്തിൽ ടി.എ. റസാഖും സഹപ്രവർത്തകരും ചേർന്ന് തുറക്കൽ കേന്ദ്രമാക്കി രൂപീകരിച്ച "അരങ്ങ്" കലാസമിതി കൊണ്ടോട്ടിയിലെ നാടകരംഗത്തിന് ഒരു പുത്തൻ ഉണർവുണ്ടാക്കി. "യാഗമേശം" എന്നൊരു നാടകവും സി.എൽ. ജോസിന്റെ ഒരു നാടകവും "അരങ്ങ്" തുടക്കത്തിൽ അവതരിപ്പിച്ചിരുന്നു. ടി.എ. റസാഖിന്റെ രചനകളായ "സെൻസസ്", "പട്ടി", "മോഹങ്ങൾ", "കണ്ണന്റെ പാട്ട്", "മൻഹാട്ടൻ" "നിങ്ങളുടെ ശ്രദ്ധക്ക്", "തമസോമ ജ്യോതിർഗമയ" തുടങ്ങിയ ഒട്ടേറെ നാടകങ്ങൾ "അരങ്ങ്" അരങ്ങിലെത്തിച്ചു. തൊണ്ണൂറുകളുടെ രണ്ടാംപകുതി വരെയും ഈ സമിതി നാടക പ്രവർത്തനങ്ങളിൽ സജീവമായിരുന്നു. ടി.എ. റസാഖ് തന്റെ കലാപ്രവർത്തനങ്ങൾ സിനിമയിലേക്ക് കേന്ദ്രീകരിച്ചതോടെയാണ് "അരങ്ങി"ന്റെ നാടകപ്രവർത്തനങ്ങൾ പിറകോട്ട് പോയത്. ഒരു കലാസമിതിയെന്ന നിലയിൽ "അരങ്ങ്" ഇപ്പോഴും പ്രവർത്തിക്കുന്നുണ്ട്. ടി.എ. റസാഖിന്റെ ഒന്നാം ചരമവാർഷികം പ്രമാണിച്ച് 2017 ആഗസ്റ്റ് 15ന് അദ്ദേഹത്തിന്റെ നാടകമായ "ഉണർത്തുപാട്ട്" ഈ സമിതി പുനരവതരണം നടത്തിയിരുന്നു.

എസ്.ആർ. രവീന്ദ്രൻ, കനകരാജ് പുളിക്കൽ, ചന്ദ്രൻ ഏക്കാട്ടിൽ, ബാബു ചീരക്കോട, കീരൻ കല്ലായി, റാഫി നാരനാട്, മുബാറക് പള്ളത്തിൽ, ടി.എ. നാസർ, ടി.എ. കുഞ്ഞിക്കോയ, സിദ്ദീഖ് താമരശ്ശേരി, ഇസ്മായിൽ കൈനിക്കര, ടി.എ. ഷാഹിദ്, ആങ്ങാടൻ ബിച്ചാപ്പു, കൃഷ്ണൻ പാപ്പാട്ട്, ജയ ബാലുശ്ശേരി, സലീം രാഗരംഗ്, വത്സല, ഇന്ദിരാജോയ്, ബിലാവൽ റഊസ്, ബിലാവൽ ഫയാസ്, പള്ളിയാളി മുഹമ്മദ്കുട്ടി, ഷാജി ചെമ്പ്ര തുടങ്ങിയവർ "അരങ്ങ്"നുവേണ്ടി രംഗത്ത് വന്നിരുന്ന കലാപ്രവർത്തകരാണ്. "അരങ്ങ്" തുറക്കൽ സമിതി സജീവമായി

നിന്നിരുന്ന കാലത്ത് തന്നെ കൊണ്ടോട്ടിയുടെ പരിസര പ്രദേശങ്ങളിൽ വേറെയും നാടക കൂട്ടായ്മകൾ പ്രവർത്തിച്ചിരുന്നു. അവയിൽ പ്രധാനപ്പെട്ടതാണ് കൊട്ടപ്പുറം വായനശാല കേന്ദ്രീകരിച്ച് ബിച്ചാപ്പു കൊട്ടപ്പുറത്തിന്റെ നേതൃത്വത്തിൽ എൺപതുകളിൽ പ്രവർത്തിച്ചിരുന്ന "സ്വദേശി സാഹിത്യ കലാ സമിതി". പരിസരപ്രദേശങ്ങളിൽ ചെന്ന് ഒട്ടേറെ നാടകങ്ങൾ അവതരിപ്പിച്ചിരുന്ന ഈ സമിതി വൈദ്യുതി എത്തിയിട്ടില്ലാതിരുന്ന ഉൾനാടുകളിൽ പെട്രോമാക്സ് വെളിച്ചത്തിലാണ് നാടകം നടത്തിയിരുന്നത്.

ടി.എ. റസാഖിന്റെ "വായനശാല", "ഉണർത്തുപാട്ട്" എന്നിവയും റസാഖ് പയേമ്പ്രാട്ടിന്റെ "മോഹങ്ങൾ", സ്നേഹം", "തെരുവ്", "കാവൽക്കാർ", "ഇന്ദ്രപ്രസ്ഥം", "മാനസം", "ശാലിനി", "അറയങ്ങര അവറാൻ", "ഇനിയൊരു യുദ്ധം വേണ്ട" "ചാടിപ്പോയ ചെകുത്താൻ", "മൂന്നാൻ എവിടെപ്പോയി" തുടങ്ങിയ കുറെ നാടകങ്ങൾ ഈ സമിതി ഒട്ടേറെ വേദികളിൽ അവതരിപ്പിച്ചു.

ബിച്ചാപ്പു കോട്ടപ്പുറം, യൂസുഫ് മങ്കായി, ടി.എ. റസാഖ്, റസാഖ് പയേമ്പ്രാട്ട്, ശശി (വെള്ളാരു), കെ.ടി. ശംസു, ഹമീദ്, അഷ്റഫ് തുറക്കൽ, എം. വീരാൻകുട്ടി, പി.എ. അസീസ്, മത്തായി മാസ്റ്റർ, അബ്ബു അഴകാട്ട്, കെ. കെ. കണ്ണൻ, സിദ്ദീഖ് താമരശ്ശേരി, കെ. സദാനന്ദൻ, ഹൈദർസ് പാലാട്ട്, ശശി വലിയ പറമ്പ്, ദേവദാസ്, തുറക്കൽ കുഞ്ഞാലൻ കുട്ടി, ചാലിയിൽ ശ്യാമള, നാസർ വർണിക, ഒ.കെ. കബീർ, കാരിക്കുട്ടി, ഹംസ കയനിക്കര (ഗാനം), എൻ.വി. തുറക്കൽ, കുഞ്ഞാലൻ മാസ്റ്റർ (സംഗീതം) തുടങ്ങിയവർ "സ്വദേശി സാഹിത്യ കലാവേദി"യുടെ കലാപ്രവർത്തകരായിരുന്നു. എഴുപതുകളിൽ കൊണ്ടോട്ടിയിലും പരിസര പ്രദേശങ്ങളിലും ഉണ്ടായിരുന്ന നാടകതൽപരരായ കലാപ്രവർത്തകർ ചേർന്ന് രൂപം കൊടുത്തിരുന്ന താൽക്കാലിക കൂട്ടായ്മകൾ നാടകാവതരണത്തിന് ലഭിക്കുന്ന അവസരങ്ങൾ പ്രയോജനപ്പെടുത്തിയിരുന്നു. കൊണ്ടോട്ടിയിലെ ടാക്സി ഡ്രൈവേഴ്സ് യൂണിയന്റെ വാർഷികത്തോടനുബന്ധിച്ച് സിദ്ദീഖ് താമരശ്ശേരി രചിച്ച "അറബിക്കല്യാണം" എന്ന നാടകം അവതരിപ്പിക്കപ്പെട്ടത് അങ്ങിനെയാണ്. കെ.പി. എ. റസാഖിന്റെ "ചിന്താമണി വൈദ്യശാല", സിദ്ദീഖ് താമരശ്ശേരിയുടെ "ഭിക്ഷാപാത്രം" എന്നീ നാടകങ്ങളും ഇതേ രീതിയിൽ വ്യത്യസ്ത സന്ദർഭങ്ങളിൽ അക്കാലത്ത് അവതരിപ്പിക്കപ്പെട്ടു. സിദ്ദീഖ് താമരശ്ശേരി, കെ.പി. അബ്ദുൽ റസാഖ്, ജയഭാരതി, ഉമ്മർ സി കൊണ്ടോട്ടി, സുനിൽബാബു ഐക്കരപ്പടി, ചന്തുകാളോത്ത്, നാഗൻ, ചെള്ളിക്കുട്ടി, ഡാൻസർ മുഹമ്മദലി തുടങ്ങിയവർ ഈ കൂട്ടായ്മകളുടെ ഭാഗമായിരുന്നു.

എൺപതുകൾ മുതൽ കൊണ്ടോട്ടിയുടെ കലാസാംസ്കാരിക കൂട്ടായ്മകളിലെ സജീവ സാന്നിദ്ധ്യമായിരുന്നു എസ്.ആർ. രവീന്ദ്രൻ. കവി, ചിത്രകാരൻ, നാടക കൃത്ത്, നടൻ തുടങ്ങിയ വൈവിദ്ധ്യമുള്ള ഒരു കലാജീവിതത്തിനുടമയായിരുന്നു അദ്ദേഹം. കേരളോത്സവങ്ങൾ, സ്കൂൾ കലോത്സവങ്ങൾ, ക്ഷേത്രോത്സവങ്ങൾ തുടങ്ങിയവയിലെല്ലാം തന്റെ രചനകൾ വഴിയും സന്നദ്ധതയോടെ ഏറ്റെടുത്തിരുന്ന മറ്റ് ചുമതലകൾ വഴിയും അദ്ദേഹം നിറഞ്ഞു നിന്നു. നാല് പതിറ്റാണ്ടോളം നീണ്ടുനിന്ന ആ കലാജീവിതത്തിൽ നാടകങ്ങൾ മാത്രമായിത്തന്നെ മുപ്പതോളം രചനകൾ പുറത്തുവന്നു. നാടകസമാഹാരങ്ങൾ മാത്രമായി രണ്ട് പുസ്തകങ്ങളും പ്രസിദ്ധീകരിച്ചു. എസ്. ആർ. രവീന്ദ്രൻ ഭാഗഭാക്കായതും അല്ലാത്തതുമായ കൂട്ടായ്മകൾ അദ്ദേഹത്തിന്റെ നാടകങ്ങൾ അവതരിപ്പിച്ചിരുന്നു. രചനയുടെ കാര്യത്തിൽ സ്വന്തമായ ഒരു ശൈലിയുടെ ഉടമയായിരുന്നു അദ്ദേഹം. "ഇവിടെ കണ്ടത് മിണ്ടണ്ട", "പുതിയ കുപ്പിയും പഴയ വീഞ്ഞും", "ഏറെ കിഴക്കോട്ട് പോയാൽ", "മനുഷ്യഗാഥ", "വിദ്യാമാന്ത്രികം", "കളിപ്പിച്ച് കളിപ്പിച്ച്", "പുതിയ കളികൾ", "അച്ഛൻ", "തേസ്ഡേ", "കടൽപ്പാലം", "പൈതൃകയാത്ര", "ഹൃദയപക്ഷം", "തീജ്വാല", "വൃത്തം", "രാജവീഥി", "പുരുഷോത്തമം", "വ്യതിയാനം", "ബ്രീസ് ലോഡ്ജ്", "ജന്മാന്തരങ്ങൾ", "മുഖാമുഖം", "മധുരക്കിണർ", "നല്ല ശമരിയക്കാരൻ", "വഴിയമ്പലം", "വിപ്ലവം വീട്ടിലും ആവാം", "ആനപ്പാപ്പാൻ", "കടലിൽ വിതറിയ അരിമണികൾ" തുടങ്ങിയവ എസ്. ആർ. രവീന്ദ്രന്റെ നാടക രചനകളാണ്. പുതിയ കളികൾ (1999), തേസ്ഡേ (2004) എന്നിവയാണ് നാടക സമാഹാര കൃതികൾ.

കൊണ്ടോട്ടിക്കടുത്ത ചാലിയപ്പുറം ദേശവും പരിസരപ്രദേശങ്ങളും നാടകം എന്ന കലയോട് പുലർത്തിയിരുന്ന ആഭിമുഖ്യത്തിന് പതിറ്റാണ്ടുകളുടെ ചരിത്രമുണ്ട്. അമ്പതുകളുടെ അവസാന വർഷങ്ങൾതൊട്ട് നാടക പ്രവർത്തനം തുടങ്ങിയ വിശ്വം കെ അഴകത്തിന്റെ ഓർമ്മകളിൽ അത് അമ്മ പറഞ്ഞുതന്ന കഥകളായും സ്വന്തം അനുഭവങ്ങളായും പതിഞ്ഞു കിടപ്പുണ്ട്.

1930കളിൽ തന്നെ ചാലിയപ്പുറത്ത് നാടകപ്രവർത്തനം സജീവമായിരുന്നു. വിശ്വം കെ അഴകത്തിന്റെ കുടുംബമായ അഴകത്ത് കൊടോളി തറവാടിന് സ്വന്തമായി തന്നെ ഒരു നാടകസമിതിയുണ്ടായിരുന്നു. കുടുംബാംഗങ്ങൾ മിക്കവരും സമിതിയുടെ പ്രവർത്തകരുമായിരുന്നു. വിശ്വം കെ അഴകത്തിന്റെ അമ്മാവൻ എ.കെ. ഗോവിന്ദൻ നായരായിരുന്നു സമിതിക്ക് നേതൃത്വം കൊടുത്തിരുന്നത്. അദ്ദേഹം അന്ന് കമ്മ്യൂണിസ്റ്റ്

പാർട്ടിയുടെയും കർഷക സംഘത്തിന്റെയും നേതാവ് കൂടിയായിരുന്നു. എ.ജി. പണിക്കർ, കരുണാകരൻ നായർ, നാരായണൻ നായർ, അപ്പുണ്ണിനായർ നടുവത്ത്, രാമപ്പണിക്കർ തുടങ്ങിയവരായിരുന്നു സഹകലാകാരന്മാർ. അവരിൽ മിക്കവരും ഭേദപ്പെട്ട പദവിയിലുള്ള സർക്കാർ ഉദ്യോഗങ്ങൾ വഹിച്ചിരുന്നവരാണ്. "ലക്ഷ്മി ടീ ഗേൾ" എന്നൊരു നാടകം ഈ സമിതി അവതരിപ്പിച്ചിരുന്നു. വിശ്വം കെ അഴകത്തിന്റെ പിതാവ് ഇ.എൻ.സി. നായർ രചനയും സംവിധാനവും നിർവ്വഹിച്ച "കേരള ജനനി", "ശങ്കരദേവീ സംവാദം" എന്നീ ഏകപാത്ര നാടകങ്ങളും ഈ സമിതി അവതരിപ്പിച്ചിരുന്നു.

വർഷത്തിൽ ഒരു നാടകമെങ്കിലും അരങ്ങേറ്റുക എന്ന ലക്ഷ്യത്തോടെ കലാതൽപരരായവരുടെ കൂട്ടായ്മ അമ്പതുകളിൽ തന്നെ നിലനിന്നിരുന്ന സ്ഥലമാണ് ചാലിയപ്പുറത്തിന്റെ തൊട്ടയൽപക്കഗ്രാമമായ വെട്ടത്തൂർ. "വല്ലീ വിലാസം", "രുഗ്മാങ്ങ് ചരിത്രം" തുടങ്ങിയവ അവർ അവതരിപ്പിച്ചിരുന്ന നാടകങ്ങളാണ്. നാടകത്തോടൊപ്പം ചവിട്ടുകളിയടക്കമുള്ള ഇതര കലകളും അവിടെ അരങ്ങേറിയിരുന്നു. കോമാളി അയ്യപ്പൻ, വേലുആശാൻ, കണ്ണൻ വൈദ്യർ, ഉണ്ണീരിക്കുട്ടി ഭാഗവതർ ആലംബറ്റ, ചാത്തൻകുട്ടി തുടങ്ങിയവരായിരുന്നു ഈ കൂട്ടായ്മയിലെ അക്കാലത്തെ കലാകാരന്മാർ. അമ്പതുകളിലെ നാടക മുന്നേറ്റകാലത്ത് ഈ പ്രദേശങ്ങളിലും അതിന്റെ പ്രതിഫലനങ്ങൾ ഉണ്ടായിരുന്നു. "ചാലിയപ്പുറം കലാ സമിതി" എന്ന പേരിൽ പ്രവർത്തിച്ചിരുന്ന സംഘം തന്നെയാണ് കൂടുതൽ നാടകങ്ങൾ അരങ്ങേറ്റിയിരുന്നത്.

വിശ്വം കെ അഴകത്തിന് തന്റെ എട്ടാം വയസ്സിൽ (1950ൽ) ഈ സമിതി അവതരിപ്പിച്ചിരുന്ന " പരിവർത്തനം" എന്നൊരു നാടകം നിലത്തിരുന്നു കണ്ട ഓർമ്മയുണ്ട്. അവരുടെ ഗ്രാമത്തിൽ ഉച്ചഭാഷിണി, കർട്ടൻ, സെറ്റിംഗ്സ് എന്നിവയെല്ലാം ഉപയോഗിച്ചുകൊണ്ടുള്ള ആദ്യ നാടകാവതരണമായിരുന്നു അത്. വിശ്വം കെ അഴകത്തിന്റെ ജ്യേഷ്ഠ സഹോദരന്മാരായ എ.കെ.ഗോപാലൻ, എ.കെ ബാലൻ എന്നിവർക്കൊപ്പം ബി.പി.ബാലൻ, ഗംഗാധരൻ വൈദ്യർ, മാധവൻ നായർ, ചന്തുണ്ണി തുടങ്ങിയവരായിരുന്നു അഭിനേതാക്കൾ. "രണ്ട് മാങ്ങ", "ദുനിയാവ് മാറീക്ക്ണ്", "യാഗശാല", "പഴയ ബന്ധം", "മാനസാന്തരം", "ജ്വാല", "ഞാനൊരധികപ്പറ്റാണ്" തുടങ്ങിയവ ഈ സമിതി അവതരിപ്പിച്ചിരുന്ന നാടകങ്ങളാണ്. കൂടാതെ "രമണൻ", "വാഴക്കുല", "ഭൂതപ്പാട്ട്" തുടങ്ങിയ കാവ്യങ്ങളെ നിഴൽ നാടകങ്ങളായും "ചാലിയപ്പുറം കലാസമിതി" അവതരിപ്പിച്ചിരുന്നു. എടപ്പറ്റ ബാലൻ, മാന്ത്രക്കളം

ബാലൻ, കാർത്യായനി, പി.കെ.വി. രാജ, മീനങ്ങോടൻ പത്മനാഭൻ, അരവിന്ദൻ, കാവുണ്ണി ഏറാടി, ഭാസ്കരക്കുറുപ്പ്, എ.വി. നാരായണൻ, മുകുന്ദൻ, ശങ്കരൻകുട്ടി മാസ്റ്റർ തുടങ്ങിയവർ ഈ സമിതിക്ക് വേണ്ടി രംഗത്ത് വന്നിരുന്നു.

ചാലിയപ്പുറത്ത് അക്കാലത്ത് തന്നെ "യുവജനകലാസമിതി" എന്ന മറ്റൊരു സമിതിയും പ്രവർത്തിച്ചിരുന്നു. ഡോ: സി.പി. നായർ നേതൃത്വം കൊടുത്തിരുന്ന ആ സമിതിയിലെ കലാകാരന്മാരായിരുന്നു തേവലക്കര ഭാസി, രാമകൃഷ്ണൻ, ദിവാകരൻ, രാജപ്പൻ, വാസുദേവൻ, വാസുക്കുട്ടൻ, നീലകണ്ഠൻ, കമ്പോണ്ടർ മൂസ തുടങ്ങിയവർ. വീരൻ എന്ന ചുരുക്കപ്പേരിൽ അറിയപ്പെട്ടിരുന്ന വീരരാഘവൻ നായരുടെ "തുവലും തുമ്പയും" എന്ന നാടകം ഈ സമിതി അവതരിപ്പിച്ചിരുന്നു.

ചാലിയപ്പുറത്തിന്റെ മറ്റൊരു അയൽഗ്രാമമായ ചെറുവായൂരിൽ 1962ൽ രൂപീകരിക്കപ്പെട്ട കലാസംഘമാണ് "പുലരി". ബാലൻ, ഗാന്ധി ദാസൻ തുടങ്ങിയവരുടെ നേതൃത്വത്തിൽ "കുരുതിക്കാറ്റ്" എന്നൊരു നാടകം പുലരി അവതരിപ്പിച്ചിരുന്നു. ചെറുവായൂരിലെ മാധവൻ നായർ സ്മാരക വായനശാല, ഗ്രാമസേവാസംഘം എന്നിവയുടെ ആഭിമുഖ്യത്തിലും നാടകാവതരണങ്ങൾ നടന്നിരുന്നു. വിവിധ ക്ഷേത്ര ഭരണസമിതികളുടെ ആഭിമുഖ്യത്തിൽ ഉത്സവങ്ങളോടനുബന്ധിച്ച് അരങ്ങേറിയിരുന്ന പുരാണകഥ നാടകങ്ങളുടെ അവതരണവും ഈ പ്രദേശത്തിന്റെ പ്രധാനപ്പെട്ട ഒരു നാടകചലനമായിരുന്നു. അറുപതുകളുടെ ആദ്യപകുതിയിൽ വെട്ടത്തൂരിൽ പ്രവർത്തിച്ചിരുന്ന "പ്രിയദർശിനി", "സാരംഗ്" എന്നീ സമിതികളും നാടകാവതരണത്തിൽ താൽപര്യമെടുത്തിരുന്നു.

1967ൽ വളരെ ശ്രദ്ധിക്കപ്പെട്ട ഒരു നാടകാവതരണം എടവണ്ണപ്പാറയിൽ നടന്നു. എ.കെ. പുതിയങ്ങാടിയുടെ "പ്രഭാതം ചുവന്നപ്പോൾ" എന്ന ഈ നാടകത്തിന് ഒരേ സമയം എതിർപ്പുകളും അഭിനന്ദനങ്ങളും വ്യത്യസ്ത കേന്ദ്രങ്ങളിൽ നിന്നും നേരിടേണ്ടി വന്നു. എടവണ്ണപ്പാറ ജി.യു.പി. സ്കൂൾ സിൽവർ ജൂബിലി ആഘോഷങ്ങളുമായി ബന്ധപ്പെട്ട് അരങ്ങേറിയ ഈ നാടകത്തിൽ വിശ്വം കെ അഴകത്ത്, ഡോ: വേദവ്യാസൻ, ഹരിദാസ് മാസ്റ്റർ, മുകുന്ദൻ, കൃഷ്ണദാസ് തുടങ്ങിയവർ വേഷമിട്ടിരുന്നു.

1990ൽ കേരള സംഗീത നാടക അക്കാദമി ഏറനാട് കേന്ദ്രീകരിച്ച് നടത്തിയ മത്സരത്തിൽ പണിക്കരപ്പുറായിയിലെ "സോയൂസ്" എന്ന സമിതി അവതരിപ്പിച്ച വിശ്വം കെ അഴകത്തിന്റെ "നിർവഹണസന്ധി" എന്ന നാടകം അവതരണത്തിന് ഒന്നാംസ്ഥാനം നേടി. അഭിനയ

പ്രതിഭ ടി.പി. ഗോപാലൻ നേതൃത്വം കൊടുത്തിരുന്ന ആ നാടകത്തിൽ പ്രധാന വേഷമിട്ടിരുന്നത് മാവൂർ ശ്രീനിയായിരുന്നു. ഇതേ സമിതി പണിക്കരപ്പുറായിൽ അവതരിപ്പിച്ച മറ്റൊരു നാടകമായിരുന്നു "പലിശക്കുപ്പായം".

അമ്പതുകളിലും അറുപതുകളിലും നാടകരംഗത്ത് സജീവമായിരുന്ന ഒരു സംഘമായിരുന്നു വേങ്ങരയിലെ "പീപ്പിൾ ആർട്സ് ക്ലബ്ബ്" ബാപ്പ വേങ്ങര, കുഞ്ഞുട്ടി, ബാലൻ മാസ്റ്റർ, ഗോപാലകൃഷ്ണൻ, ഗോവിന്ദൻ തുടങ്ങിയവർ ഈ സംഘത്തിന്റെ പ്രവർത്തനങ്ങളുടെ മുൻനിരയിൽ ഉണ്ടായിരുന്നു.

അരീക്കോട് കേന്ദ്രമായി നടന്ന നാടക പ്രവർത്തനങ്ങളിൽ വളരെ പ്രധാനപ്പെട്ടതാണ് യംഗ്മെൻസ് അസോസിയേഷൻ (വൈ.എം.എ) ലൈബ്രറിയുടെ നേതൃത്വത്തിൽ നടന്നിരുന്ന നാടകാവതരണങ്ങൾ. 1948-51 കാലത്ത് ഇന്ത്യയിലെ കമ്യൂണിസ്റ്റ് പാർട്ടി നിരോധിക്കപ്പെട്ട അവസ്ഥയിൽ ആയിരുന്നു. അക്കാലത്ത് ഒരു ദിവസം അരീക്കോട് ചാലിയാർ പുഴയുടെ തീരത്തെ മണലോരത്ത് സാംസ്കാരിക പ്രവർത്തന തൽപരരായ ഏതാനും പാർട്ടി പ്രവർത്തകർ പങ്കെടുത്ത ഒരു ചെറിയ യോഗത്തിലാണ് സാംസ്കാരിക പ്രവർത്തനങ്ങൾക്ക് നേതൃത്വം കൊടുക്കാൻ ഒരു സമിതി ഉണ്ടാക്കണം എന്ന തീരുമാനം ഉണ്ടായത്. നിരോധനം കാരണം ഒളിവിൽ പാർട്ടി പ്രവർത്തനം നടത്തിയിരുന്ന അന്നത്തെ യുവനേതാവായ സഖാവ് കുഞ്ഞാലിയും ആ യോഗത്തിൽ പങ്കെടുത്തിരുന്നു. അദ്ദേഹത്തിൽ നിന്ന് തന്നെയാണ് ആ നിർദ്ദേശം ഉണ്ടായതും. എന്നാൽ അത് നടപ്പിലായത് 1952 ജനുവരി മൂന്നിനായിരുന്നു. അങ്ങിനെയായിരുന്നു വൈ.എം.എ. എന്ന സാംസ്കാരിക സ്ഥാപനത്തിന്റെ പിറവി. എൻ.വി. കുട്ടി മുഹമ്മദ് മാസ്റ്റർ, എൻ.വി. അഹമ്മദ് കുട്ടി മാസ്റ്റർ, എം. മമ്മദ്, പള്ളിപ്പറമ്പൻ അബൂബക്കർ, പി. കുഞ്ചുവൈദ്യർ, എം.ടി. അഹമ്മദ്കുട്ടി, കീമാടൻ ഉമ്മർ, ടി.മൊയ്തീൻ കോയ തുടങ്ങിയവർ ആ യോഗത്തിൽ പങ്കെടുത്തിരുന്നു.

വ്യത്യസ്ത തരത്തിൽപെട്ട സാംസ്കാരിക പ്രവർത്തനങ്ങൾക്ക് നേതൃത്വം കൊടുത്തിരുന്ന വൈ.എം.എ. നാടകാവതരണത്തിന് നല്ല പ്രാധാന്യം കൊടുത്തു. പ്രശസ്തമായ നാടകങ്ങൾ അരീക്കോട് കൊണ്ട് വന്ന് സ്റ്റേജ് ചെയ്തുകൊണ്ടും തെരഞ്ഞെടുത്ത നാടകങ്ങൾ അരീക്കോട്ടെ നാടക പ്രവർത്തകരെ ഉപയോഗിച്ച് രംഗത്തവതരിപ്പിച്ച് കൊണ്ടും വൈ.എം.എ.നടത്തിയ പ്രവർത്തനങ്ങൾ പ്രദേശത്താകെത്തന്നെ

നാടകാഭിമുഖ്യം വളർത്തുന്നതിൽ വലിയ പങ്ക് വഹിച്ചു. വൈ.എം.എ.യുടെ ഒന്നാംവാർഷികം ഉദ്ഘാടനം ചെയ്തത് എസ്.കെ.പൊറ്റക്കാടായിരുന്നു.

'രക്തബന്ധം', 'നിങ്ങളെന്നെ കമ്യൂണിസ്റ്റാക്കി', 'മൂലധനം', 'അശ്വമേധം', 'പുതിയ ആകാശം പുതിയ ഭൂമി', 'കയ്യും തലയും പുറത്തിടരുത്', 'മനുഷ്യൻ കാരഗൃഹത്തിലാണ്', 'ഇത് ഭൂമിയാണ്', 'കണ്ടം ബെച്ച കോട്ട്', 'വമ്പത്തി നീയാണ് പെണ്ണ്' തുടങ്ങിയ നാടകങ്ങൾ വൻ ജനപങ്കാളിത്തത്തോടെ വൈ.എം.എ.യുടെ നേതൃത്വത്തിൽ അരീക്കോട് അരങ്ങേറി. കാൽനൂറ്റാണ്ട് കാലത്തോളം അരീക്കോട്ടെ നാടകപ്രവർത്തനങ്ങളുടെ നേതൃത്വം വൈ.എം.എ.ക്ക് തന്നെയായിരുന്നു. സാമൂഹ്യ പ്രാധാന്യവും രാഷ്ട്രീയ പ്രാധാന്യവും ഉള്ള നാടകങ്ങളാണ് വൈ.എം.എ. അവതരിപ്പിച്ചിരുന്നത്. എന്നാൽ സമാന്തരമായി തന്നെ അൽപകാലം 'രഞ്ജിനി തിയേറ്റേഴ്സ്' എന്ന ഒരു സമിതിയും പ്രവർത്തിച്ചിരുന്നു. അവർ പുരാണനാടകങ്ങളുടെ അവതരണത്തിനും താത്പര്യമെടുത്തിരുന്നു.

വൈ.എം.എ.യുടെ നാടകരംഗത്തെ പ്രവർത്തനങ്ങൾ പിറകോട്ട് പോവുകയും 'രഞ്ജിനി തിയേറ്റേഴ്സ്' പ്രവർത്തനം നിന്നുപോവുകയും ചെയ്തിരുന്ന വേളയിലായിരുന്നു നിലമ്പൂരിലെ നാടക കലാകാരനായ ടി.ജെ. നിലമ്പൂർ അദ്ധ്യാപക ജോലിയിൽ പ്രവേശിച്ച് 1973ൽ അരീക്കോട് എത്തിയത്. വൈ.എം.എ.യുടെ പിന്തുണയോടെയും അക്കാലത്ത് രംഗത്തുണ്ടായിരുന്ന മറ്റു നാടക തൽപരരുടെ കൂട്ടായ്മയുടെയും നേതൃത്വത്തിൽ അരീക്കോട് കുറെ നാടകാവതരണങ്ങൾ തുടർന്ന് നടന്നു. ടി.ജെ. നിലമ്പൂരിന്റെ 'പഞ്ചാഗ്നി', 'ഭീഷ്മശയ്യ' എന്നീ നാടകങ്ങൾ ഈ കൂട്ടായ്മയുടെ ആഭിമുഖ്യത്തിൽ അരങ്ങേറി. ടി.ജെ. നിലമ്പൂർ, കെ.വി.അബുട്ടി, ബാലചന്ദ്രൻ മാസ്റ്റർ, നടുവത്തേടത്ത് കൃഷ്ണൻ നമ്പൂതിരി തുടങ്ങിയവരാണ് ഈ കൂട്ടായ്മക്ക് നേതൃത്വം കൊടുത്തിരുന്നത്. 'പഞ്ചാഗ്നി'യിൽ അഭിനയിക്കാൻ കുതിരവട്ടം പപ്പു, നെല്ലിക്കോട് ഭാസ്കരൻ തുടങ്ങിയ പ്രശസ്തരും എത്തിയിരുന്നു.

അരീക്കോട് പ്രദേശത്തെ ആദ്യകാല നാടകപ്രവർത്തകരുടെയെല്ലാം ഗുരുനാഥനായിരുന്ന വിൻസന്റ് തെള്ളകം. സ്കൂൾ കലോത്സവങ്ങളിലെ മത്സരങ്ങൾക്ക് വേണ്ടി ധാരാളം നാടകങ്ങൾ എഴുതിയിട്ടുള്ള വിൻസന്റ് തെള്ളകത്തിന്റെ രചനകളാണ് 'ബറാബസ്', 'അയനം' എന്നീ നാടകങ്ങൾ.

എൺപതുകളുടെ തുടക്കത്തിൽ രൂപീകൃതമായ അഞ്ജലി കലാകേന്ദ്രം അരീക്കോടിന്റെ നാടകമേഖലക്ക് പുതിയ ഉണർവ് നൽകി. വിൻസന്റ് തെള്ളകത്തിന്റെ 'യാത്ര', 'ചില രാത്രികൾ ഫ്ളാഷ് ബാക്കുകൾ', ശിവകുമാർ ആലപ്പുഴയുടെ 'ആദിത്യസൗധം' തോപ്പിൽ ഭാസിയുടെ 'നിങ്ങളെന്നെ കമ്യൂണിസ്റ്റാക്കി' തുടങ്ങിയവ അഞ്ജലി കലാകേന്ദ്രം അരങ്ങേറ്റി. 1989-90ൽ അഞ്ജലി കലാകേന്ദ്രം കുറെക്കൂടി പ്രൊഫഷണൽ രീതിയിൽ പ്രവർത്തിക്കാൻ തുടങ്ങുകയും പേര് അഞ്ജലി തിയേറ്റേഴ്സ് എന്നാക്കി മാറ്റുകയും ചെയ്തു. ടി.എം. സിദ്ദീഖ് നിസരിയുടെ 'അഭയഭൂമി', 'ആയില്യം മനക്കലെ തമ്പുരാൻ' എന്നിവയും ടി.ജെ. നിലമ്പൂരിന്റെ ചില നാടകങ്ങളും 'കർമ്മയോഗി' എന്നൊരു നാടകവും അഞ്ജലി തിയേറ്റേഴ്സ് അവതരിപ്പിച്ചിരുന്നു.

വിൻസന്റ് തെള്ളകം, പ്രവീൺ അരീക്കോട്, പപ്പൻ മാസ്റ്റർ, ടി.എ. മടക്കൽ, പ്രേംദാസ് അരീക്കോട്, രാധാകൃഷ്ണൻ, സച്ചിദാനന്ദൻ, എം.എ. സുഹൈൽ, മോഹൻദാസ്, പ്രേമൻ ചെമ്പ്രക്കാട്ടൂർ, പ്രേമരാജ്, പ്രേമലത, കെ.വി. അബുട്ടി (സംഗീതം) തുടങ്ങിയവർ അഞ്ജലിയുടെ കലാകാരന്മാരായി പ്രവർത്തിച്ചു. അഞ്ജലി തിയേറ്റേഴ്സ് പ്രവർത്തനം നിലച്ചുപോയതിന് ശേഷം അരീക്കോട് നാടക പ്രവർത്തനങ്ങൾക്ക് തുടർച്ചയുണ്ടായത് 'ടീം പോസിറ്റീവ്', 'വെള്ളരിപ്പാടം തിയേറ്റേഴ്സ്' എന്നിവയുടെ വരവോടെയാണ്. അവ സംബന്ധിച്ച് വിശദാംശങ്ങൾ തുടർന്നുള്ള അദ്ധ്യായങ്ങളിൽ വിവരിക്കുന്നുണ്ട്.

പി.എസ്. വാര്യരുടെ പരമശിവ വിലാസം നാടകക്കമ്പനിക്ക് ശേഷം കോട്ടക്കലിൽ ഉണ്ടായ ശ്രദ്ധേയമായ നാടക സംരംഭമായിരുന്നു കോട്ടക്കൽ യുവജന കലാസമിതി. കെ.ടി. മുഹമ്മദ്, ചെറുകാട്, എസ്.എൽ.പുരം, ഇ.കെ. അയമു തുടങ്ങിയവരുടെ നാടകങ്ങൾ അമ്പതുകളിൽ അവർ കോട്ടക്കലിൽ അവതരിപ്പിച്ചു. ചെമ്മുക്കൻ അലവി, കുഞ്ഞുക്കുട്ടൻ നായർ, മൊയ്തു, അമ്മിണി ടീച്ചർ, പത്മനാഭൻ (ഗായകൻ) തുടങ്ങിയവർ യുവജന കലാസമിതിയുടെ സംഘാടകരും കലാകാരരുമായി പ്രവർത്തിച്ചു. കോട്ടക്കൽ കലാസമിതി എന്നൊരു സംഘവും ഇതേ കാലത്ത് തന്നെ പ്രവർത്തിച്ചിരുന്നു. യുവജന കലാസമിതി കമ്യൂണിസ്റ്റ് അനുഭാവമുള്ളവർക്ക് മുൻതൂക്കമുള്ള ഒരു സംഘമായിരുന്നു. കോട്ടക്കൽ കലാസമിതിയിൽ എല്ലാ രാഷ്ട്രീയക്കാരും ഉണ്ടായിരുന്നു. അത് രണ്ട് സംഘവും അവതരിപ്പിച്ചിരുന്ന നാടകങ്ങളിലും പ്രതിഫലിച്ചു.

കോട്ടക്കൽ ആര്യവൈദ്യശാലയുടെ പിന്തുണയോടെയും പി.എസ്. വി. നാട്യസംഘത്തിലെ കലാകാരന്മാരുൾപ്പെടെ സഹകരിച്ചുകൊണ്ടും

തുടങ്ങിയ സഹൃദയസദനം വായനശാലയും നാടകാവതരണങ്ങൾ നടത്തിയിരുന്നു. അമ്പതുകളിൽ തുടങ്ങിയ സഹൃദയസദനം 80കൾ കഴിഞ്ഞും നിലനിന്നു. വാർഷികങ്ങളിൽ നാടകാവതരണം നടത്തിയിരുന്ന സഹൃദയസദനത്തിന്റെ ഇരുപത്തഞ്ചാം വാർഷികത്തിൽ 'സപര്യ' എന്നൊരു നാടകം അവതരിപ്പിച്ചു. കോട്ടക്കൽ പത്മനാഭൻ മാസ്റ്ററുടെതായിരുന്നു രചന. ഉണ്ണികൃഷ്ണവാരിയർ, ഇ.പി.രാഘവ വാരിയർ, പി.ജി.രാമൻകുട്ടി തുടങ്ങിയവരും കോട്ടക്കൽ ആയുർവേദ കോളജിലെ വിദ്യാർത്ഥികളും സഹൃദയസദനത്തിന്റെ നാടകങ്ങളിൽ അഭിനേതാക്കളായി എത്തിയിരുന്നു.

എഴുപതുകൾ തൊട്ട് തൊണ്ണൂറുകൾ വരെയുള്ള കാലത്ത് കോട്ടക്കലിലെ നാടകപ്രവർത്തനങ്ങൾക്ക് നേതൃത്വം കൊടുത്തിരുന്ന പ്രധാനപ്പെട്ട സമിതികളാണ് 'ഭാരത് ആർട്സ്', 'ഇസ്ക്ര', 'സ്വതന്ത്ര കലാവേദി' തുടങ്ങിയവ. അമ്പതുകളിൽ രംഗത്ത് വന്ന കോട്ടക്കൽ യുവജന കലാസമിതിയുടെ ഒരു തുടർച്ചയായിരുന്നു ഇടതുപക്ഷ പ്രവർത്തകർക്ക് മുൻതൂക്കമുള്ള 'ഇസ്ക്ര'. ഇബ്രാഹിം വെങ്ങരയുടെ 'പെരുന്തീ', പി.എം. താജിന്റെ 'കുടുക്ക', എം.എസ്. നമ്പൂതിരിയുടെ 'സർവംസഹ' തുടങ്ങിയവ 'ഇസ്ക്ര' നടത്തിയ ശ്രദ്ധേയമായ നാടകാവതരണങ്ങളായിരുന്നു. കെ.എം. ഷരീഫ്, രാമചന്ദ്രൻ മാന്തൊടി, ശോഭന വള്ളിക്കുന്ന്, കൃഷ്ണൻ നായർ, മുരളി കുറ്റിപ്പുറം, കോട്ടക്കൽ മുരളി, സുരേഷ് പുല്ലാട്ട്, സത്യഭാമ, ബാലു തുടങ്ങിയവർ ഇസ്ക്രക്ക് വേണ്ടി രംഗത്തെത്തിയിരുന്നു. 'ഭാരത് ആർട്സ്', 'സ്വതന്ത്ര കലാവേദി' എന്നിവയും ഇതേ കാലത്ത് എല്ലാ വർഷവും നാടകം അരങ്ങേറ്റിയിരുന്നു. ഭാരത് ആർട്സിന് വേണ്ടി പ്രവർത്തിച്ചിരുന്നവരിൽ എം.എസ്. മോഹനൻ, രാജൻ, എം.പി. ഹരിദാസൻ, വാസുദേവൻ തുടങ്ങിയവർ ഉൾപ്പെടുന്നു.

തൊണ്ണൂറുകളിൽ കോട്ടക്കലിൽ സജീവമായി രംഗത്ത് വന്ന മറ്റൊരു കൂട്ടായ്മയാണ് യുവ ചേതന. ആശയ പ്രചരണത്തിന് മുൻതൂക്കമുള്ള നാടകങ്ങൾ തെരുവ് നാടകങ്ങളായി കോട്ടക്കലിലും പരിസരപ്രദേശങ്ങളിലും യുവചേതന അവതരിപ്പിച്ചു. ശാസ്ത്രസാഹിത്യ പരിഷത്തിന്റെ കലാജാഥ നാടകങ്ങളുടെ പുനരാവിഷ്കാരം, ഏഴാച്ചേരി രാമചന്ദ്രൻ, കരിവെള്ളൂർ മുരളി തുടങ്ങിയവരുടെ കവിതകളുടെ രംഗാവിഷ്കാരം തുടങ്ങിയവയും യുവചേതന നടത്തിയിരുന്നു. നാടകവും സംഗീതവും നൃത്തവും ചേർന്ന കലാരൂപങ്ങളായിരുന്നു യുവ ചേതനയുടേത്. കെ.ഉദയൻ, എൻ. പുഷ്പരാജൻ, പി. ഹരിദാസ്, രാജൻ മേലാത്ര, രാജൻ മേലേത്തൊടി, രജനി, ഊർമ്മിള, കൊല്ലത്ത് മുരളി, കോട്ടക്കൽ മുരളി തുടങ്ങിയവർ യുവചേതനയുടെ പ്രവർത്തകരായിരുന്നു.

എൺപതുകൾ മുതൽ കോട്ടക്കൽ കേന്ദ്രീകരിച്ച നടന്ന ഭൂരിപക്ഷം നാടകപ്രവർത്തനങ്ങളിലും സജീവസാന്നിദ്ധ്യമാണ് കോട്ടക്കൽ മുരളി. അഭിനേതാവ്, സംവിധായകൻ, സംഗീതകാരൻ എന്നീ നിലകളിൽ ജില്ലക്കകത്തും പുറത്തും നടന്ന ഒട്ടേറെ നാടകപ്രവർത്തനങ്ങളിൽ നിരവധി നാടകങ്ങളോടൊപ്പം രണ്ട് പതിറ്റാണ്ടിലേറെക്കാലമായി മുരളിയുണ്ട്. 'ഇസ്ക്ര', 'യുവചേതന' എന്നിവക്ക് വണ്ടി കുറെ നാടകങ്ങൾ മുരളി സംവിധാനം ചെയ്തു. ശാസ്ത്രസാഹിത്യ പരിഷത്ത് എല്ലാ വർഷങ്ങളിലും സംഘടിപ്പിക്കാറുള്ള കലാജാഥകളിലെ തെരുവ് നാടകങ്ങളിലും വർഷങ്ങളായി സംവിധായകനോ സംഗീതകാരനോ ആയി മുരളി പങ്ക് വഹിക്കുന്നുണ്ട്.

എട്ട്

പ്രതിബദ്ധതയുടെ പ്രകാശഗോപുരങ്ങൾ

ചെറുകാട് (1914-76)

ചെറുകാട് പിഷാരത്ത് ഗോവിന്ദപിഷാരടിയെന്ന ചെറുകാട് പെരിന്തൽമണ്ണക്കടുത്ത പുലാമന്തോളിലെ മംഗലശ്ശേരിയിൽ 1914ൽ ജനിച്ചു. വിദ്യാഭ്യാസം കഴിഞ്ഞ് സ്കൂൾ അദ്ധ്യാപകനായി ഔദ്യോഗിക ജീവിതം തുടങ്ങി. പിന്നീട് പാവറട്ടി സംസ്കൃത കോളേജിലെ അദ്ധ്യാപകനായി. സാഹിത്യകാരനായ ചെറുകാടിനെയും കമ്മ്യൂണിസ്റ്റ് പാർട്ടി പ്രവർത്തകനായ ചെറുകാടിനെയും വേർതിരിച്ചു കാണുന്നതിനോട് ഏറ്റവും വിയോജിപ്പുള്ളയാൾ ചെറുകാട് തന്നെയായിരുന്നു.

ഇന്ത്യയിലെ കമ്മ്യൂണിസ്റ്റ് പാർട്ടി ചെറുഗ്രൂപ്പുകൾ രൂപീകരിച്ചുകൊണ്ടുള്ള പ്രവർത്തനങ്ങൾ 1920 മുതൽ തന്നെ തുടങ്ങിയിരുന്നു. ആദ്യഘട്ടത്തിൽ ഇന്ത്യയുടെ ഇതര ഭാഗങ്ങളിൽ നടന്നിരുന്ന തോതിൽ അതിന്റെ പ്രവർത്തനങ്ങൾ കേരളത്തിൽ ഉണ്ടായിരുന്നില്ല. കമ്മ്യൂണിസ്റ്റ് ആശയങ്ങളോട് ആഭിമുഖ്യമുള്ളവർ ധാരാളം പേരുണ്ടായിരുന്നുവെങ്കിലും ഒരു ഘടകം രൂപീകരിക്കുന്ന തരത്തിലേക്ക് അത് വികസിച്ചത് 1937ൽ മാത്രമാണ്. അതിനും നാല് കൊല്ലം മുമ്പ് 1934ൽ തന്നെ ദേശീയതലത്തിൽ ബ്രിട്ടീഷ്ഭരണം കമ്മ്യൂണിസ്റ്റ് പാർട്ടിക്ക് നിരോധനം ഏർപ്പെടുത്തിയിരുന്നു. പാർട്ടിയെന്ന നിലയിൽ പരസ്യമായ പ്രവർത്തനങ്ങൾക്ക്

തടസ്സമുണ്ടായിരുന്നുവെങ്കിലും കൃഷിക്കാരുടെയും തൊഴിലാളികളുടെയും സംഘടനകൾവഴിയുള്ള പ്രവർത്തനങ്ങൾ നടക്കുന്നുണ്ടായിരുന്നു.

യുവാവായിരിക്കുമ്പോൾ തന്നെ കമ്യൂണിസ്റ്റ് ആശയങ്ങളോട് ആഭിമുഖ്യം പുലർത്തിയിരുന്ന ചെറുകാട് വള്ളുവനാട് താലൂക്ക് സ്കൂൾ ടീച്ചേഴ്സ് യൂണിയന്റെ പ്രവർത്തകനായി പൊതുപ്രവർത്തനം തുടങ്ങി. രണ്ടാംലോകയുദ്ധത്തിൽ ബ്രിട്ടനുൾപ്പെട്ട സംഖ്യകക്ഷികൾ കമ്യൂണിസ്റ്റ് രാജ്യമായിരുന്ന സോവിയറ്റ് യൂണിയനുമായി സഹകരിക്കുന്ന സാഹചര്യം വന്നപ്പോൾ ഇന്ത്യയിലെ ബ്രിട്ടീഷ് ഭരണം ഇവിടുത്തെ കമ്യൂണിസ്റ്റ് പാർട്ടിയുടെ മേൽ തുടർന്നിരുന്ന നിരോധനം പിൻവലിച്ചു. അതോടെ പാർട്ടിയുടെ പരസ്യപ്രവർത്തനമേഖല വ്യാപകമായപ്പോൾ മുഴുവൻ സമയപ്രവർത്തകരാകാൻ സഖാക്കൾ തയ്യാറാകണം എന്ന ആഹ്വാനം പാർട്ടി നേതൃത്വം നൽകി. അതനുസരിച്ച് പാവറട്ടി സംസ്കൃതകോളേജിലെ അദ്ധ്യാപകജോലി രാജിവെച്ച് മുഴുവൻ സമയ പാർട്ടി പ്രവർത്തകനായി മാറിയ ആളായിരുന്നു ചെറുകാട്.

കമ്യൂണിസ്റ്റ് പാർട്ടിയുടെ പ്രചരണപരിപാടികൾക്ക് വേണ്ടി പാട്ടുകളും കവിതകളും ആക്ഷേപഹാസ്യരചനകളും എഴുതിക്കൊണ്ടായിരുന്നു ചെറുകാട് സാഹിത്യരംഗത്തേക്ക് വന്നത്. 1943ൽ വീണ്ടും ജോലിയിൽ കയറിയെങ്കിലും സജീവമായ പാർട്ടി പ്രവർത്തനം തുടർന്നു. സാഹിത്യപ്രവർത്തനങ്ങളും ശക്തമായി തന്നെ ഒപ്പം കൊണ്ടുനടന്നു. 1945ൽ "തിരമാല", "ആരാധന ", "അന്തപുരം" എന്നീ മൂന്ന് കവിതാസമാഹാരങ്ങൾ പ്രസിദ്ധീകരിക്കപ്പെട്ടു. 1948ൽ "നമ്മളൊന്ന്" എന്ന അതിപ്രശസ്തമായ നാടകത്തോടെ ചെറുകാട് നാടകരംഗത്തേക്ക് പ്രവേശിച്ചു. കമ്യൂണിസ്റ്റ് പാർട്ടിയുടെ സമരമുഖങ്ങളിൽ മുന്നണിപ്പോരാളിയായി നിന്നിരുന്ന ചെറുകാട് പോലീസിന്റെ മർദ്ദനവും ജയിൽ ശിക്ഷയും എല്ലാം ഏറ്റുവാങ്ങി. മക്കരപ്പറമ്പിൽ ഒരു മുതിർന്ന കോൺഗ്രസ് നേതാവിന്റെ പൊതുയോഗം സദസ്സിൽ ചെന്ന് മറുചോദ്യങ്ങൾ ചോദിച്ച് അലങ്കോലമാക്കിയത് ഒരു സമരമുറയെന്ന നിലയിലായിരുന്നു. അതിന്റെ പേരിൽ ചുമത്തപ്പെട്ട കേസ്സിൽ അദ്ദേഹത്തിന് മൂന്ന് മാസം കഠിന തടവ് ശിക്ഷകിട്ടി. 1948ൽ കമ്യൂണിസ്റ്റ് പാർട്ടി നിരോധിക്കപ്പെട്ടപ്പോൾ നേതാക്കളെയും സജീവ പ്രവർത്തകരെയും എല്ലാം പിടികൂടി ജയിലിലടച്ചപ്പോൾ ചെറുകാടും കുറച്ചുനാൾ തടവിലായി. ഒളിവിൽ കഴിഞ്ഞിരുന്ന പാർട്ടി സഖാക്കൾക്ക് സഹായം ചെയ്തുകൊടുത്തുവെന്ന പേരിലുള്ള കേസ്സിൽ ചെറുകാടടക്കം എട്ട്പേർക്ക് രണ്ട് മാസത്തെ തടവാണ് കോടതി വിധിച്ചത്. എന്നാൽ കേസ്സ് നടത്തിപ്പ് നീട്ടിക്കൊണ്ടുപോയി

പോലീസ് റിമാന്റ് തടവ്കാലം ഏഴ് മാസമാക്കിയെടുത്തു. ശിക്ഷയുടെ ഭാഗമായി അദ്ധ്യാപക ലൈസൻസ് റദ്ദാക്കിയിരുന്നതിനാൽ തടവ് ജീവിതം കഴിഞ്ഞിട്ടും ജോലിയിൽ തിരിച്ചുകയറാനായില്ല.

ജയിലിൽ നിന്നും പുറത്ത് വന്ന ചെറുകാട് കലാരംഗത്തെ പ്രവർത്തനങ്ങളും രാഷ്ട്രീയ പ്രവർത്തനവും കൂടുതൽ സജീവമാക്കി. ആദ്യം ചെറുകാട് ആന്റ് പാർട്ടി, പിന്നീട് പുലാമന്തോൾ കലാസമിതി, മോഹൻ ആർട്സ് ക്ലബ്ബ്, മോഹൻ ആർട്സ് തിയേറ്റർ എന്നീ പേരുകളിൽ പ്രവർത്തിച്ചിരുന്ന കലാസമിതിക്ക് നേതൃത്വം കൊടുത്തുകൊണ്ട് നാടകരംഗത്ത് ചെറുകാട് നടത്തിയ പ്രവർത്തനങ്ങൾ വലിയ ചലനമുണ്ടാക്കി. കേരളത്തിന്റെ മൊത്തം നാടകചലനങ്ങൾക്ക് ആ പ്രവർത്തനങ്ങൾ ഊർജ്ജം പകർന്നു. വള്ളുവനാട് താലൂക്ക് കേന്ദ്രകലാസമിതിയുടെ മാത്രമല്ല അഖില മലബാർ കേന്ദ്രകലാസമിതിയുടെ തന്നെ പ്രധാന ശക്തിസ്രോതസ്സുകളിലൊന്നായിരുന്നു ചെറുകാട്. കേരളത്തിന്റെ മൊത്തം നാടകചലനങ്ങൾക്ക് ആ പ്രവർത്തനങ്ങൾ ഊർജ്ജം പകർന്നു. കേരളത്തെ മാറ്റിമറിച്ച നാടക മുന്നേറ്റത്തിന്റെ പതിറ്റാണ്ടുകളിൽ വള്ളുവനാട് തന്ന കനത്ത സംഭാവനയായി അത് നിലകൊണ്ടു. നാടകാവതരണത്തോടൊപ്പം രചനയിലും ഒരുപോലെ അദ്ദേഹം ശ്രദ്ധിച്ചു.

1954ൽ അദ്ധ്യാപക ലൈസൻസ് തിരിച്ചുകിട്ടിയപ്പോൾ വാടാനംകുറിശ്ശി സ്കൂളിൽ അദ്ധ്യാപകനായി ജോലിയിൽ തിരിച്ചുകയറി. 1957ൽ പട്ടാമ്പി സംസ്കൃത കോളേജിൽ അദ്ധ്യാപകനായി ചേർന്നു. പ്രൊഫസറായി വിരമിക്കുന്നത് വരെ അവിടെ തന്നെ തുടർന്ന് ജോലി ചെയ്തു. അദ്ധ്യാപക ജോലിയോടൊപ്പം കലാസാംസ്കാരിക പ്രവർത്തനങ്ങളിലും സർഗ്ഗാത്മക രചനകളിലും സജീവമായി ഇടപെട്ടുകൊണ്ട് സാംസ്കാരിക കേരളത്തിൽ അദ്ദേഹം നിറഞ്ഞ് നിന്നു.

ഒരുനിമിഷംപോലും പാഴാക്കാതെ ചെറുകാട് തന്റെ കലാജീവിതവും രാഷ്ട്രീയ ജീവിതവും മുന്നോട്ട് നീക്കി. "നമ്മളൊന്നി"ന് ശേഷം ഇരുപത്തഞ്ചിലേറെ നാടകങ്ങളാണ് ആ തൂലികയിലൂടെ പുറത്ത് വന്നത്. അതിൽ പതിനഞ്ചിലേറെ എണ്ണം പുസ്തകരൂപത്തിലും ഇറങ്ങി. നാടകങ്ങളുടെ പേരുകൾ മുൻ അദ്ധ്യായത്തിൽ സൂചിപ്പിച്ചിട്ടുള്ളതിനാൽ ഇവിടെ ആവർത്തിക്കുന്നില്ല. ഓരോ നാടകവും രംഗത്ത് അവതരിപ്പിക്കുന്നതിനും അദ്ദേഹം നേതൃത്വം കൊടുത്തു. "മണ്ണിന്റെ മാറിൽ", "മുത്തശ്ശി", "ശനിദശ", "പ്രമാണി", "മരുമകൾ", "ദേവലോകം", "ഭൂപ്രഭു" എന്നീ ഏഴ് നോവലുകൾ, അഞ്ച് കവിതാസമാഹാരങ്ങൾ, മൂന്ന് ബാലസാഹിത്യ കൃതികൾ എന്നിവക്ക് പുറമെ കമ്യൂണിസ്റ്റ് പാർട്ടിയുടെയും വർഗ്ഗ

ബഹുജന സംഘടനകളുടെയും പ്രചരണ പ്രവർത്തനങ്ങളുമായി ബന്ധപ്പെട്ട് നടത്തിയ എണ്ണമറ്റ ഹ്രസ്വരചനകൾ എല്ലാം ചേർന്ന് സർഗ്ഗാത്മകതയുടെ ഒരു മഹാപ്രവാഹം തന്നെയായിരുന്നു ആ ജീവിതം. പാർട്ടിപ്രചരണങ്ങളുമായി ബന്ധപ്പെട്ട് ചെറുകാട് രചിച്ച അയ്യപ്പൻ പാട്ട്, പട്ടിണി നൃത്തം, ജാപ്പ് വിരുദ്ധ പാഠകം, ആഗസ്റ്റ് 9 എന്ന ഓട്ടം തുള്ളൽ തുടങ്ങിയ പരിപാടികൾ കേരളമാകെ ശ്രദ്ധ പിടിച്ചുപറ്റിയവയായിരുന്നു. "ജീവിതപ്പാത" എന്ന പേരിൽ പുറത്തിറങ്ങിയ ചെറുകാടിന്റെ ആത്മകഥ മലയാളത്തിലെ ഏറ്റവും മികച്ച ആത്മകഥകളിലൊന്നായി ഇന്നും നിലകൊള്ളുന്നു. ചെറുകാടിന്റെ ഒട്ടേറെ നാടകങ്ങൾ ആകാശവാണി റേഡിയോ നാടകമാക്കിയിരുന്നു. അവയ്ക്ക് ശബ്ദം നൽകിയിരുന്നത് മോഹൻ ആർട്സിലെ കലാകാരന്മാരായിരുന്നു.

കലാസാംസ്കാരിക സംഘടനാരംഗത്തും ചെറുകാടിന്റെ സംഭാവനകൾ ചരിത്രത്തിൽ ഇടം നേടിയതാണ്. 1936ലെ ആൾ ഇന്ത്യാ പ്രോഗ്രസ്സീവ് റൈറ്റേഴ്സ് അസോസിയേഷൻ രൂപീകരണത്തിൽ നിന്നും പ്രചോദനം നേടി 1937ൽ ഉണ്ടായ "ജീവൽ സാഹിത്യസംഘം" രൂപീകരണത്തോടെയായിരുന്നു കേരളത്തിൽ പുരോഗമന സാഹിത്യ പ്രസ്ഥാനത്തിന്റെ പ്രവർത്തനങ്ങൾക്ക് തുടക്കമായത്. 1944ൽ പുരോഗമന സാഹിത്യ സംഘടന എന്ന പേരിലേക്ക് മാറി പ്രവർത്തനങ്ങൾ ശക്തിപ്പെടുത്തിയെങ്കിലും സ്വാതന്ത്ര്യലബ്ധിയോടെ അതിന്റെ പ്രവർത്തനങ്ങൾ നിന്നു. "ജീവൽ സാഹിത്യസംഘ"വും, "പുരോഗമന സാഹിത്യസംഘടന"യും ഉയർത്തിയ ആശയങ്ങൾ കലാസാഹിത്യ രംഗത്ത് ശക്തമായ സ്വാധീനം ചെലുത്തിക്കൊണ്ടിരുന്നുവെങ്കിലും ഒരു സംഘടനയെന്ന നിലയിൽ അതിന്റെ പ്രവർത്തനങ്ങൾ രണ്ട് പതിറ്റാണ്ടിലേറെ കാലം ഇല്ലാതായി. പുരോഗമന സാഹിത്യ സംഘടനയുടെ പ്രവർത്തനങ്ങൾക്ക് പിന്നീട് തുടർച്ചയുണ്ടായത് "ദേശാഭിമാനി സ്റ്റഡി സർക്കിൾ" രൂപീകരണത്തോടെയായിരുന്നു. ദേശാഭിമാനി സ്റ്റഡിസർക്കിൾ രൂപീകരണത്തിലും അതിന്റെ പ്രവർത്തനങ്ങൾ ഊർജ്ജിതമാക്കുന്നതിലും നേതൃത്വപരമായ പങ്ക് വഹിച്ചവരിൽ ഉന്നത ശീർഷനായിരുന്നു ചെറുകാട്. 1971 മെയ് 27, 28 തീയതികളിൽ ഏലംകുളത്ത് ഇ.എം.എസിന്റെ ഭവന പരിസരത്ത് ചേർന്ന സമ്മേളനത്തിൽ എം.എൻ. കുറുപ്പ് സെക്രട്ടറിയും ചെറുകാട് പ്രസിഡന്റുമായിക്കൊണ്ടായിരുന്നു "ദേശാഭിമാനി സ്റ്റഡി സർക്കിൾ" രൂപീകൃതമായത്. സ്റ്റഡി സർക്കിളിന്റെ ആദ്യത്തെ മലപ്പുറം ജില്ലാ പ്രസിഡണ്ട് ചെറുകാടായിരുന്നു. മരണംവരെയും ആ സ്ഥാനത്ത് തുടർന്നുകൊണ്ട് അദ്ദേഹം സംഘടനയെ നയിച്ചു.

രാഷ്ട്രീയ നിലപാടുകളിൽ ഉറച്ചുനിന്നുകൊണ്ട് സാമൂഹ്യപ്രതിബന്ധതയോടെ കലാരംഗത്ത് പ്രവർത്തിച്ചിട്ടുള്ള മലയാളികളിൽ ഏറ്റവും ഉയരത്തിലാണ് ചെറുകാടിന്റെ സ്ഥാനം. മരണം വരെയും വറ്റാതിരുന്ന സർഗ്ഗപ്രതിഭയുടെ ഉടമയായിരുന്ന അദ്ദേഹം തന്റെ എഴുത്തിലെ പ്രത്യക്ഷമായ രാഷ്ട്രീയ നിലപാടുകൾ ഒന്നു മയപ്പെടുത്തിയിരുന്നുവെങ്കിൽ വലിയ ഔദ്യോഗിക അംഗീകാരങ്ങൾ അദ്ദേഹത്തെ തേടി വരുമായിരുന്നു. വ്യക്തിപരമായി തനിക്ക് ലഭിക്കുന്ന അംഗീകാരങ്ങളേക്കാളെറെ തന്റെ കലകൊണ്ട് സമൂഹത്തിന് എന്ത് ഉപയോഗം എന്ന് മാത്രം ചിന്തിച്ച പ്രതിബദ്ധകലാകാരനായിരുന്നു ചെറുകാട്. ഇടവേളകളില്ലാതെ ചലനാത്മകമായി നിന്ന ആ കലാജീവിതം 1976 ഒക്ടോബർ 28ന് അവസാനിച്ചു.

ടി.പി.ഗോപാലൻ (1922-1998)

കേരളത്തിന്റെ ഊർജ്ജമായി നമ്മുടെ നാടകരംഗം നിലനിന്നിരുന്ന പതിറ്റാണ്ടുകളിൽ വള്ളുവനാട്ടിൽ ചെറുകാടിനൊപ്പം നിന്നുകൊണ്ട് അതിന് കരുത്ത് പകർന്ന അഭിനയപ്രതിഭയും നാടക കലാകാരനുമായിരുന്നു ടി.പി.ഗോപാലൻ. ചെറുകാടിന് പല നാടകങ്ങളും എഴുതുന്നതിന് പ്രചോദനവും പ്രേരണയും നൽകിയ സഹപ്രവർത്തകനായിരുന്നു അദ്ദേഹം.

വള്ളുവനാട്ടിലെ ആദ്യത്തെ നാടകസംരംഭമായിരുന്ന ചൊവ്വൂർ നീലകണ്ഠൻ നമ്പൂതിരിപ്പാടിന്റെ നാടക സംഘത്തോടൊപ്പം തീരെ ചെറുപ്പത്തിൽ തന്നെ നാടകാഭിനയരംഗത്തേക്കുവന്ന ടി.പി. ഗോപാലൻ മരണം വരെയും കലാസാംസ്കാരിക പ്രവർത്തനങ്ങൾ തുടർന്നു. നാല്പതുകളുടെ അവസാനത്തിൽ വള്ളുവനാട്ടിലെ നാടക ചലനങ്ങൾക്ക് പുതുജീവൻ നൽകാൻ ചെറുകാടിനൊപ്പം ടി.പി.യും നേതൃത്വപരമായ പങ്ക് വഹിച്ചു.

ചെറുകാടിനേക്കാൾ എട്ട് വയസ്സ് ഇളയവനായിരുന്നുവെങ്കിലും നാടകരംഗത്തും രാഷ്ട്രീയരംഗത്തും ഇരുവരും സന്തതസഹചാരികളായിരുന്നു. 1940ൽ ചൊവ്വൂർ നീലകണ്ഠൻ നമ്പൂതിരിപ്പാടിന്റെ നേതൃത്വത്തിലുള്ള നാടക സംഘത്തിന്റെ പ്രവർത്തനം നിലച്ചപ്പോൾ രണ്ട് പേരും കമ്മ്യൂണിസ്റ്റ് പാർട്ടിയുടെ പ്രവർത്തനങ്ങളിലും അനുബന്ധ കലാപ്രവർത്തനങ്ങളിലും ഒന്നിച്ചു പ്രവർത്തിച്ചു. 1943ൽ കമ്മ്യൂണിസ്റ്റ് പാർട്ടിയുടെ ഒന്നാംപാർട്ടി കോൺഗ്രസ്സിനോടനുബന്ധിച്ച് ചെറുകാട് രചിച്ച "ആഗസ്റ്റ് 9" എന്ന ഓട്ടംതുള്ളൽ ബോംബെയിലെ സമ്മേളന വേദിയിൽ രംഗത്തവതരിപ്പിച്ചത് ടി.പി.യായിരുന്നു.

ചെറുകാടിന്റെ എല്ലാ നാടകങ്ങളിലും ഒരു പ്രധാനറോൾ ടി.പി. ഗോപാലനുണ്ടായിരുന്നു. പാർട്ടി പ്രചരണവുമായി ബന്ധപ്പെട്ട് ചെറുകാട് രചിച്ച "കഞ്ഞിക്കലം", "ഇരുമ്പ്പെട്ടി", "ചെകുത്താൻ", "അടിമ" എന്നീ ലഘുനാടകങ്ങളിലൂടെയും ചെറുകാടിന്റെ തന്നെ "നമ്മ ളൊന്ന്", കെ.ദാമോദരന്റെ "പാട്ടബാക്കി" എന്നീ നാടകങ്ങളിലൂടെയും ടി.പി.ഗോപാലൻ എന്ന അഭിനയ പ്രതിഭ ജനഹൃദയങ്ങളിൽ സ്ഥാനം പിടിച്ചു.

വള്ളുവനാട്ടിലെ നാടകപ്രസ്ഥാനം പുലാമന്തോൾ കലാസമിതി, മോഹൻ ആർട്സ് ക്ലബ്ബ്, മോഹൻ ആർട്സ് തിയേറ്റർ എന്നീ പേരുകളിൽ കേരളമാകെ കീർത്തി നേടിയപ്പോൾ അതിന്റെ നായകസ്ഥാനത്ത് ചെറുകാടിനൊപ്പം ടി.പി.യും മുഖ്യപങ്ക് വഹിച്ചു. അഭിനേതാവ് എന്ന നിലയിൽ അസാധാരണ സിദ്ധികളുണ്ടായിരു ന്ന ടി.പി.ഗോപാലൻ എന്ന നടനെ മനസ്സിൽ കണ്ടുകൊണ്ടാണോ ചെറുകാട് പല കഥാപാത്രങ്ങളെയും സൃഷ്ടിച്ചിരുന്നത് എന്നുപോലും വിലയിരുത്തപ്പെട്ടിട്ടുണ്ട്. ചെറുകാടിന്റെ തൂലികയിൽ സൃഷ്ടിക്കപ്പെട്ടു കയും ടി.പി.ഗോപാലനാൽ രംഗത്തവതരിപ്പിക്കപ്പെട്ടുകയും ചെയ്ത "നമ്മളൊന്നി"ലെ പട്ടിപ്പങ്ങൻ, "തറവാടിത്ത"ത്തിലെ ഇളയനായർ, "ഞങ്ങളും മനുഷ്യരാണ്" എന്നതിലെ ആലിപ്പോക്കർ, "മനുഷ്യഹൃ ദയങ്ങ"ളിലെ പങ്ങുണ്ണിനായർ തുടങ്ങിയ ഒട്ടേറെ കഥാപാത്രങ്ങൾ അന്നത്തെ തലമുറയിൽപെട്ടവരുടെ മനസ്സിൽ തങ്ങിനിൽപ്പുണ്ട്.

അഖില മലബാർ കേന്ദ്രകലാസമിതി നടത്തിയ അഖില കേരള നാടകമത്സരത്തിൽ മനുഷ്യഹൃദയങ്ങളിലെ പങ്ങുണ്ണിനായരെ അവത രിപ്പിച്ച ടി.പി.ഗോപാലൻ മികച്ച നടനുള്ള സ്വർണ്ണമെഡൽ നേടി. പിൽക്കാലത്ത് സിനിമയിലൂടെ പ്രശസ്തരായ കുഞ്ഞാണ്ടി, നെല്ലിക്കോട് ഭാസ്കരൻ, കുഞ്ഞാവ തുടങ്ങിയ പ്രമുഖരൊക്കെ കോഴിക്കോട്ടെ വിവിധ നാടകങ്ങളെ പ്രതിനിധീകരിച്ച് പങ്കെടുത്ത ഒരു മത്സരത്തിലാണ് ടി.പി. ഈ വിജയം നേടിയത് എന്നത് കൂടി ഓർക്കണം.

പ്രൊഫഷണൽ നാടകരംഗത്തേക്കും സിനിമയിലേക്കുമുള്ള വാതിലുകൾ ടി.പി.ക്ക് വേണ്ടി തുറന്നു കൊടുക്കപ്പെട്ടിരുന്നു. ഒന്നു മനസ്സു വെച്ചിരുന്നെങ്കിൽ ആ വഴിക്കുള്ള സാധ്യതകൾ ടി.പി.യെപ്പോലുള്ള ഒരു അതുല്യനായ നടന് വളരെ കൂടുതലുണ്ടായിരുന്നു. തന്റെ ആശയ ങ്ങളും ആദർശങ്ങളും സ്വന്തം ജനതയോട് സംവേദിക്കുന്നതിനുള്ള ഒരു ഉപാധിയായി തന്റെ കലാസിദ്ധിയെ കണ്ട ആ കലാകാരന് ആ വഴിക്ക് ചിന്തിക്കാൻ തോന്നിയില്ല. ടി.പി.യെന്ന നടന്റെ കഴിവുകൾ തിരി ച്ചറിഞ്ഞിരുന്ന ഉറൂബ് "രാരിച്ചൻ എന്ന പൗരൻ" എന്ന സിനിമയിലെ

ആനക്കാരന്റെ ഭാഗം അഭിനയിക്കാൻ ടി.പി.യെ നിർബന്ധപൂർവം ക്ഷണിച്ചു. ക്ഷണം സ്വീകരിച്ച അദ്ദേഹം അത് ഗംഭീരമാക്കുകയും ചെയ്തു. വർഷങ്ങൾക്ക് ശേഷം ചെറുകാടിന്റെ മണ്ണിന്റെ മാറിൽ സിനിമയാക്കിയപ്പോൾ അതിലെ കൊച്ചു കൊണ്ടേരന്റെ റോൾ എടുത്തതും ടി.പി.യായിരുന്നു.

അഭിനേതാവ് എന്ന നിലയിൽ മാത്രമല്ല നാടകരചയിതാവ് എന്ന നിലയിലും ടി.പി. തന്റെ സംഭാവനകൾ തന്നിട്ടുണ്ട്. "പ്രമാണി", "ചൂള", "വിശപ്പിന്റെ ഇതിഹാസം", "കൗരവസഭ", "സംത്രാസം", "കിളിക്കൂട്" എന്നീ നാടകങ്ങൾ ടി.പി.രചിച്ചവയാണ്. മികച്ച അഭിനേതാവിനുള്ള പുരസ്കാരങ്ങൾ ഒട്ടേറെ വേദികളിൽവെച്ച് നേടിയിട്ടുള്ള ടി.പി.ഗോപാലനെ 1982ൽ കേരള സംഗീതനാടക അക്കാദമിയും പുരസ്കാരം നൽകി ആദരിച്ചു.

പുരോഗമന സാംസ്കാരിക സംഘടനാപ്രവർത്തനങ്ങളിലും ചെറുകാടിനൊപ്പം ടി.പി. നേതൃത്വപരമായ പങ്ക് വഹിച്ചു. ദേശാഭിമാനി സ്റ്റഡിസർക്കിളിന്റെ പ്രസിഡണ്ടായി ചെറുകാട് വന്നപ്പോൾ വൈസ് പ്രസിഡണ്ട് ടി.പി.യായിരുന്നു. ചെറുകാടിന്റെ മരണശേഷം ജില്ലാ പ്രസിഡണ്ടായതും ടി.പി. തന്നെയായിരുന്നു. 1981ൽ ദേശാഭിമാനി സ്റ്റഡിസർക്കിൾ പുരോഗമനകലാസാഹിത്യസംഘമായി പുനസംഘടിപ്പിക്കപ്പെട്ടപ്പോൾ അതിന്റെ മലപ്പുറം ജില്ലാകമ്മറ്റിയുടെ ആദ്യ പ്രസിഡണ്ടായി തെരഞ്ഞെടുക്കപ്പെട്ടതും ടി.പി.യായിരുന്നു.

കലാരംഗത്തെ പ്രവർത്തനങ്ങൾക്കൊപ്പം കമ്യൂണിസ്റ്റ് പാർട്ടിയുടെ പ്രവർത്തനങ്ങളിലും നേരിട്ട ഭാഗബാക്കായിരുന്നു ടി.പി.ഗോപാലനും. അതിന്റെ ഫലമായുള്ള അടിച്ചമർത്തൽ നടപടികൾക്ക് വിധേയനായി. 1948-51ൽ കമ്യൂണിസ്റ്റ് പാർട്ടി നിരോധിക്കപ്പെട്ടപ്പോൾ സജീവ പ്രവർത്തകരെയും നേതാക്കളെയുമെല്ലാം കള്ളക്കേസിൽ കുടുക്കുന്നത് പോലീസിന്റെ ഒരു പതിവായിരുന്നു. ടി.പി. ഗോപാലനും സഹപ്രവർത്തകനായിരുന്ന പാറാന്തോടൻ ഹൈദർസ് എന്നയാൾക്കും എതിരെ പോലീസ് ചുമത്തിയ കള്ളക്കേസ് പാലൂർ അമ്പലക്കുളത്തിൽ നഞ്ചു കലക്കി മീൻ പിടിച്ചു എന്നതായിരുന്നു.

അദ്ധ്യാപകരായിരുന്ന പാർട്ടി പ്രവർത്തകർക്കെതിരെ നടത്തിയിരുന്ന മറ്റൊരു ആക്രമണമായിരുന്നു അവരെ തൊഴിലിൽ നിന്നും പിരിച്ചുവിടൽ. പുലാമന്തോൾ സ്കൂളിൽ അദ്ധ്യാപകനായി ജോലി ചെയ്തിരുന്ന ടി.പി.ഗോപാലൻ, സഹപ്രവർത്തകരായിരുന്ന സി.പി.ഉണ്ണികൃഷ്ണൻ, പുത്തൂർ ജനാർദ്ദനൻ മാസ്റ്റർ എന്നിവർ ഇങ്ങിനെ പിരിച്ചുവിടപ്പെട്ടു.

പിരിച്ചുവിടുന്നതിന് മൂന്ന് മാസം മുമ്പ് നോട്ടീസ് കൊടുത്തിരിക്കണം എന്ന ചട്ടം പാലിക്കാതെയുള്ള പിരിച്ചുവിടൽ അംഗീകരിക്കേണ്ടതില്ല എന്നായിരുന്നു സംഘടനാ തീരുമാനം. അതനുസരിച്ച് അവർ മൂന്ന് പേരും രണ്ട് ദിവസം ഹാജർ ഒപ്പിട്ട് ക്ലാസ്സിൽ കയറി. മൂന്നാംദിവസം മുതൽ ഹാജർ പട്ടിക കൊടുക്കേണ്ട എന്ന് സ്കൂൾ മാനേജർ നിർദ്ദേശിച്ചതിനാൽ ഹെഡ്മാസ്റ്റർ അത് കൊടുത്തില്ല. ടി.പി.യും കൂട്ടരും ഹാജർ പട്ടിക ബലമായി പിടിച്ചു വാങ്ങി ഒപ്പിട്ടു. അതോടെ മൂവരെയും പോലീസെത്തി അറസ്റ്റ് ചെയ്തു കൊണ്ടുപോയി. കുറ്റവാളികൾ എന്ന നിലയിൽ എല്ലാവരെയും പോലീസ് പാലൂരിലേക്ക് നടത്തിക്കൊണ്ടുവന്നു. മൂന്ന് പേരുടെയും വീടുകളിൽ പോലീസ് കയറി റെയ്ഡ് നടത്തി. രേഖകൾ വല്ലതും പിടിച്ചെടുക്കാൻ കഴിയുമോ എന്ന് നോക്കാനായിരുന്നു അത്. മുൻകരുതൽ എടുത്തിരുന്നതിനാൽ എവിടെ നിന്നും ഒന്നും കിട്ടിയില്ല. എങ്കിലും സ്കൂളിലെ സംഭവത്തിന്റെ പേരിൽ കേസ്സുണ്ടായി. മൂന്നുപേർക്കും ഒരു മാസത്തെ കഠിന തടവ് ശിക്ഷ കിട്ടി.

1951ൽ പാർട്ടി നിരോധനം പിൻവലിക്കപ്പെട്ടപ്പോൾ അതിന്റെ ഭാഗമായി നടപ്പാക്കിയിരുന്ന ശിക്ഷകളും പിൻവലിക്കപ്പെട്ടു. ചെറുകാടിനെപ്പോലെ ടി.പി.ഗോപാലനും അദ്ധ്യാപകവൃത്തിയിലേക്ക് തിരിച്ചുവന്നു. പുലാമന്തോളിലെ സ്വാതന്ത്ര്യസമര സേനാനിയും ആദ്യകാല കോൺഗ്രസ് നേതാവുമായിരുന്ന കെ.എം. ബാപ്പുട്ടിമാസ്റ്ററുടെ മാനേജ്മെന്റിന് കീഴിലുള്ള ഒരു എൽ.പി.സ്കൂളിലായിരുന്നു റിട്ടയർ ചെയ്യുന്നവേളയിൽ ടി.പി.ഗോപാലൻ ജോലി ചെയ്തിരുന്നത്. അദ്ധ്യാപക സംഘടന, കമ്യൂണിസ്റ്റ് പാർട്ടി, വിവിധ വർഗ്ഗബഹുജന സംഘടനകൾ തുടങ്ങിയവയുടെ പ്രചരണ പ്രവർത്തനങ്ങൾക്കുള്ള കലാപരമായ എല്ലാ പരിപാടികളിലും ടി.പി.മുന്നിൽ തന്നെയുണ്ടായിരുന്നു.

ചെറുകാടിന്റെ മരണത്തിന് ശേഷം അല്പം പിറകോട്ട് പോയിരുന്ന പുലാമന്തോളിലെ കലാപ്രവർത്തനങ്ങൾക്ക് നവോന്മേഷം പകർന്നു കൊണ്ട് 1983ൽ പാലൂർ കേന്ദ്രമാക്കി "അനശ്വര കലാസാംസ്കാരിക വേദി" രൂപീകരിക്കുന്നതിലും ടി.പി.ഗോപാലൻ നേതൃപരമായ പങ്ക് വഹിച്ചു. ഈ കൂട്ടായ്മയും നാടകാവതരണത്തിൽ താത്പര്യപൂർവ്വം പ്രവർത്തിച്ചു. പുരോഗമനകലാസാഹിത്യ സംഘത്തിന്റെ നേതൃത്വത്തിലിരുന്നുകൊണ്ട് സാംസ്കാരിക രംഗത്തെ പ്രവർത്തനങ്ങളിൽ അവസാനം വരെ അദ്ദേഹം കർമ്മനിരതനായി. മലപ്പുറം ജില്ലയിലെ കലാസാംസ്കാരിക രംഗത്ത് നിറസാന്നിദ്ധ്യമായിരുന്ന ആ മഹാനടൻ 1998 ആഗസ്റ്റ് 29ന് വിടവാങ്ങി.

ഒമ്പത്

തോക്കിനെ ഭയക്കാത്ത കലാകാരി

മലപ്പുറത്തിന്റെ നാടക ചരിത്രത്തിലെ മാത്രമല്ല കേരളത്തിന്റെ നാടക ചരിത്രത്തിലെ തന്നെ ആവേശം പടർത്തുന്ന ഒരു അദ്ധ്യായമാണ് നിലമ്പൂർ ആയിഷയുടെ നാടകാനുഭവങ്ങൾ. മുസ്ലിംകൾക്കിടയിൽ പെൺകുട്ടികൾക്ക് ആവശ്യത്തിന് വിദ്യാഭ്യാസം കൊടുക്കുന്ന ശീലം പോലും വ്യാപകമായത് ഈ അടുത്തകാലത്താണ്. ഈ ലേഖകന്റെ സഹപാഠികളിൽ പോലും എൽ.പി.സ്കൂളിൽ നാലാം ക്ലാസ് വരെ ഒപ്പം പഠിച്ചിരുന്ന മുസ്ലിം പെൺകുട്ടികളിൽ ഒരാളെ പോലും അവരുടെ മാതാപിതാക്കൾ അപ്പർ പ്രൈമറിയിൽ ചേർക്കാൻ താത്പര്യപ്പെട്ടിട്ടില്ല. ഇത് നടന്നത് എഴുപതുകളിലാണ്, അപ്പോൾ അതിനും രണ്ട് പതിറ്റാണ്ട് മുമ്പുള്ള മുസ്ലിം സമുദായത്തിന്റെ സ്ഥിതി പറയേണ്ടതില്ല.

തൊള്ളായിരത്തി അമ്പതുകളുടെ തുടക്കത്തിൽ നിലമ്പൂർ ആയിഷയെന്ന മുസ്ലിം യുവതി നാടകാഭിനയ രംഗത്തേക്ക് വരാൻ ധൈര്യപ്പെട്ടത് ഒരു വിപ്ലവം തന്നെയായിരുന്നു. യാഥാസ്ഥിതികരെ അത് വല്ലാതെ പരിഭ്രമിപ്പിച്ചു. കലാരംഗത്തേക്ക് വന്നതിന്റെ പേരിൽ കേരളത്തിൽ ഒരു കലാകാരിക്കും അതിന് മുമ്പോ പിമ്പോ അനുഭവിക്കേണ്ടി വന്നിട്ടില്ലാത്ത തരത്തിൽപ്പെട്ട എതിർപ്പുകളും ആക്രമണങ്ങളുമാണ് നിലമ്പൂർ ആയിഷക്ക് നേരിടേണ്ടി വന്നത്.

നിലമ്പൂർ യുവജന കലാസമിതിയുടെ "ഇജ്ജ് നല്ലൊരു മനുസനാകാൻ നോക്ക്" എന്ന നാടകത്തിൽ അഭിനയിക്കാനുള്ള നാടകകൃത്ത് ഇ.കെ.

അയമുവിന്റെ ക്ഷണം സ്വീകരിക്കുമ്പോൾ താൻ ചെയ്യാൻ പോകുന്നത് അത്ര വലിയ ഒരു സംഭവമാണെന്ന് ആ പതിനാറ്കാരി അന്ന് മനസ്സിലാക്കിയിട്ടുണ്ടായിരുന്നില്ല. തുടക്കത്തിൽ "ജ്ജ് നല്ലൊരു മന്സനാകാൻ നോക്ക്" എന്ന നാടകത്തിൽ സ്ത്രീകഥാപാത്രങ്ങളെയടക്കം പുരുഷന്മാരാണ് അവതരിപ്പിച്ചിരുന്നത്. നിലമ്പൂർ ആയിഷയെ ഉൾപ്പെടുത്തിയ ശേഷം സമിതി നാടകം ആദ്യം അവതരിപ്പിച്ചത് ഫറൂക്കിലാണ്.

നാടക കലാകാരൻകൂടിയായ മൂത്ത ജ്യേഷ്ഠൻ മാനു മുഹമ്മദിന്റെ പിന്തുണയാണ് നാടകരംഗത്തേക്ക് വരാൻ ആയിഷക്ക് സഹായകരമായത്. ആയിഷയെ നാടകത്തിൽ അഭിനയിപ്പിക്കുന്ന കാര്യം ഇ.കെ. അയമു പറഞ്ഞപ്പോൾ മാനുമുഹമ്മദ് പറഞ്ഞു

"അവൾക്ക് സമ്മതമാണെങ്കിൽ നാടകത്തിലെടുക്കാം. അങ്ങിനെയാണ് അയമു ആയിഷയെ നാടകത്തിലേക്ക് ക്ഷണിച്ചത്. ഉടൻതന്നെ ആയിഷ സമ്മതം അറിയിക്കുകയും ചെയ്തു. അത് കേട്ട ഉമ്മ അപ്പോൾ തന്നെ തന്റെ എതിർപ്പ് അറിയിച്ചു.

"വേണ്ട അത് ഇസ്ലാമിനെതിരാണ്. നമുക്ക് ആരുമില്ലാത്തതാണ്"

അപ്പോൾ ആയിഷ പറഞ്ഞു

"രക്ഷിക്കാൻ കഴിയാത്ത ഒരു മതക്കാരും നമ്മളെ ശിക്ഷിക്കയും വേണ്ട"

പതിനാറ് വയസ്സുമാത്രം പ്രായമുണ്ടായിരുന്ന ആ അഞ്ചാംക്ലാസുകാരിക്ക് അങ്ങിനെയൊരു മറുപടി പറയാൻ തോന്നിച്ചത് അവളുടെ ജീവിതാനുഭവങ്ങളായിരുന്നു. വളരെ സമ്പന്നനും പ്രതാപിയുമായിരുന്ന മൂത്തേടത്ത് അഹമ്മദ്കുട്ടിയുടെയും എരഞ്ഞിക്കൽ കുഞ്ഞാച്ചുമ്മയുടെയും മകളായിട്ടായിരുന്നു ആയിഷയുടെ ജനനം. മരക്കച്ചവടവും തേയിലക്കച്ചവടവും കൃഷിയും നടത്തി നല്ല വരുമാനമുണ്ടായിരുന്നയാളായിരുന്നു അഹമ്മദ്കുട്ടി. നാട്ടുവാഴിയായിരുന്ന നിലമ്പൂർ കോവിലകത്ത് നിന്നും അദ്ദേഹത്തിന് മുത്തുപ്പട്ട എന്ന സ്ഥാനപ്പേര് കൽപിച്ചുകൊടുത്തിരുന്നു. ഈ സമ്പത്തും പ്രതാപവുമെല്ലാം വളരെ കുറച്ച് കാലം മാത്രമേ ആയിഷക്ക് അനുഭവിക്കാൻ ഭാഗ്യമുണ്ടായുള്ളൂ. ആയിഷക്ക് പത്ത് വയസ്സുള്ളപ്പോഴായിരുന്നു ബാപ്പയുടെ മരണം. അതിനും മുമ്പ് തന്നെ കച്ചവടത്തിൽ എന്തോ നഷ്ടം പറ്റി ബാപ്പ സ്വത്തുക്കളൊക്കെ വിറ്റൊഴിവാക്കിയിരുന്നു. ഏഴുമക്കളും ഉമ്മയും അടങ്ങുന്ന ആയിഷയുടെ കുടുംബം പെട്ടെന്ന് ദരിദ്രരായി. ധാരാളം പരിചാരകരും എപ്പോഴും സന്ദർശകരുമുണ്ടായിരുന്ന അവരുടെ വീട് മൂകമായി. ധാരാളം പേർക്ക്

സാമ്പത്തിക സഹായം കൊടുത്തിരുന്ന ബാപ്പയുടെ മക്കളായിരുന്നിട്ടും അവർക്ക് ആരിൽ നിന്നും ഒരു സഹായവും കിട്ടിയില്ല. കുറച്ച് കാലം വീട്ടുസാധനങ്ങൾ വിറ്റ് കഴിഞ്ഞ അവർ കൂലിപ്പണിക്ക് പോയിട്ടാണ് പിന്നെ ജീവിച്ചത്.

ഒരു ബന്ധുവിന്റെ നിർബന്ധത്തിന് വഴങ്ങി ഒരു ബാല്യവിവാഹത്തിന് പതിമൂന്നാം വയസ്സിൽ ആയിഷ വിധേയയായി. അഞ്ചുദിവസം കൊണ്ട് തന്നെ അയാളെ വെറുത്ത ആയിഷ അയാളെ പറഞ്ഞയച്ചു. പക്ഷെ അതിനിടക്ക് ബലാൽസംഗസമാനമായ ബന്ധപ്പെടലുകൾ വഴി അവൾക്ക് ഒരു കുഞ്ഞിനെയും കിട്ടി. ഒരുവട്ടം ആത്മഹത്യക്ക് ശ്രമിച്ച ആയിഷയെ ജ്യേഷ്ഠൻ സമയത്ത് കണ്ടതുകൊണ്ട് മാത്രമാണ് രക്ഷപ്പെടുത്താനായത്. പിന്നെ തന്റെ രക്തത്തിൽ പിറന്ന കുഞ്ഞിനെ പോറ്റാൻ നെല്ല് കുത്തി അരിയാക്കി വിൽക്കുന്ന തൊഴിൽ ചെയ്താണ് അവൾ ജീവിച്ചത്. ഈ സമയത്തായിരുന്നു ഇ.കെ. അയമുവിന്റെ ചോദ്യം. അവൾക്ക് അതുകൊണ്ട് തന്നെ മറ്റൊന്നും ആലോചിക്കാനില്ലായിരുന്നു.

ആയിഷയുടെ നാടകത്തിലേക്കുള്ള വരവ് എതിർപ്പുകൾ ക്ഷണിച്ചുവരുത്തും എന്നുറപ്പായതിനാൽ അരങ്ങത്ത് വരുന്നത് വരെ അത് രഹസ്യമാക്കി സൂക്ഷിക്കാൻ നാടകസംഘം ശ്രദ്ധിച്ചു. രാത്രി പന്ത്രണ്ട് മണിക്ക് ശേഷം തുടങ്ങുന്ന റിഹേഴ്സലുകൾ നേരം പുലരുന്നതിന് മുമ്പ് അവസാനിപ്പിക്കലായിരുന്നു അവർ അതിന് കണ്ട മാർഗ്ഗം.

കമ്യൂണിസ്റ്റ് പാർട്ടിയുടെ ആഭിമുഖ്യത്തിൽ ഫറോക്കിലെ ലക്ഷ്മി എന്ന കൊട്ടകയിൽ നാടകാവതരണം നടത്തിയപ്പോഴാണ് ആയിഷ ആദ്യമായി അരങ്ങിലെത്തിയത്. അത് വലിയ വാർത്തയായി. തൊട്ടടുത്ത ഒരു ദിവസം തന്നെ കോട്ടക്കലിലും നാടകം അരങ്ങേറി. എതിർസ്വരങ്ങളൊക്കെ ഉണ്ടായിരുന്നുവെങ്കിലും സ്വീകാര്യതയും കൂടിക്കൊണ്ടിരുന്നു. പല സ്ഥലത്തും നാടക സംഘം എത്തുമ്പോൾ മൈക്കിലൂടെ അനൗൺസ്മെന്റ് വരും. “ഇതാ എത്തിക്കഴിഞ്ഞു കേരള നൂർജഹാൻ”. ഇതിന് നേരെ വിപരീതമായി “മുസ്ലിം സ്ത്രീ നാടകത്തിലേക്കല്ല നരകത്തിലേക്കാണ്” എന്ന മുദ്രാവാക്യം വിളികളും പല സ്ഥലത്തും കേൾക്കേണ്ടി വന്നിരുന്നു. പാർട്ടി വളണ്ടിയർമാർ കൈകോർത്ത് പിടിച്ച് വലയം സൃഷ്ടിച്ചാണ് അത്തരം സ്ഥലങ്ങളിൽ നാടക സംഘത്തെ വേദിയിലേക്ക് എത്തിച്ചിരുന്നത്.

നിലമ്പൂർ യുവജന കലാസമിതിയുടെ നാടകാവതരണ വേദികൾ കൂടുതലും കമ്യൂണിസ്റ്റ് പാർട്ടിയുടെ സമ്മേളനങ്ങളിലും ഇതര പൊതു

പരിപാടികളിലുമായിരുന്നു. വലിയ പ്രതിഫലമൊന്നും കിട്ടിയിരുന്നില്ല. ഒരു ദിവസം തന്നെ രണ്ടും മൂന്നും കേന്ദ്രങ്ങളിൽ നാടകം കളിച്ച ദിവസങ്ങളുണ്ടായിരുന്നു. പ്രതിഫലം തീരെ കുറഞ്ഞുപോവുകയോ കിട്ടാതിരിക്കുകയോ ചെയ്യുന്ന സന്ദർഭങ്ങളുമുണ്ടായിരുന്നു. അപ്പോൾ നാടകസംഘത്തിലെ പ്രവർത്തകരെ സഹായിച്ചിരുന്നത് സമിതിയുടെ പ്രസിഡണ്ട് കൂടിയായ ഡോക്ടർ ഉസ്മാനും, ചിലപ്പോൾ നിലമ്പൂർ കോവിലകം കുടുംബാംഗവും കമ്യൂണിസ്റ്റ് പാർട്ടി നേതാവുമായിരുന്ന കുഞ്ഞിക്കുട്ടൻ തമ്പാനുമായിരുന്നു.

ആയിഷ താരമായി വളരുന്നതിനനുസരിച്ച് എതിർപ്പും കൂടിക്കൂടി വന്നു. നാട്ടിലുള്ള എതിർപ്പുകളും ശക്തിപ്പെട്ടു. ചില പരിചയക്കാർ വീട്ടിൽ കയറ്റാൻ മടിച്ചു. ഭക്ഷണം തരാൻ തയ്യാറാവാതിരിക്കുക, പൊതുവായ പരിപാടികൾക്ക് പോലും പ്രവേശനം അനുവദിക്കാതിരിക്കുക എന്നിവയിൽ തുടങ്ങി കാശ് കൊടുത്താൽ പോലും പീടികയിൽ നിന്നും സാധനം തരാത്ത അവസ്ഥപോലും ഉണ്ടായി. ഇതറിഞ്ഞപ്പോൾ കുഞ്ഞിക്കുട്ടൻ തമ്പാൻ പറഞ്ഞു "എന്റെ പാടത്ത് നെല്ലുണ്ട്, ആയിഷയുടെ വീട്ടിൽ വെള്ളവുമുണ്ട്, കോഴിക്കോട്ട് പോയാലും ഒരു തീപ്പെട്ടിയും കിട്ടും, അങ്ങിനെ ഞങ്ങളെ ആരും പേടിപ്പിക്കേണ്ട" ഒരു വണ്ടിയിൽ നിറയെ സാധനങ്ങൾ കൊണ്ട് വന്ന് കൊടുത്തുകൊണ്ട് കുഞ്ഞിക്കുട്ടൻ തമ്പാൻ സഹായിക്കുകയും ചെയ്തു. ഡോ.ഉസ്മാനും പരമാവധി സഹായങ്ങൾ കൊടുത്ത് ധൈര്യം പകർന്നു.

കമ്യൂണിസ്റ്റ് പാർട്ടിയുടെ പ്രവർത്തകർ ആവേശത്തോടെ നാടകസംഘത്തെയും നിലമ്പൂർ ആയിഷയെയും സ്വീകരിക്കുകയും വേദികൾ ഒരുക്കുകയും ചെയ്യുന്നത് തുടർന്നു. മതയാഥാസ്ഥിതികരുടെ എതിർപ്പുകൾ ആക്രമാസക്തമായിക്കൊണ്ടിരുന്നു. കണ്ണൂർ ജില്ലയിലെ പഴയങ്ങാടിയിൽ ചെന്നിറങ്ങി ആയിഷയും സംഘവും നാടകം നടത്തേണ്ട ഏഴോം എന്ന സ്ഥലത്തേക്ക് പോകാനായി ബോട്ടിൽ കയറിയിരിക്കുമ്പോൾ ആക്രോശത്തോടെ മുദ്രാവാക്യം വിളിച്ചുകൊണ്ട് ഒരു സംഘം വന്നു

"മുസ്ലിം സ്ത്രീ നാടകത്തിലേക്കല്ല നരകത്തിലേക്കാണ്" എന്നായിരുന്നു അവർ പറഞ്ഞുകൊണ്ടിരുന്നത്. പിക്കാസ്, മൺവെട്ടി, കോടാലി എന്നിവയുമായുള്ള സംഘത്തിന്റെ വരവ് ആയിഷയെ ആക്രമിക്കലാണെന്ന് ദൂരത്ത് നിന്നേ മനസ്സിലായി. സംഘാംഗങ്ങൾ ആയിഷയെയും നാടകസംഘത്തിലുണ്ടായിരുന്ന മറ്റൊരു വനിതയായ ജാനകിയെയും ബോട്ടിന്റെ നിലത്ത് കിടത്തി ചുറ്റും മറഞ്ഞിരുന്ന് ലഗേജുകൾ

കൊണ്ടും മറച്ചും ഒളിപ്പിച്ചുവെച്ചു. ആയിഷ അന്ന് വന്നിട്ടില്ലെന്ന് പറഞ്ഞ് രക്ഷപ്പെടുകയായിരുന്നു ചെയ്തത്.

മുട്ടം എന്ന സ്ഥലത്തും നാദാപുരത്തും നാടകം കളിച്ചുകൊണ്ടിരിക്കുമ്പോൾ സ്റ്റേജിലേക്ക് വന്ന കല്ലേറേറ്റ് ആയിഷക്ക് നെറ്റിയിൽ പരിക്കേറ്റു. നെറ്റിയിൽ നിന്നും ചോര പൊടിഞ്ഞിറങ്ങി വായവരെ എത്തിയിട്ടും പതറാതെ ആയിഷ അഭിനയം തുടർന്നു. കർട്ടൻ വീണതിനുശേഷം മാത്രമാണ് മുഖത്തെ രക്തം അവർ തുടച്ചുമാറ്റിയത്.

മഞ്ചേരിക്കടുത്ത് മേലാക്കത്ത് നാടകം കളിച്ച് പകുതിയോളമായിക്കഴിഞ്ഞപ്പോൾ സ്റ്റേജിലേക്ക് പാഞ്ഞുവന്നത് ഒരു വെടിയുണ്ടയായിരുന്നു. എന്തോ സ്റ്റേജിലേക്ക് വന്നതല്ലാതെ എന്താണെന്ന് ആർക്കും പിടികിട്ടിയില്ല. നാടകം തീർന്നതിന് ശേഷമാണ് ബേക്ക് കർട്ടൻ തുളച്ചു പോയത് ഒരു വെടിയുണ്ടയായിരുന്നു എന്ന് എല്ലാവർക്കും മനസ്സിലായത്. ആ സമയത്ത് ആയിഷ ഡയലോഗ് പറഞ്ഞു നീങ്ങിക്കൊണ്ടിരുന്ന ഒരു രംഗമാണ് അഭിനയിച്ചുകൊണ്ടിരുന്നത് എന്നത് കൊണ്ടാണ് അക്രമിയുടെ ഉന്നം തെറ്റിയത്. എയർഗൺ ഉപയോഗിച്ച് വെടിയുതിർത്ത് ആ മതഭ്രാന്തൻ ലക്ഷ്യമിട്ടത് ആയിഷയുടെ മരണം തന്നെയായിരുന്നു.

വധശ്രമം വരെ നടന്നിട്ടും ആയിഷ നാടകം ഉപേക്ഷിച്ചില്ല. ആ മുസ്ലിം യുവതി ധീരമായി രംഗത്ത് തുടർന്നു ബാപ്പയുടെ മരണശേഷം ആകെ തകർന്നു പോയിരുന്ന അവൾക്ക് ജീവിതത്തിന് ഒരു അർത്ഥം തോന്നിയത് നാടകത്തിലൂടെയായിരുന്നു. പാർട്ടി പ്രവർത്തകൻ കൂടിയായിരുന്ന സഹോദരൻ മാനു മുഹമ്മദ് മുഖേന ആയിഷക്ക് കമ്യൂണിസ്റ്റ് പാർട്ടിയുമായി അടുപ്പം തോന്നിയിരുന്നു. നാടക സംഘത്തിലെ അംഗങ്ങളുമായുള്ള ബന്ധം വഴി കമ്യൂണിസ്റ്റാശയങ്ങളിലുള്ള അവളുടെ താത്പര്യം കൂടുതൽ ശക്തിപ്പെട്ടു. ഇ.കെ. അയമുവും ഡോക്ടർ ഉസ്മാനും കമ്യൂണിസ്റ്റ് പാർട്ടി പ്രവർത്തകരായിരുന്നുവെങ്കിലും നാടക സംഘത്തിന് ഇടവേളകളിൽ പാർട്ടി ക്ലാസ് കൊടുത്തിരുന്നത് നിലമ്പൂർ ബാലനായിരുന്നു. പാർട്ടിയിലുള്ള വിശ്വാസവും ആയിഷക്ക് കരുത്ത് പകർന്നു.

വഴിക്ക് വാഹനം തടഞ്ഞ് നിർത്തി ആക്രമിക്കാൻ പരിപാടിയുണ്ട് എന്ന് സംഘാടകർക്ക് വിവരം കിട്ടിയതിനാൽ വളഞ്ഞ റൂട്ടിലൂടെ സഞ്ചരിക്കേണ്ടി വരിക, നാടക സ്ഥലത്തേക്ക് എത്തുന്നത് മുടക്കാനായി വഴിയിൽ കല്ലും മുട്ടികളും കൊണ്ടിടുക, അത് പരിസരത്തെ പാർട്ടി പ്രവർത്തകരുടെ സഹായത്തോടെ നീക്കം ചെയ്ത് യാത്ര തുടരേണ്ടി വരിക ഇതൊക്കെ ആയിഷയുടെ നാടക സംഘത്തിന്റെ

അനുഭവങ്ങളായിരുന്നു. മണ്ണാർക്കാടിനടുത്ത് ഒരു സ്ഥലത്ത് നാടകം കളിക്കാൻ ചെന്നപ്പോൾ മെയ്ക്കപ്പ് റൂമിലേക്ക് കയറിവന്ന ഒരു അക്രമി ആയിഷയുടെ ചെകിടത്തടിച്ച് ഓടി. തൊട്ട് പിറകെ ഓടി ആയിഷയും സഹപ്രവർത്തകരും അയാളെ പിടിച്ച് പോലീസിൽ ഏല്പിച്ചു. ഇങ്ങനെ തിക്താനുഭവങ്ങൾ തുടരെത്തുടരെ ഉണ്ടായിട്ടും ആയിഷ നാടകത്തെ കൈവിട്ടില്ല.

യാഥാസ്ഥിതികർ എതിർപ്പ് തുടർന്നെങ്കിലും നിലമ്പൂർ യുവജന കലാസമിതിക്കും ആയിഷക്കും നിരന്തരം വേദിയൊരുക്കിക്കൊണ്ട് പുരോഗമനവാദികളും കലാസ്നേഹികളും ഒപ്പം നിന്നതും ആയിഷയുടെ അനുഭവമാണ്. സാംസ്കാരികരംഗത്തെയും രാഷ്ട്രീയ രംഗത്തെയും പ്രമുഖരായ ആളുകൾ നേരിട്ട് വന്ന് അഭിനന്ദനങ്ങളും പ്രോത്സാഹനങ്ങളും തന്നിരുന്നത് ആയിഷയുടെ ആത്മവിശ്വാസം ഉയർത്തി. ചെറുതുരുത്തിയിൽ നാടകം കളിക്കാൻ ചെന്നപ്പോൾ നാടകത്തിലഭിനയിക്കുന്ന മുസ്ലിം യുവതിയെ കാണാൻ മഹാകവി വള്ളത്തോൾ ആഗ്രഹം പ്രകടിപ്പിച്ചതും ചെന്നു കണ്ടപ്പോൾ ആലിംഗനം ചെയ്തു സ്വീകരിച്ചതും ആയിഷയുടെ തിളക്കമുള്ള നാടകോർമ്മയാണ്. ആയിഷയെ ചേർത്ത് പിടിച്ച് ഉയർത്തി വള്ളത്തോൾ പറഞ്ഞു " ഇങ്ങനെയൊരു ദൗത്യം എനിക്ക് ആദ്യം ചെയ്യാൻ കഴിഞ്ഞില്ലല്ലോ". ഒരു മുസ്ലിം പെൺകുട്ടിയെ കലാരംഗത്തേക്ക് കൊണ്ടുവരുന്നതിനെക്കുറിച്ചായിരുന്നു അദ്ദേഹം ഉദ്ദേശിച്ചത്. കാലം പിന്നിടുന്തോറും എതിർപ്പുകൾ കുറഞ്ഞു കുറഞ്ഞു വന്നു ഇല്ലാതായി.

നിലമ്പൂർ യുവജന കലാസമിതി അതിന്റെ നാടക പ്രവർത്തനങ്ങളെ കമ്യൂണിസ്റ്റ് പാർട്ടിയുടെ ആശയ പ്രചരണങ്ങൾക്കുള്ള ഉപാധിയാക്കാൻ ബോധപൂർവം ശ്രമിച്ചിരുന്നു. അതിന്റെ ഭാഗമായി നാടകത്തിനായി ക്യാമ്പ് ചെയ്യുന്ന സ്ഥലത്തിനടുത്ത ഗ്രാമങ്ങളിൽ പകൽ സമയത്തെ ഇടവേളകളിൽ നാടക സംഘങ്ങൾ ചെല്ലുകയും ആളുകളെ വിളിച്ച് കൂട്ടി രാഷ്ട്രീയ സാമൂഹ്യ കാര്യങ്ങൾ ചർച്ച ചെയ്യുകയും ചെയ്തിരുന്നു. അവർക്കിടയിലേക്ക് വരാൻ മടിച്ചിരുന്ന മുസ്ലിം സ്ത്രീകളെ അങ്ങോട്ട് ചെന്ന് കാണാൻ ആയിഷയെ ആണ് ചുമതലപ്പെടുത്തിയിരുന്നത്. നാടകം കാണാൻ വരാൻ ക്ഷണിക്കുന്നതിന്റെ ഭാഗമായിട്ടായിരുന്നു ഈ ആശയ പ്രചരണം നടന്നിരുന്നത്. ഇത് നാടകം കാണാൻ വരുന്ന ആളുകളുടെ എണ്ണം വർദ്ധിപ്പിച്ചു. വീട്ടിലെ സ്ത്രീകളെയും കുട്ടികളെയും എല്ലാം കൂട്ടി, കുട്ടികൾക്ക് ഉറക്കം വരുമ്പോൾ ഉറക്കാനായി പായയും തലയണയുമായി വരെ നാടകം കാണാൻ ആളുകൾ വരുന്ന ഒരുവസ്ഥ

ഈ പ്രചരണം വഴി ഉണ്ടായി. നേരിട്ട് പാർട്ടിയെ കുറിച്ച് പറയുന്നതിന് പകരം ജന്മിത്വത്തിനെതിരെ പ്രവർത്തിക്കേണ്ടതിന്റെയും കുട്ടികൾക്ക് വിദ്യാഭ്യാസം കൊടുക്കേണ്ടതിന്റെയും ആവശ്യകതകൾ ബോധ്യപ്പെടു ത്താനാണ് ശ്രമിച്ചിരുന്നത്.

നിലമ്പൂർ യുവജന കലാസമിതിക്ക് പുറമെ മറ്റു സമിതികളുടെ നാടകങ്ങളിലും ആയിഷ അഭിനയിച്ചു. മുഹമ്മദ് യൂസുഫിന്റെ "കണ്ടം ബെച്ച കോട്ട്", പി.എൻ.എം. ആലിക്കോയയുടെ "വമ്പത്തി നീയാണ് പെണ്ണ്", ബഷീറിന്റെ "ന്റെപ്പൂപ്പാക്കൊരാനണ്ടാർന്ന്" എന്ന നോവൽ നാടകമാക്കിയത് എന്നിവയിലൊക്കെ നിലമ്പൂർ ആയിഷ അഭിനേ താവായി. കെ.ടി. മുഹമ്മദിന്റെ സംഘത്തിലെത്തിയതോടെ ഒരു പ്രൊഫഷണൽ നാടകനടിയായി മാറി. കെ.ടി.യുടെ നാടക ട്രൂപ്പിന് പേര് ആദ്യം ബ്രദേഴ്സ് മ്യൂസിക് ക്ലബ്ബ് എന്നായിരുന്നു. പിന്നീടത് എക്സ്പിരിമെന്റൽ ആർട്സ് ക്ലബ്ബ് എന്നാക്കി. തുടർന്നും സംഗമം തിയേറ്റേഴ്സ് എന്ന പേരിലും കുറെ നാടകാവതരണങ്ങൾ നടത്തി. അവസാനം കലിംഗ തിയേറ്റേഴ്സ് എന്നായിരുന്നു പേര്. കെ.ടി. യുടെ എല്ലാ ട്രൂപ്പുകൾക്കൊപ്പവും നിലമ്പൂർ ആയിഷയുണ്ടായിരുന്നു. നിലമ്പൂർ ആയിഷയുടെ ജ്യേഷ്ഠത്തിയുടെ മകളാണ് നിലമ്പൂർ സീനത്ത്. മാനുമുഹമ്മദിന്റെ സംഘത്തിലൂടെയായിരുന്നു സീനത്ത് നാടകരംഗ ത്തേക്കുന്നത്. ഇപ്പോൾ സിനിമാനടിയായി ഉയർന്ന അവർ നാടകരം ഗത്ത് പ്രശസ്തയായത് കലിംഗ തിയേറ്റേഴ്സിലൂടെയായിരുന്നു. കെ.ടി. യുടെ അതിപ്രശസ്ത നാടകങ്ങളായ "സൃഷ്ടി"യിലും "സ്ഥിതി"യിലും ആയിഷക്ക് പ്രധാനപ്പെട്ട റോളുണ്ടായിരുന്നു. കെ.ടി.യുടെ ഒട്ടുമിക്ക നാടകങ്ങളിലും അവർ അഭിനയിച്ചിട്ടുണ്ട്.

കെ.ടി.യിലൂടെ തന്നെയാണ് നിലമ്പൂർ ആയിഷ സിനിമയിൽ എത്തിയതും. കെ.ടി. തിരക്കഥയെഴുതിയ "കണ്ടംബെച്ച കോട്ട്"ലാ യിരുന്നു തുടക്കം. തുടർന്ന് "കുട്ടിക്കുപ്പായം", "തങ്കക്കുടം", "കുപ്പിവള", "കാവ്യമേള", "ഓളവും തീരവും", "ത്രാസം", "തേൻതുള്ളികൾ", "മൈലാഞ്ചി" തുടങ്ങി അനേകം സിനിമകളിൽ നിലമ്പൂർ ആയിഷ അഭിനയിച്ചു. ഇടക്കാലത്ത് പ്രവർത്തനം നിന്നുപോയിരുന്ന നിലമ്പൂർ യുവജന കലാസമിതി പേര് മാറ്റി നിലമ്പൂർ ആർട്സ് ക്ലബ്ബ് ആക്കി പുന സംഘടിപ്പിച്ചപ്പോൾ ആയിഷ വീണ്ടും സജീവമായി. ഇ.കെ. അയമുവി ന്റെ 'മതിലുകൾ', നിലമ്പൂർ ബാലന്റെ 'ധ്രുവങ്ങൾ സന്ധിക്കുന്നു', പി.ജെ. ആന്റണിയുടെ 'ഭാഗ്യനക്ഷത്രം'എന്നീ നാടകങ്ങളിൽ നിലമ്പൂർ ആയിഷ അഭിനയിച്ചത് ഈ സമിതി മുഖേനയായിരുന്നു. ഇ.കെ.അയമുവിന്റെ

മരണം കഴിഞ്ഞ് അധികം താമസിയാതെ നിലമ്പൂർ ആർട്സ് ക്ലബ്ബ് പ്രവർത്തനം നിലക്കുകയും നിലമ്പൂർ ബാലൻ കോഴിക്കോട്ടേക്ക് മാറുകയും ചെയ്തു. കോഴിക്കോട് കേന്ദ്രമാക്കി നിലമ്പൂർ ബാലൻ നേതൃത്വം കൊടുത്തിരുന്ന 'കളിത്തറ'യുടെ എല്ലാ നാടകങ്ങളിലും ആയിഷ അഭിനയിച്ചു. എൻ.പി. മുഹമ്മദിന്റെ എണ്ണപ്പാടമടക്കം കുറെ റേഡിയോ നാടകങ്ങളിലും ആയിഷ പങ്കെടുത്തു.

അഭിനയിക്കാൻ ധാരാളം അവസരങ്ങളും വേണ്ടത്ര പ്രശസ്തിയും കിട്ടിയെങ്കിലും ആയിഷയുടെ സാമ്പത്തിക സ്ഥിതി മെച്ചപ്പെട്ടില്ല. ഇന്നത്തേത് പോലുള്ള മെച്ചപ്പെട്ട പ്രതിഫലമൊന്നും അന്ന് നാടകത്തിലും സിനിമയിലും കിട്ടാത്തതും, കിട്ടുന്നതിന്റെ നല്ലൊരു പങ്ക് കുടുംബത്തെ സഹായിക്കാനായി നീക്കിവെക്കേണ്ടി വന്നതും കാരണം ആയിഷക്ക് സമ്പാദ്യമൊന്നും ഉണ്ടായിരുന്നില്ല. കുറച്ച് നാൾ നാടകമൊന്നും ഇല്ലെങ്കിൽ ഭക്ഷണത്തിന് പോലും കടം വാങ്ങേണ്ട അവസ്ഥ.

സാമ്പത്തിക സ്ഥിതി ദുരിതപൂർണ്ണമായി തോന്നിയപ്പോൾ ആയിഷ നാടകവും സിനിമയുമെല്ലാം ഉപേക്ഷിച്ച് സൗദി അറേബ്യയിലേക്ക് വീട്ട് ജോലിക്കാരിയായി പോയി. പത്തൊമ്പതര കൊല്ലം റിയാദിൽ 'ഗദ്ദാമ'യായി കഴിഞ്ഞെങ്കിലും ആയിഷയുടെ സാമ്പത്തികസ്ഥിതി മാറ്റം വന്നില്ല. അഭിനേതാവ് എന്ന നിലയിലുള്ള വൈദഗ്ധ്യം നിലമ്പൂർ ആയിഷക്ക് കുടുംബത്തിന്റെ സാമ്പത്തിക മാനേജ്മെന്റിൽ പുലർത്താൻ കഴിഞ്ഞില്ല. കിട്ടിയ പണമെല്ലാം മകൾക്ക് അയച്ചുകൊടുത്തതല്ലാതെ കാര്യമായ ഒരന്വേ ഷണവും നടത്തിയില്ല. അതെല്ലാം മകൾ അപ്പപ്പോൾതന്നെ ചെലവഴിച്ചുതീർത്തതൊന്നും അറിയാതെ ആയിഷ മടങ്ങിയെത്തി. മകളുമായി മാനസികമായി ഒരു അകലം ഉണ്ടായി എന്നതല്ലാതെ മറ്റൊരു നേട്ടവും അവർക്ക് ഗൾഫ് ജീവിതം കൊണ്ട് കിട്ടിയില്ല. വീട് പോലും വിൽക്കേണ്ടിവന്നു.

ജീവിതം വീണ്ടും പ്രതിസന്ധിയിലേക്ക് പതിച്ചപ്പോൾ കലാരംഗം തന്നെയാണ് തന്റെ വഴിയെന്ന് ആയിഷ തീരുമാനിച്ചു. വീണ്ടും നാടകത്തിലേക്ക് എത്തി. ഇബ്രാഹിം വെങ്ങരയുടെ "ഉള്ളത് പറഞ്ഞാൽ" എന്ന നാടകത്തിലൂടെ രണ്ടാമത്തെ നാടക ജീവിതം തുടങ്ങി. ഖാൻ കാവിലിന്റെ ഒരു നാടകത്തിലും വേഷമിട്ടു തുടർന്നു പല നാടക സംഘങ്ങളുമായും സഹകരിച്ചു. സിനിമയിലും വീണ്ടും നല്ല വേഷങ്ങൾ ചെയ്തു. പാഠം ഒന്ന് ഒരു വിലാപം, വിലാപങ്ങൾക്കപ്പുറം അലിഫ്, ഊമക്കുയിൽ എന്നീ ചിത്രങ്ങളിൽ ശ്രദ്ധിക്കപ്പെടുന്ന വേഷങ്ങളിൽ അഭിനയിച്ചു.

പതിറ്റാണ്ടുകൾ നീണ്ട കലാജീവിതവും പത്തൊമ്പതര കൊല്ലത്തെ ഗൾഫ് വാസവും കഴിഞ്ഞിട്ടും നിലമ്പൂർ ആയിഷക്ക് സ്വന്തമായൊരു ഭവനം ഉണ്ടായിരുന്നില്ല. പുരോഗമന കലാസാഹിത്യ സംഘത്തിന്റെ ജില്ലാ സെക്രട്ടറിയുടെ ചുമതലയിൽ ഈ ഗ്രന്ഥകാരൻ ഇരിക്കുന്ന വേളയിൽ അത് കമ്മറ്റിയിൽ ചർച്ച ചെയ്യുകയും ഒരു പരിഹാരം ഉണ്ടാക്കാൻ തീരുമാനിക്കുകയും ചെയ്തു. പ്രവാസി സംഘമടക്കം എല്ലാ സംഘടനകളുടെയും സഹകരണത്തോടെ "നിലമ്പൂർ ആയിഷ, സ്നേഹോപഹാര സമിതി" എന്നൊരു കമ്മറ്റിയുണ്ടാക്കി ഭരത് മുരളി ചെയർമാനും ഈ ലേഖകൻ ജനറൽ കൺവീനറും, പ്രവാസി സംഘം നേതാവ് എം.സി. അബു ട്രഷററുമായി കമ്മറ്റി പ്രവർത്തനം തുടങ്ങി. കേരളത്തിനകത്തും പുറത്തുമുള്ള കലാസ്നേഹികളുടെ സംഭാവനകൾ വഴി ഉണ്ടാക്കിയ സ്നേഹോപഹാര ഭവനത്തിലാണ് ഇപ്പോൾ പേരമകന്റെ കൂടെ ആയിഷ താമസിക്കുന്നത്. ഭരത് മുരളിയോട് സമിതിയുടെ ചെയർമാൻ സ്ഥാനം ഏറ്റെടുക്കാൻ നിർദ്ദേശിച്ചതും, ഭവനത്തിന്റെ താക്കോൽദാനം നടത്തിയതും എം.എം.ബേബിയായിരുന്നു.

നാടക രംഗത്തെയും സിനിമാ രംഗത്തെയും ഒട്ടേറെ പുരസ്കാരങ്ങൾ നിലമ്പൂർ ആയിഷയെ തേടിയെത്തിയിട്ടുണ്ട്. നാടകരംഗത്തെ സമഗ്ര സംഭാവനക്കുള്ള എസ്.എൽ.പുരം പുരസ്കാരം, മികച്ച നടിക്കുള്ള കേരള സംഗീത നാടക അക്കാദമി അവാർഡ് (കാട്ടുകുരങ്ങ്), മികച്ച സഹനടിക്കുള്ള കേരള സംസ്ഥാന ചലച്ചിത്ര അവാർഡ് (ഊമക്കുയിൽ), തിരുവനന്തപുരം സൂര്യയുടെ ഗുരുപൂജ പുരസ്കാരം തുടങ്ങിയ ചെറുതും വലുതുമായ പുരസ്കാരങ്ങളുടെ ഒരു വലിയ നിര തന്നെ അവരുടെ ശേഖരത്തിലുണ്ട്.

ഏഴുപതിറ്റാണ്ടോളമായി തുടർന്നുകൊണ്ടിരിക്കുന്ന നിലമ്പൂർ ആയിഷയുടെ കലാജീവിതത്തിൽ ഒരു അഭിനേതാവിന് വളരെ അപൂർവമായി മാത്രം ലഭിക്കാനിടയുള്ള ഒരു അവസരവും 2021ൽ അവരെ തേടിയെത്തി. കലാരംഗത്തെ തന്റെ ഗുരുനാഥൻ കൂടിയായ ഇ.കെ. അയമുവിന്റെ ജീവിതത്തെ ആസ്പദമാക്കി ഒരുക്കുന്ന "ചോപ്പ്" എന്ന സിനിമയിൽ നിലമ്പൂർ ആയിഷയെന്ന കഥാപാത്രത്തെ അവതരിപ്പിക്കുന്നത് നിലമ്പൂർ ആയിഷ തന്നെയാണ്.

പത്ത്

ആത്മാർത്ഥതയുടെ നിറകുടങ്ങൾ

(ഇ.കെ.അയമു-1926-1967)

"ഇജ്ജ് നല്ലൊരു മനുസനാകാൻ നോക്ക്" എന്ന ഒറ്റ നാടകം കൊണ്ട് തന്നെ മലയാള നാടക ചരിത്രത്തിൽ ഇടം നേടിയ നാടകകൃത്താണ് ഇ.കെ.അയമു. കേരളത്തിന്റെ ഗ്രാമങ്ങളെയും നഗരങ്ങളെയുമെല്ലാം നാടകം ഇളക്കിമറിച്ചുകൊണ്ടിരുന്ന അമ്പതുകളിൽ അതിലേക്കുള്ള കിഴക്കനേറനാടിന്റെ പങ്ക് നിർവഹിച്ച നിലമ്പൂർ യുവജന കലാസമിതിക്ക് നേതൃത്വം കൊടുത്തിരുന്നത് ഇ.കെ.അയമുവും ഡോക്ടർ ഉസ്മാനും ചേർന്നായിരുന്നു. പുസ്തക രൂപത്തിൽ ഇറങ്ങിയ "ഇജ്ജ് നല്ലൊരു മനുസനാകാൻ നോക്ക്"ന്റെ ആമുഖത്തിൽ ഡോക്ടർ ഉസ്മാനെ അദ്ദേഹം വിശേഷിപ്പിച്ചിട്ടുള്ളത് തന്റെ ബഹുമാന്യ ശുഭകാംക്ഷിയും ഗുരനാഥനുമായിട്ടാണ്.

നിലമ്പൂരിലെ സാമാന്യം സാമ്പത്തികശേഷിയുണ്ടായിരുന്ന എരഞ്ഞിക്കൽ തറവാട്ടിലായിരുന്നു 1926ൽ ഇ.കെ.അയമുവിന്റെ ജനനം. എരഞ്ഞിക്കൽ കോയ ഉമ്മർ ഹാജി- ഇത്തിയുമ്മ ദമ്പതിമാരുടെ ഒമ്പത് മക്കളിൽ ആറാമനായിരുന്നു അയമു. എട്ടാംതരം വരെ മാത്രം നീണ്ട സ്കൂൾ പഠനം കഴിഞ്ഞ് പട്ടാളക്കാരനായി ജോലിയിൽ പ്രവേശിച്ച ആ യുവാവ് രണ്ട് വർഷം മാത്രമേ അവിടെ നിന്നുള്ളൂ. സൈനിക സേവനം അവസാനിപ്പിച്ച് നാട്ടിലെത്തിയ അയമു കമ്യൂണിസ്റ്റ് പാർട്ടിയുടെ പ്രവർത്തനങ്ങളിലും കലാ-സാംസ്കാരിക രംഗത്തും

സജീവമായി. പുരോഗമന ആശയക്കാരായ ഒട്ടേറെ ചെറുപ്പക്കാർ അക്കാലത്ത് നിലമ്പൂരിലുണ്ടായിരുന്നു. അവരെ സംഘടിപ്പിച്ച് നിലമ്പൂർ യുവജനകലാസമിതി രൂപീകരിക്കുന്നതിൽ അയമു നേതൃത്വപരമായ പങ്ക് വഹിച്ചു.

മുസ്ലിം സമുദായത്തിലെ ജീർണ്ണതകളെയും പണക്കാരുടെ താത്പര്യങ്ങൾക്കനുസരിച്ച് തുള്ളുന്ന പൗരോഹിത്യത്തെയും നിശിത വിമർശനത്തിന് വിധേയമാക്കുന്ന ഇ.കെ. അയമുവിന്റെ "ജ്ജ് നല്ലൊരുമനുസനാകാൻ നോക്ക്" എന്ന നാടകത്തിലൂടെ നിലമ്പൂർ യുവജനകലാസമിതി ജനശ്രദ്ധ കിട്ടിയ കലാസംഘമായി. വളരെ വേഗത്തിൽ തന്നെ ഒട്ടേറെ വേദികളിൽ മലബാറിലാകെ ആ നാടകം അവതരിപ്പിക്കപ്പെട്ടു. നിലമ്പൂർ ആയിഷയെന്ന മുസ്ലിം പെൺകുട്ടിയെ നാടകരംഗത്തേക്ക് കൊണ്ടുവരാൻ ധൈര്യപ്പെട്ടതോടെ നിലമ്പൂർ യുവജനകലാസമിതി ഒരു കൊടുങ്കാറ്റായി യാഥാസ്ഥിതിക കോട്ടകളെ വിറപ്പിച്ചു. 1953ൽ ഇറങ്ങിയ ആ നാടകം കോഴിക്കോട്ടെ "നാടക ഗ്രാമം" എന്ന ഒരു സമിതി ഇപ്പോഴും അവതരിപ്പിക്കുന്നുണ്ട്.

നാടകങ്ങളിലൂടെ ആവിഷ്കരിക്കാൻ ശ്രമിച്ച തന്റെ അനാചാരങ്ങളോടുള്ള എതിർപ്പും, നിസ്വവർഗ്ഗപക്ഷപാതിത്വവും ജീവിതത്തിലും പ്രാവർത്തികമാക്കാൻ ആത്മാർത്ഥമായി ശ്രമിച്ചിരുന്നയാളായിരുന്നു ഇ.കെ.അയമു. 1950ൽ കുന്നത്ത് പറമ്പൻ ഖദീജയുമായുള്ള തന്റെ വിവാഹത്തിൽ തന്നെ ഒരു ആചാരലംഘനത്തിനുള്ള തന്റേടം അദ്ദേഹം കാണിച്ചു. ഖദീജയെ തീരെ ചെറുപ്പത്തിൽ വീട്ടുകാർ മറ്റൊരു വിവാഹം കഴിപ്പിച്ചിരുന്നു. ആ ബന്ധം ആ ബാലികക്ക് ഇഷ്ടപ്പെട്ടിരുന്നില്ല. അതിനാൽ അവൾ ആ വീട്ടിലേക്ക് പോയിരുന്നുമില്ല. പിന്നീട് ആദ്യ ഭർത്താവിനെക്കൊണ്ട് മൊഴി ചൊല്ലിപ്പിച്ചാണ് അയമുവുമായുള്ള വിവാഹം നടത്തിയത്. മുസ്ലിംകൾക്കിടയിൽ വിവാഹമോചിതയായ സ്ത്രീക്ക് മൂന്ന് മാസം "ഇദ്ദ"കാലമാണ്. ആ ഘട്ടത്തിൽ അവർക്ക് വിവാഹം പാടില്ല. ആദ്യ ഭർത്താവിൽ നിന്നും അവർ ഗർഭിണിയായിട്ടുണ്ടോ എന്നറിയാനുള്ള ഒരു വ്യവസ്ഥയാണത്. എന്നാൽ ഭർതൃഗൃഹത്തിലേക്ക് പോയിട്ടില്ലാത്ത ഖദീജയെ സംബന്ധിച്ച് അത് അപ്രസക്തമായിരുന്നു. അതിനാൽ മൂന്ന് മാസം കഴിയുന്നതിന് മുമ്പ് തന്നെ വിവാഹം നടത്തി. യാഥാസ്ഥിതികരുടെ ഭാഗത്ത് നിന്നും വലിയ എതിർപ്പുണ്ടായി. എങ്കിലും അയമുവും ഖദീജയും അത് വകവെച്ചില്ല. വിവാഹദിവസം ഭർതൃഗൃഹത്തിലേക്ക് പോകുന്ന വധുവിനൊപ്പം സ്ത്രീകളുടെ ഒരു വലിയ സംഘം അനുഗമിക്കുന്ന പതിവുണ്ട്. പുതുക്കം പോവുക എന്നാണ് ആ

ചടങ്ങിന് പറയുക. ഖദീജയുടെ പുതുക്കത്തിന്റെ കൂടെ പോകാൻ ബന്ധുക്കളായ സ്ത്രീകൾ ഭയപ്പെട്ടു പിന്മാറി. അതിനാൽ കൂടുതൽ പുരുഷന്മാരും പേരിന് മാത്രം സ്ത്രീകളുമുള്ള ഒരു സംഘമായിരുന്നു ഖദീജയുടെ കൂടെ പുതുക്കം പോകാൻ ഉണ്ടായിരുന്നത്. തന്റെ ആദ്യപുത്രിക്ക് "നിർമ്മല" എന്ന പേരിട്ടുകൊണ്ടും അയമു യാഥാസ്ഥിതികരെ ധിക്കരിച്ചു.

പട്ടാളത്തിൽ നിന്നും പിരിഞ്ഞുപോന്നതിന് ശേഷം ഒരു തൊഴിൽ എന്ന നിലയിൽ അയമു തെരഞ്ഞെടുത്തത് കരുളായി എന്ന സ്ഥലത്ത് ഒരു റേഷൻകടയുടെ നടത്തിപ്പായിരുന്നു. കൂട്ടത്തിൽ ഒരു ചിട്ടിയും നടത്തിയിരുന്നു. എന്നാൽ നാടകപ്രവർത്തനവും രാഷ്ട്രീയവും ചേർന്ന് തിരക്കിലായപ്പോൾ രണ്ടും ശ്രദ്ധിക്കാൻ കഴിയാതായി. 1958ൽ നിലമ്പൂർ യുവജനകലാസമിതിയുടെ പ്രവർത്തനം നിലച്ചപ്പോൾ അയമു സാമ്പത്തികമായും തകർന്നിരുന്നു. അതോടെ നിലമ്പൂർ വിട്ട് കർണ്ണാടകത്തിലേക്ക് കുടകിലേക്ക് മാറിയ അയമു അവിടെ ഒരു ചെറിയ കച്ചവടവും ചിട്ടിക്കമ്പനിയും തുടങ്ങി. "സുരക്ഷിത" ചിട്ടിക്കമ്പനി എന്നായിരുന്നു കമ്പനിയുടെ പേര്.

കുടകിലെ കടയും ചിട്ടിക്കമ്പനിയും ഒന്നു പച്ചപിടിക്കാൻ തുടങ്ങിയപ്പോൾ അയമുവിലെ നാടകക്കാരൻ ഉണർന്നു. നാട്ടിലെ സഹപ്രവർത്തകരായ നാടകക്കാരെ എല്ലാം കൂട്ടിക്കൊണ്ട് വന്ന് കുടകിലെ മലയാളി കേന്ദ്രങ്ങളിൽ നാടകം അവതരിപ്പിച്ചു. പ്രതീക്ഷിച്ച സാമ്പത്തിക വിജയം കിട്ടിയില്ല. വീരാജ്പേട്ടയിൽ നാടകം കഴിഞ്ഞപ്പോൾ സ്റ്റേജിനും മൈക്കിനുമുള്ള പണംപോലും പിരിഞ്ഞു കിട്ടിയിരുന്നില്ല. സംഘത്തിലെ ഗായകനായിരുന്ന എസ്.എ. ജമീൽ ആ സ്റ്റേജിൽ തന്നെ ഒരു ഗാനമേള നടത്തി. കുറെ കൂടി പണം പിരിഞ്ഞുകിട്ടി. അങ്ങിനെയാണ് അന്ന് കടം കുടുങ്ങാതെ രക്ഷപ്പെട്ടു പോന്നത്. കുടകിലേക്ക് പോയ സംഘത്തിൽ നിലമ്പൂർ ആയിഷ, മാനു മുഹമ്മദ് തുടങ്ങിയവരൊക്കെ ഉണ്ടായിരുന്നു. 1959 അവസാനം കുടക് ജീവിതം മതിയാക്കി ഇ.കെ. അയമു നിലമ്പൂരിൽ തിരിച്ചെത്തി. കുടകിലെ കട വിറ്റുകിട്ടിയ പണവും ചിട്ടിവഴി കിട്ടിയ ലാഭവും കൊണ്ട് നിലമ്പൂരിൽ നിന്നും പോകുമ്പോൾ ഉണ്ടായിരുന്ന കടങ്ങളെല്ലാം വീട്ടി.

1962ൽ നിലമ്പൂർ ആർട്സ് ക്ലബ്ബിന്റെ രൂപീകരണത്തോടെ നിലമ്പൂരിലെ നാടകരംഗം വീണ്ടും സജീവമായി. കമ്യൂണിസ്റ്റ് പാർട്ടി നേതാവ് സഖാവ് കുഞ്ഞാലി പ്രസിഡണ്ടും നിലമ്പൂർ ബാലൻ സെക്രട്ടറിയുമായിരുന്ന ആ നാടകസമിതിയുടെ എക്സിക്യൂട്ടീവ് കമ്മറ്റി അംഗമായിരുന്നു അയമു. ഇ.കെ.അയമു രചിച്ച "മതിലുകൾ" എന്ന രണ്ടാമത്തെ നാടകം

അവതരിപ്പിച്ചിരുന്നത് നിലമ്പൂർ ആർട്സ് ക്ലബ്ബാണ്. ഈ നാടകം ഇപ്പോഴും പ്രസക്തമായ ഒന്നാണ്. മനുഷ്യരെ മതില്കെട്ടിത്തിരിക്കുന്ന വർഗീയതയെ വിചാരണ ചെയ്യുന്ന നാടകമാണ് "മതിലുകൾ". "ജ്ജ് നല്ലൊരു മന്സനാകാൻ നോക്ക്", "മതിലുകൾ" എന്നീ നാടകങ്ങളും "ചിന്തിക്കുന്ന ഭാഷ" എന്ന ഒരു കഥാസമാഹാരവും പുസ്തകരൂപത്തിൽ ഇ.കെ. അയമുവിന്റേതായി പുറത്ത് വന്നിട്ടുണ്ട്.

"ഒരു കുപ്പി സാഹിത്യം" എന്ന ഒരു നാടകവും കൂടി അയമു എഴുതി തയ്യാറാക്കി റിഹേഴ്സൽ തുടങ്ങിയതായിരുന്നു. എന്നാൽ അതേ സമയത്ത് പുറത്ത് വന്ന എസ്.എൽ. പുരം സദാനന്ദന്റെ "ദുഃഖപുത്രി" എന്ന നാടകത്തിന്റെ പ്രമേയത്തോട് സാദൃശ്യം വന്നതിനാൽ ആ നാടകത്തിന്റെ അവതരണം വേണ്ടെന്ന് വെക്കുകയായിരുന്നു. കാളികാവിൽ പ്രവർത്തിച്ചിരുന്ന കാളികാവ് ആർട്സ് ക്ലബ്ബിന് വേണ്ടി എഴുതിയതായിരുന്നു ഇ.കെ.അയമുവിന്റെ നാലാമത്തെ നാടകമായ "സ്നേഹത്തിന്റെ വോട്ട്". സാമ്പത്തികമായി കാര്യമായി ഒന്നും നേടാൻ കഴിയാത്ത ഒന്നായിരുന്നു ഇ.കെ.അയമുവിന്റെയും സഹപ്രവർത്തകരുടെയും നാടകപ്രവർത്തനം. അന്നന്നത്തെ ആഹാരത്തിനുള്ള വക തന്നെ പലപ്പോഴും കിട്ടാത്ത അവസ്ഥയായിരുന്നു മിക്കവരുടെയും വീടുകളിൽ. ഇ.കെ. അയമുവിന്റെ വീട്ടിലെ സ്ഥിതിയും വ്യത്യസ്തമായിരുന്നില്ല. ഒരു ദിവസം രാത്രി ഭക്ഷണത്തിനുള്ള അരിയും സാധനങ്ങളും വാങ്ങാൻ പുറത്തുപോയ ഭർത്താവ് കാലി സഞ്ചിയുമായി തിരിച്ചുവരുന്ന സംഭവം ഭാര്യ ഖദീജ ഓർമ്മിക്കാറുണ്ടായിരുന്നു. അരിയും സാധനങ്ങളുമെല്ലാം വാങ്ങിത്തന്നെയാണ് അയമു അങ്ങാടിയിൽ നിന്നും മടങ്ങിയിരുന്നത്. എന്നാൽ മടങ്ങുന്ന വഴിയിൽ വിശന്ന് വലയുന്ന സ്വന്തം കുഞ്ഞുങ്ങളെ കെട്ടിപ്പിടിച്ച് കൊണ്ടും, തന്നെ ഉപേക്ഷിച്ചുപോയ ഭർത്താവിനെ ശപിച്ചുകൊണ്ടും ദൈവത്തോട് പ്രാർത്ഥിച്ചും കരഞ്ഞുകൊണ്ടിരുന്ന ഒരു ഉമ്മയുടെ വിലാപം കേട്ട അയമു തന്റെ വീട്ടിലേക്കുള്ള സാധനങ്ങൾ അവർക്ക് കൊടുത്ത് തിരിച്ചുപോരുകയായിരുന്നു.

നാടകപ്രവർത്തനത്തെയും രാഷ്ട്രീയ പ്രവർത്തനത്തെയും തുല്യപ്രാധാന്യത്തോടെ ജീവിതാവസാനം വരെ കൊണ്ടുനടന്നയാളായിരുന്നു അയമു. നിലമ്പൂരിന്റെ ഇതിഹാസപുരുഷനെന്ന് പറയാവുന്ന സഖാവ് കുഞ്ഞാലിയുടെ അടുത്ത സഹപ്രവർത്തകനായിരുന്നു അദ്ദേഹം. കമ്യൂണിസ്റ്റ് പാർട്ടിയുടെ വേദികളിൽ അദ്ദേഹത്തിന്റെ ലളിതവും സരസവുമായ പ്രഭാഷണങ്ങൾ പതിവായിരുന്നു. കമ്യൂണിസ്റ്റ് പാർട്ടിയോടുള്ള അദ്ദേഹത്തിന്റെ അളവില്ലാത്ത കൂറ് വ്യക്തമാക്കുന്ന ഒരു സംഭവം ഭാര്യ

ഖദീജ അനുസ്മരിക്കാറുണ്ടായിരുന്നു. മരണത്തിന് മുമ്പുള്ള അവസാന വർഷങ്ങളിൽ അദ്ദേഹം കരളിന് രോഗം ബാധിച്ച് അവശനിലയിലായിരുന്നു. വിശ്രമത്തിലായിരുന്ന അയമു വീട്ടിന് മുന്നിലൂടെ കടന്നുപോയ തൊഴിലാളികളുടെ ഒരു ജാഥ കണ്ടപ്പോൾ അവരോടൊപ്പം ചേർന്ന് നടന്നു. ജാഥയുടെ സമാപനത്തിൽ രോഗമൊക്കെ മറന്നു പ്രസംഗിച്ച അയമു അന്ന് രക്തം ഛർദിച്ച് തലചുറ്റി വീണ്, ആശുപത്രിയിലായി.

നിലമ്പൂർ ആയിഷയെ നാടകത്തിലേക്ക് കൊണ്ടുവരാൻ കാണിച്ച താത്പര്യം പോലെ തന്നെ സ്വന്തം കുടുംബത്തിലെ സ്ത്രീകളെ മുന്നോട്ട് കൊണ്ടുവരാനും അയമു ശ്രമിച്ചിരുന്നു. അയമുവിന്റെ ഭാര്യ ഖദീജാതത്ത ഈ ലേഖകനോട് പങ്കുവെച്ച ഒരു അനുഭവം കുറിക്കുന്നു. ആദ്യകാലത്ത് മുസ്ലിംകൾ സിനിമ കാണുന്നത് പല പുരോഹിതരും വിലക്കിയിരുന്നു. പുരുഷന്മാർ അതൊന്നും വകവെക്കാതെ പോകാറുണ്ടായിരുന്നുവെങ്കിലും സ്ത്രീകളെ കൂടെ കൊണ്ടുപോകാൻ മിക്കവരും മടിച്ചിരുന്നു. ഇ.കെ. അയമു സിനിമ കാണാൻ പോകുമ്പോൾ ഭാര്യയെയും കൂട്ടുക പതിവായിരുന്നു. വഴിയിൽ വെച്ച് കാണുന്ന അവരെ പലരും പരസ്യമായി അധിക്ഷേപിക്കുകയും നിലത്ത് കാർക്കിച്ചുതുപ്പുകയുമൊക്കെ ചെയ്തിരുന്നു. അതിനാൽ കൂടെ പോകാൻ മടിച്ചിരുന്ന തന്നെ ഭർത്താവ് നിർബന്ധിച്ച കൂട്ടിക്കൊണ്ടുപോയിരുന്നത് അവർ അനുസ്മരിച്ചു. സമൂഹത്തിൽ നിലനിൽക്കുന്ന ഒരു വിവേചനത്തെയും അനാചാരത്തെയും ധിക്കരിക്കുക എന്നത് തന്നെയായിരുന്നു അയമു ഉദ്ദേശിച്ചത്. ആ ഉദ്ദേശം അദ്ദേഹം ഭാര്യയെ പറഞ്ഞു മനസ്സിലാക്കാനും ശ്രദ്ധിച്ചിരുന്നു. 1967 മെയ് 19ന് നാൽപത്തൊന്നാം വയസ്സിൽ മരണം കീഴ്പ്പെടുത്തിയ ആ കലാകാരൻ തനിക്ക് കിട്ടിയ ചുരുങ്ങിയ ആയുസ്സിനുള്ളിൽ തന്നെ മലയാള നാടക ചരിത്രത്തിൽ തന്റെ സ്ഥാനം അടയാളപ്പെടുത്തിവെച്ചു.

ഡോ. ഉസ്മാൻ- മനുഷ്യസ്നേഹിയും കലാകാരനും

1946ൽ മദ്രാസിലെ സ്റ്റാൻലി മെഡിക്കൽ കോളേജിൽ വൈദ്യപഠനത്തിന് ചേർന്ന അരീക്കോട്ടുകാരനായ ഉസ്മാൻ, ഡോക്ടർ ആയി പ്രാക്ടീസ് തുടങ്ങിയത് നിലമ്പൂരിലായിരുന്നു. പഠനകാലത്ത് തന്നെ നല്ല വായനക്കാരനും നല്ലൊരു ഫുട്ബാൾ കളിക്കാരനുമായിരുന്നു ആ യുവാവ്. മദ്രാസിലെ പഠനകാലത്ത് അവിടുത്തെ കമ്യൂണിസ്റ്റ് പാർട്ടി നേതാക്കളുമായി ഉണ്ടായ ബന്ധത്തിലൂടെ ഉസ്മാൻ കമ്യൂണിസത്തിൽ ആകൃഷ്ടനായി.

നിലമ്പൂരിലെ ഉത്പതിഷ്ണുക്കളായ ചെറുപ്പക്കാരുടെ ഒത്തുചേരലു കൾക്കൊപ്പം കലാതത്പരനായ ആ യുവഡോക്ടറും കൂടിയിരുന്നു. ആ യുവാക്കളുടെ മനസ്സിൽ ഉയർന്ന ആശയങ്ങളാണ് നിലമ്പൂർ യുവജന കലാസമിതി രൂപീകരണത്തിൽ എത്തിയത്. സമിതിയുടെ പ്രസിഡണ്ട് ഡോക്ടർ ഉസ്മാനും ട്രഷറർ നിലമ്പൂർ കോവിലകത്തെ കുഞ്ഞിക്കുട്ടൻ തമ്പുരാനുമായിരുന്നു. നാടകപ്രവർത്തനത്തെ സാമൂഹ്യസേവനവും രാഷ്ട്രീയ പ്രവർത്തനവുമായി കണ്ട കലാസമിതിയെ സാമ്പത്തികമായി നിലനിർത്തിയത് അവർ ഇരുവരുടെയും ഉദാര മനസ്കതയായിരുന്നു.

നിലമ്പൂർ യുവജന കലാസമിതിയെ പ്രശസ്തിയിലേക്ക് ഉയർത്തിയ “ഇജ്ജ് നല്ലൊരു മന്സനാകാൻ നോക്ക്” എന്ന നാടകത്തിന്റെ സംവി ധായകൻ ഡോക്ടർ ഉസ്മാൻ ആയിരുന്നു. സമിതിക്ക് വേണ്ടി “ഈ ദുനിയാവിൽ ഞാനൊറ്റക്കാണ്”, “നാളേക്കുവേണ്ടി” എന്നീ നാടക ങ്ങൾ അദ്ദേഹം സ്വന്തമായി രചിക്കുകയും ചെയ്തു. ഈ രണ്ട് നാടകങ്ങളും സമിതി കേരളത്തിനകത്തും പുറത്തും വ്യാപകമായി അവതരിപ്പിച്ചു. നിലമ്പൂർ ആയിഷയടക്കമുള്ള സ്ത്രീകളെ നാടകരംഗത്തേക്ക് കൊണ്ടുവ ന്നത് തന്നെ വലിയൊരു വെല്ലുവിളിയായിരുന്നു. അപ്പോഴാണ് ഡോക്ടർ ഉസ്മാൻ തന്റെ നാടകത്തിൽ നാല് സ്ത്രീകഥാപാത്രങ്ങളെ ഉൾപ്പെടു ത്തിയത്. നിലമ്പൂർ ആയിഷയുടെ സഹോദരി ആമിന ആദ്യമായി നാടകത്തിൽ എത്തിയത് ഡോക്ടർ ഉസ്മാന്റെ നാടകത്തിലാണ്. പാർട്ടി വേദികളിൽ അവതരിപ്പിച്ചിരുന്ന യുവജന കലാസമിതിയുടെ നാടക ങ്ങൾക്ക് ലഭിച്ചിരുന്ന പ്രതിഫലം പലപ്പോഴും യാത്രച്ചെലവ് മാത്രമാ യിരിക്കും. അതിനാൽ നാടകപ്രവർത്തകർക്ക് പ്രതിഫലമായി ഒന്നും കാര്യമായി കിട്ടിയിരുന്നില്ല. പലരുടെയും കുടുംബം അന്ന് നിലനിന്നത് ഡോക്ടർ ഉസ്മാന് ഒരു ചികിത്സകൻ എന്ന നിലയിൽ പരിശോധനാ ഫീസായി പിരിഞ്ഞുകിട്ടിയിരുന്ന തുകയിൽ നിന്നും അദ്ദേഹം സമിതിക്ക് വേണ്ടി നീക്കിവെച്ചിരുന്ന തുകകൊണ്ടാണ്.

ഏറനാട്ടിൽ തന്നെ എം.ബി.ബി.എസ്. പാസ്സായ ഡോക്ടർമാർ വിരലിൽ എണ്ണാവുന്നത്ര ആളുകൾ മാത്രമുണ്ടായിരുന്ന കാലമാ യിരുന്നു അത്. തന്നെ കാണാൻ വരുന്ന രോഗികളിൽ നിന്നും വളരെ ന്യായമായ ഒരു ഫീസ് മാത്രം വാങ്ങിയിരുന്നെങ്കിൽ തന്നെ അദ്ദേഹം നിലമ്പൂരിലെ ഒരു കോടീശ്വരനാകാനുള്ള സാധ്യതയുണ്ടാ യിരുന്നു. എന്നാൽ അത്തരം മനസ്സ് ഡോക്ടർ ഉസ്മാന് ഉണ്ടായിരു ന്നില്ല. പാവപ്പെട്ട രോഗികളിൽ നിന്ന് ഫീസ് വാങ്ങാതെയും അതിലും തീരെ ഗതിയില്ലാത്തവർക്ക് മരുന്ന് വാങ്ങാൻ കാശ് അങ്ങോട്ട്

കൊടുത്തുകൊണ്ടുമായിരുന്നു അദ്ദേഹം ചികിത്സ നടത്തിയത്. നിലമ്പൂരിന്റെ ചരിത്രം കൂടി ഉൾക്കൊള്ളിച്ചുകൊണ്ട് പരേതനായ അബ്ദുള്ള പെരിയത്തൊടി എഴുതിയ "തിരിച്ചൊഴുകാത്ത പുഴ" എന്ന ആത്മകഥാപരമായ നോവലിൽ ഒരു അദ്ധ്യായം ഡോക്ടർ ഉസ്മാനെ കുറിച്ചാണ്. അതിലദ്ദേഹം ഒരു സംഭവം വിവരിക്കുന്നുണ്ട്- അക്കാലത്ത് ഡോക്ടർമാർ രോഗികളുടെ വീട്ടിലേക്ക് ചെന്ന് ചികിത്സ കൊടുക്കുന്ന രീതിയുണ്ടായിരുന്നു. ഡോക്ടറെ കൊണ്ടുവരാനുള്ള വാഹനച്ചിലവും സാധാരണയിൽ കൂടിയ ഒരു ഫീസും വാങ്ങിക്കൊണ്ടായിരുന്നു മറ്റു ഡോക്ടർമാർ ആ സേവനം കൊടുത്തിരുന്നത്.

വഴിക്കടവിലെ ഒരു പാവപ്പെട്ട കുടുംബത്തിലെ പെൺകുട്ടിക്ക് രാത്രി കടിഞ്ഞൂൽ പ്രസവവേദന തുടങ്ങി. പ്രസവ പരിചരണത്തിനെത്തിയ ഒസ്സാത്തി കാര്യങ്ങൾ തന്റെ കഴിവിന്നപ്പുറമാണ് എന്ന് പറഞ്ഞ് നിസ്സഹായാവസ്ഥ അറിയിച്ചപ്പോൾ ആ ദരിദ്രനായ പിതാവ് ഒരു ചരക്ക് ലോറിയിൽ കയറി നിലമ്പൂരിലെത്തി ഡോക്ടർ ഉസ്മാന്റെ വീടിന്റെ വാതിലിൽ മുട്ടി. വിവരം കേട്ട ഡോക്ടർ കൂടെ പോകാനൊരുങ്ങി. ഡോക്ടറെ കൂട്ടിക്കൊണ്ട് പോകാനായി ഒരു വാഹനം വിളിക്കാനും അയാൾക്ക് അറിയില്ലായിരുന്നു. നല്ല മഴയുള്ള സമയമായിരുന്നിട്ടും ഡോക്ടർ അയാളെയും കൂട്ടി കാർ വാടകക്ക് കൊടുക്കുന്ന അയൽക്കാരൻ ചേക്കുവിന്റെ വീട്ടിലെത്തി. അർദ്ധരാത്രിയിൽ ഡോക്ടർ വന്ന് വിളിച്ചതിനാൽ ചേക്കു കാറുമായി മൂത്തമകൻ കുട്ടിയെ പറഞ്ഞയച്ചു. നിലമ്പൂരിൽ നിന്നും പന്ത്രണ്ട് കിലോമീറ്റർ അകലെയുള്ള വീട്ടിൽ ഡോക്ടറെത്തി. പെൺകുട്ടി തീരെ അവശയായിരുന്നു. എല്ലാ മുറിയും ചോർന്നൊലിക്കുന്ന ഒരു വൈക്കോൽമേഞ്ഞ വീടായിരുന്നു അത്. ഡോക്ടർ കൊണ്ടുവന്ന ഉപകരണങ്ങളുമായി മുറിക്കുള്ളിൽ കയറി. മണ്ണെണ്ണ വിളക്കിന്റെ വെളിച്ചത്തിൽ വളരെ പ്രയാസപ്പെട്ട് അമ്മയെയും കുഞ്ഞിനെയും വേർപെടുത്തി.

പെൺകുട്ടിയും പിതാവും കുടുംബത്തിലുള്ളവരും പുറത്ത് കൂട്ട പ്രാർത്ഥനയായിരുന്നു. കുഞ്ഞിന്റെ കരച്ചിൽ കേട്ടപ്പോൾ ആ പെൺകുട്ടിയുടെ പിതാവ് നിലത്ത് സുജൂത് ചെയ്തുകൊണ്ട് പൊട്ടിക്കരഞ്ഞു പ്രാർത്ഥന തുടർന്നു. പുറത്തിറങ്ങിയ ഡോക്ടർ ആരെയും കാത്ത് നിൽക്കാതെ കാറിൽ കയറി തിരിച്ചുപോന്നു. മഴ അപ്പോഴും തുടരുകയായിരുന്നു. യാത്രക്കിടയിൽ ഡോക്ടർ ഡ്രൈവറോട് ചോദിച്ച് " കുട്ടീ നിനക്ക് വല്ലതും കിട്ടിയോ". "ഇല്ല" എന്നായിരുന്നു ഉത്തരം. അയാളുടെ കാർ വാടകയും ഡോക്ടർ തന്നെ കൊടുത്തോ എന്ന് ഗ്രന്ഥകാരൻ പറയുന്നില്ല. എങ്കിലും അതാണ് പതിവ്. അതായിരുന്നു ഡോക്ടർ ഉസ്മാൻ.

ആപത്ത് കാലത്ത് പ്രതീക്ഷിക്കാത്ത സഹായം കിട്ടിയിരുന്ന പാവപ്പെട്ട മനുഷ്യർ അദ്ദേഹത്തെ ജീവന് തുല്യം സ്നേഹിച്ചിരുന്നു വെങ്കിലും അദ്ദേഹത്തിന്റെ നാടകാഭിമുഖ്യവും കമ്യൂണിസ്റ്റ് പാർട്ടിയോ ടുള്ള അടുപ്പവും കാരണം യാഥാസ്ഥിതികർക്ക് ഡോക്ടർ ഉസ്മാനോട് കടുത്ത എതിർപ്പുണ്ടായിരുന്നു. കമ്യൂണിസ്റ്റ്കാരനായതിനാൽ ഒരു നിരീശ്വരവാദി എന്ന അർത്ഥത്തിൽ അവർ അദ്ദേഹത്തെ "അള്ളാനെ നാട്ടുകടത്തിയവൻ" എന്ന് അധിക്ഷേപിച്ചിരുന്നു. ഒരു തെരഞ്ഞെടുപ്പിൽ കമ്യൂണിസ്റ്റ് പാർട്ടിയുടെ സ്ഥാനാർത്ഥി ഡോക്ടർ ഉസ്മാനായിരുന്നു. അന്ന് എതിരാളികൾ അദ്ദേഹത്തിനെതിരെ ഇറക്കിയ ഒരു തെരഞ്ഞെ ടുപ്പ് ഗാനത്തിലെ രണ്ട് വരികൾ താഴെ കൊടുക്കുന്നു.

അള്ളാനെ നാട്ടുകടത്തിയ ഉസ്മാനും നിന്നിട്ടുണ്ട്
ആയിഷാ നൃത്തം വെച്ചാട്ണ ചോപ്പനും വന്നിട്ടുണ്ട്

ജീവിതത്തിന്റെ അവസാനഭാഗത്ത് ഡോക്ർ താൻ ആദ്യകാലത്ത് ഉയർത്തിപ്പിടിച്ചിരുന്ന ആശയങ്ങളോട് വിരുദ്ധമായ ആശയങ്ങളുടെ വക്താവായി. "ജ്ജ് നല്ലൊരു മന്സനാകാൻ നോക്ക്" എന്ന നാടകത്തിന്റെ പ്രമേയം അക്കാലത്ത് മുസ്ലിംകൾക്കിടയിൽ സജീവ മായിരുന്ന സുന്നി-മുജാഹിദ് തർക്കങ്ങളും, ഇരുകൂട്ടരിലെയും പണ്ഡി തന്മാർ പണക്കാർക്കും ജന്മിമാർക്കും വേണ്ടി നിലകൊള്ളുന്നതും, അതിന്റെ ഭാഗമായി കമ്യൂണിസ്റ്റ് പാർട്ടിയെ എതിർക്കാനായി അവർ ഐക്യപ്പെടുന്നതിന്റെയുമെല്ലാം കാര്യങ്ങൾ ആക്ഷേപ ഹാസ്യത്തോടെ അവതരിപ്പിക്കുന്നതാണ് ആ നാടകത്തിന്റെ സംവിധായകനായിരുന്ന ഡോക്ടർ ഉസ്മാൻ. എന്നാൽ അന്ന് വിമർശനവിധേയമാക്കിയവരിൽ ഒന്നായ മുജാഹിദ് പക്ഷത്തിന്റെ സംസ്ഥാന അമരക്കാരനായി പിന്നീട് അദ്ദേഹം മാറി. മരിക്കുമ്പോൾ ഡോക്ടർ കേരള നദ്‌വത്തുൽ മുജാഹിദീൻ എന്ന മതസംഘടനയുടെ സംസ്ഥാന പ്രസിഡണ്ടായിരുന്നു. എങ്കിലും ഒരു ജനകീയ ഡോക്ടർ എന്ന നിലയിലുള്ള അദ്ദേഹത്തിന്റെ സേവനം മരണംവരെ നിലമ്പൂർകാർക്ക് കിട്ടിയിരുന്നു. 1999 മാർച്ച് 10ന് ആ ധന്യ ജീവിതം അവസാനിച്ചു.

പതിനൊന്ന്

നാടക കുടുംബങ്ങൾ

കല തന്നെ ജീവിതം

കലാപരമായി ഉയർന്നുവരുന്നതിനുള്ള സാഹചര്യങ്ങളൊന്നും തന്നെ ഇല്ലായിരുന്ന കുടുംബ സാഹചര്യങ്ങളിൽ വളർന്നവരായിട്ടും സ്വന്തം ഇച്ഛാശക്തികൊണ്ട് കലാരംഗത്ത് അംഗീകാരം നേടിയവരാണ് നിലമ്പൂർ ബാലനും വിജയലക്ഷ്മിയും. ചെറുപ്പത്തിൽതന്നെ അച്ഛൻ നഷ്ടപ്പെട്ടുകയും അമ്മമാരുടെ സംരക്ഷണത്തിൽ മാത്രം പുലരേണ്ടി വരികയും ചെയ്ത ബാല്യകാലവും ഇരുവരുടെയും അനുഭവമായിരുന്നു.

വടകര വല്യാപ്പള്ളിയിൽ എടവഴിപ്പുറത്ത് വീട്ടിൽ പൊക്കന്റെയും ഭാര്യ ചെർപ്പുളശ്ശേരി സ്വദേശിനി ലക്ഷ്മിയുടെയും മകനായി 1933ലായിരുന്നു നിലമ്പൂർ ബാലന്റെ ജനനം. മലബാർ സ്പെഷ്യൽ പോലീസിൽ ജോലിക്കാരനായിരുന്ന പൊക്കൻ റിട്ടയർ ചെയ്തപ്പോൾ നിലമ്പൂരിൽ ഒരു ചായക്കടയുമായി താമസമാക്കി. ബാലന് പതിമൂന്ന് വയസ്സുള്ളപ്പോഴായിരുന്നു അച്ഛൻ പൊക്കന്റെ മരണം. ബാലനടക്കം ആറുമക്കളെയും പിന്നെ പോറ്റിയത് അമ്മ ലക്ഷ്മിയായിരുന്നു. എട്ടാം ക്ലാസ്സിൽവെച്ച് പഠനം നിർത്തേണ്ടിവന്ന ബാലൻ സ്കൂൾ ജീവിതകാലത്ത് തന്നെ നല്ലൊരു വായനക്കാരനായിരുന്നു. ഈ വായനാതാത്പര്യമാണ് അന്ന് നിലമ്പൂരിൽ പ്രവർത്തിച്ചിരുന്ന ഒരു വായനശാലയിൽ സഹായിയായി കൂടാൻ ആ കുട്ടിയെ പ്രേരിപ്പിച്ചത്. കമ്യൂണിസ്റ്റ് പാർട്ടിയുടെ പ്രവർത്തകർ നേതൃത്വം കൊടുത്തിരുന്ന ഒന്നായിരുന്നു

ആ വായനശാല. അന്ന് അവൻ ധാരാളം പുസ്തകങ്ങൾ വായിച്ചു. ആ വായനയാണ് നിലമ്പൂർ ബാലൻ എന്ന കലാകാരനെയും കമ്യൂണിസ്റ്റ്കാരനെയും സൃഷ്ടിച്ചത്. ഉപജീവനത്തിനായി നിലമ്പൂർ ബാലൻ പരിശീലിച്ചെടുത്ത തൊഴിൽ തയ്യൽ വേലയായിരുന്നു. കലാരംഗത്ത് സജീവമായപ്പോൾ തയ്യൽജോലി ചെയ്യാൻ സമയം കിട്ടാതായി. പിന്നെ കല തന്നെയായിരുന്നു തൊഴിലും. നിലമ്പൂർ യുവജനകലാസമിതി തുടങ്ങുന്ന വേളയിൽ നിലമ്പൂർ ബാലൻ അതിന്റെ ഭാഗമായിരുന്നില്ല. എന്നാൽ അധികം താമസിയാതെ അദ്ദേഹം അതോടൊപ്പം ചേർന്നു. കേരളത്തിനകത്തും പുറത്തും കീർത്തി പരത്തി പ്രവർത്തിച്ച് ഏതാനും വർഷങ്ങൾക്ക് ശേഷം നിലമ്പൂർ യുവജന കലാസമിതി പ്രവർത്തനം നിന്നുപോയപ്പോൾ അതിനൊരു തുടർച്ചയുണ്ടാക്കാനായി നിലമ്പൂർ ആർട്സ് ക്ലബ്ബ് എന്ന നാടകസമിതി രൂപീകരിക്കാൻ നേതൃത്വം കൊടുത്തത് നിലമ്പൂർ ബാലനായിരുന്നു.

1957ൽ നിലമ്പൂർ ബാലനും വിജയലക്ഷ്മിയും വിവാഹിതരാകുമ്പോൾ നിലമ്പൂർ യുവജന കലാസമിതി ഇ.കെ. അയമുവിന്റെ “ഇജ്ജ് നല്ലൊര് മന്സനാകാൻ നോക്ക്”, ഡോക്ടർ ഉസ്മാന്റെ “ ഈ ദുനിയാവിൽ ഞാനൊറ്റക്കാണ്” എന്നീ നാടകങ്ങൾ അവതരിപ്പിച്ചുകൊണ്ടിരുന്ന സമയമായിരുന്നു. വിവാഹം കഴിഞ്ഞ് അധികം താമസിയാതെ കലാസമിതിയുടെ നാടക സംഘം ബോംബെ പര്യടനത്തിന് പോയി. ഇരുവരും അവിടെ മറുനാടൻ മലയാളികളുടെ ഒട്ടേറെ കേന്ദ്രങ്ങളിൽ നാടകാഭിനയം നടത്തി. നിലമ്പൂർ യുവജന കലാസമിതി അവതരിപ്പിച്ച ഡോക്ടർ ഉസ്മാന്റെ “നാളേക്ക് വേണ്ടി” എന്ന നാടകത്തിലും ഇരുവരും അഭിനയിച്ചിരുന്നു.

കോഴിക്കോട് നടക്കാവിൽ 1940ൽ ജനിച്ച വിജയലക്ഷ്മിക്ക് രണ്ടര വയസ്സുള്ളപ്പോഴായിരുന്നു അച്ഛൻ പറങ്ങോടന്റെ മരണം. അതിന് ശേഷം അമ്മ കല്യാണിയാണ് വിജയലക്ഷ്മിയെ വളർത്തിയത്. ചുടിക്കമ്പനിത്തൊഴിലാളിയായിരുന്ന കല്യാണി തൊഴിലാളി യൂണിയന്റെയും കമ്യൂണിസ്റ്റ് പാർട്ടിയുടെയും പ്രവർത്തനങ്ങളിൽ പങ്കെടുത്തിരുന്നു. സഹോദരങ്ങളായി ആരുമില്ലാതിരുന്ന വിജയലക്ഷ്മിക്ക് അമ്മയുടെ ജ്യേഷ്ഠത്തിയുടെ മകനായ വേലായുധനായിരുന്നു ജ്യേഷ്ഠന്റെ സ്ഥാനത്ത്. കമ്യൂണിസ്റ്റ് പാർട്ടി പ്രവർത്തകനും കലാതൽപരനുമായിരുന്ന വേലായുധനാണ് വിജയലക്ഷ്മിയിൽ കുട്ടിക്കാലത്ത് തന്നെ നാടകത്തോട് താത്പര്യം വളർത്തിയത്.

പ്രാദേശിക നാടക സമിതികൾക്കൊപ്പം ധാരാളം നാടകങ്ങളിൽ അഭിനയിച്ചിരുന്നുവെങ്കിലും വിജയലക്ഷ്മി ഒരു നടിയെന്ന നിലയിൽ

പ്രശസ്തയായത് മുഹമ്മദ് യൂസുഫിന്റെ "കണ്ടംബെച്ച കോട്ട്" എന്ന നാടകത്തിലൂടെയായിരുന്നു. 1956ൽ ആ നാടകം ആകാശവാണി കോഴിക്കോട് നിലയം ഒരു റേഡിയോ നാടകമാക്കി പ്രക്ഷേപണം ചെയ്തു. അതിലും പങ്കെടുത്ത വിജയലക്ഷ്മിയുടെ അഭിനയം ശ്രദ്ധ നേടി. അങ്ങിനെ പതിനാറാം വയസ്സിൽ റേഡിയോ ആർട്ടിസ്റ്റുമായി . ഇപ്പോഴും ആകാശവാണിയുടെ എ ഗ്രേഡ് ആർട്ടിസ്റ്റാണ് വിജയലക്ഷ്മി. "കണ്ടംബെച്ച കോട്ട്" എന്ന നാടകം തന്നെയാണ് വിജയലക്ഷ്മി എന്ന അഭിനേത്രിയേയും നിലമ്പൂർ ബാലൻ എന്ന കലാപ്രതിഭയെയും ഒന്നിപ്പിച്ചത്. ആ നാടകം തുടർച്ചയായി രണ്ട് ദിവസം നിലമ്പൂരിൽ അരങ്ങേറി. അന്ന് കോഴിക്കോട് നിന്നും എത്തിയ വിജയലക്ഷ്മി ഉൾപ്പെട്ട നാടകസംഘം തങ്ങിയത് നിലമ്പൂർ യുവജന കലാസമിതിയുടെ കേന്ദ്രത്തിലാണ്. അന്ന് കലാസമിതിയുടെ പ്രധാനികളിൽ ഒരാളായിരുന്ന നിലമ്പൂർ ബാലന്റെ കുടുംബാംഗങ്ങളും നാടകം കാണാൻ എത്തിയിരുന്നു. നാടകം അഭിനയിക്കുമ്പോൾ വിജയലക്ഷ്മിയെ ശ്രദ്ധിച്ച നിലമ്പൂർ ബാലന്റെ അമ്മയും സഹോദരങ്ങളും നാടകം കാണൽ ഒരു പെണ്ണ് കാണൽ കൂടിയാക്കി. തുടർന്ന് ഇരുകുടുംബംഗങ്ങളും നടത്തിയ ചർച്ചകൾ ഇരുവരുടെയും വിവാഹത്തിൽ എത്തിച്ചു. 1957 ഡിസംബർ എട്ടിനായിരുന്നു വിവാഹം.

വിവാഹത്തോടെ നിലമ്പൂർകാരിയായെങ്കിലും കോഴിക്കോടൻ നാടകബന്ധം വിജയലക്ഷ്മിക്ക് നഷ്ടപ്പെട്ടില്ല. ഭർത്താവ് നിലമ്പൂർ ബാലനും കൂടി ചേർന്ന് അത് കൂടുതൽ ശക്തിപ്പെടുകയാണ് ചെയ്തത്. നാടകാചാര്യൻ കെ.ടി. മുഹമ്മദ് അപ്പോൾ എക്സ്പെരിമെന്റൽ ആർട്സ് എന്ന പേരിലാണ് തന്റെ സമിതി പ്രവർത്തിപ്പിച്ചുകൊണ്ടിരുന്നത്. ആ സമിതിയുടെ "കാഫർ", "കളിത്തോക്ക്", "ചുവന്ന ഘടികാരം" തുടങ്ങിയ നാടകങ്ങളിൽ ആ യുവദമ്പതിമാർ ഒന്നിച്ചഭിനയിച്ചു. കെ.ടി.യുടെ നാടക സംഘം പിന്നീട് "സംഗമം തിയേറ്റേഴ്സും" അതിന് ശേഷം "കലിംഗ"യുമായി. അതിലെല്ലാം വിജയലക്ഷ്മി പ്രധാന നടിയായി തുടർന്നു. സംഗമത്തിന്റെ ബാനറിൽ മാത്രമായി വിജയലക്ഷ്മി ഇരുപത്തി ഒന്ന് നാടകങ്ങളിൽ അഭിനയിച്ചു. കെ.ടി.യുടെ പ്രശസ്തങ്ങളായ "സൃഷ്ടി", "സ്ഥിതി", "സംഹാരം", "സാക്ഷാത്കാരം", "സമന്വയം", "സനാദനം", "സന്നാഹം" എന്നിവയിലെല്ലാം അവർ രംഗത്തെത്തി. 1980ൽ സംഗമം അവതരിപ്പിച്ച ജമാൽ കൊച്ചങ്ങാടിയുടെ "ഇനിയും ഉണരാത്തവർ" എന്ന നാടകത്തിലെ അഭിനയത്തിന് മികച്ച സഹനടിക്കുള്ള സംസ്ഥാന പുരസ്കാരം വിജയലക്ഷ്മിക്ക് കിട്ടി.

എം.ടി.യുടെ "ഗോപുരനടയിൽ", തിക്കോടിയന്റെ 'മഹാഭാരതം", 'മാന്ത്രികച്ചെണ്ട", "തമ്പുരാന്റെ പല്ലക്ക്" ചന്ദ്രശേഖരൻ തിക്കോടിയുടെ "പാടികുന്ന്", "അച്യുതന്റെ സ്വപ്നം", വാസുപ്രദീപിന്റെ "പെങ്കൊട" കെ.എം. രാഘവൻ നമ്പ്യാരുടെ "നന്ദി വീണ്ടും വരിക" എന്നിവയിലും വിജയലക്ഷ്മി അഭിനയിച്ചു. 2006ൽ കേരള സംഗീത നാടക അക്കാദമി വിജയലക്ഷ്മിയെ ഗുരുപൂജാ പുരസ്കാരം നൽകി ആദരിച്ചു.

കോഴിക്കോട് കേന്ദ്രീകരിച്ചും നിലമ്പൂർ കേന്ദ്രീകരിച്ചുമുള്ള നാടക പ്രവർത്തനങ്ങളിൽ ഒരേ സമയം സജീവമായി നിന്നുകൊണ്ടുള്ള തിരക്ക് പിടിച്ച ഒരു നാടകജീവിതമായിരുന്നു വിവാഹാനന്തര വർഷങ്ങളിൽ ഇരുവർക്കും ഉണ്ടായത്. നിലമ്പൂർ യുവജന കലാസമിതി നിലമ്പൂർ ആർട്സ് ക്ലബ്ബായി മാറിയതിന് ശേഷമാണ് നിലമ്പൂർ ബാലൻ തന്നെ രചനയും സംവിധാനവും നിർവഹിച്ച "ധ്രുവങ്ങൾ സന്ധിക്കുന്നു", ഇ.കെ.അയമുവിന്റെ "മതിലുകൾ"എന്നിവ അവതരിപ്പിച്ചിരുന്നത്. ഈ സമിതിയും കുറച്ച് കാലം പ്രവർത്തിച്ച് നിർജ്ജീവമായി. പിന്നീട് നിലമ്പൂർ ബാലൻ തന്നെ മുൻകൈ എടുത്ത് രൂപം കൊടുത്ത സമിതിയായിരുന്നു "കൂത്തമ്പലം". ഈ സമിതി പി.ജെ. ആന്റണിയുടെ "ഭാഗ്യനക്ഷത്രം" എന്ന നാടകം അരങ്ങിലെത്തിച്ചു. അതിൽ നിലമ്പൂർ ബാലനും വിജയലക്ഷ്മിക്കും പുറമെ മക്കളായ സന്തോഷ്, വിജയകുമാർ, ആശാലത എന്നിവരും അഭിനയിച്ചു. കുഞ്ഞാണ്ടി, നെല്ലിക്കോട് പപ്പൻ, വിക്രമൻ നായർ തുടങ്ങിയ പ്രമുഖരും ഈ നാടകത്തിൽ അഭിനിയിച്ചിരുന്നു.

കോഴിക്കോട്കേന്ദ്രീകരിച്ച്പ്രവർത്തിച്ചിരുന്നതും ആഹ്വാൻസെബാസ്റ്റ്യൻ നേതൃത്വം കൊടുത്തിരുന്നതുമായ മ്യൂസിക്കൽ തിയേറ്റേഴ്സിന്റെ നാടകങ്ങളിലും ആ ദമ്പതിമാർ ഒട്ടേറെ വേദികളിൽ ഒരുമിച്ച് അഭിനയിച്ചു. ആ സംഘത്തിന്റെ കൂടെ ഗോവ, റൂർക്കല, ഭീലായി, ബോംബെ തുടങ്ങിയ നഗരങ്ങളിൽ ഇരുവരും നാടകാവതരണ പര്യടനം നടത്തി. കെ.ടി.യുടെയും സുരാസുവിന്റെയും നാടകങ്ങൾ മ്യൂസിക്കൽ തിയേറ്റേഴ്സ് അവതരിപ്പിച്ചിരുന്നു.

നിലമ്പൂർ ആർട്സ് ക്ലബ്ബ്, കൂത്തമ്പലം എന്നിവക്ക് ശേഷം നിലമ്പൂർ ബാലൻ നേതൃത്വം കൊടുത്തിരുന്ന നാടക സമിതിയായിരുന്നു "കളിത്തറ". കോഴിക്കോട് കേന്ദ്രീകരിച്ച് പ്രവർത്തിച്ചിരുന്ന "കളിത്തറ" രൂപീകരിക്കുന്നതിന് മുമ്പ് അവർ കുടുംബസമേതം താമസം കോഴിക്കോട്ടേക്ക് മാറ്റിയിരുന്നു. "ഇജ്ജ് നല്ലൊരു മനസനാകാൻ നോക്ക്" എ.കെ. പുതിയങ്ങാടിയുടെ "വമ്പത്തി നീയാണ് പെണ്ണ്"

"മർസൂക്ക്" തുടങ്ങിയ നാടകങ്ങൾ കളിത്തറ അവതരിപ്പിച്ചിരുന്നു. നിലമ്പൂർ ബാലനും വിജയലക്ഷ്മിയും മക്കളായ സന്തോഷും വിജയ കുമാറും കളിത്തറക്ക് വേണ്ടി അരങ്ങിലെത്തി. നിലമ്പൂർ ഹഫ്സത്ത് കളിത്തറയുടെ അഭിനേതാക്കളിൽ ഒരാളായിരുന്നു. നിലമ്പൂർ ആർട്സ് ക്ലബ്ബിന് നേതൃത്വം കൊടുത്തുകൊണ്ടിരിക്കുമ്പോൾ തന്നെ നിലമ്പൂർ ബാലൻ സിനിമക്കാരനായി. "കണ്ടംബെച്ച കോട്ട്" "വണ്ടിക്കാരി", "കബനീ നദി ചുവന്നപ്പോൾ", "അമ്മ അറിയാൻ", "ശംഖുപുഷ്പം", "ധ്വനി" തുടങ്ങി ഒട്ടേറെ സിനിമകളിൽ ബാലൻ ശ്രദ്ധേയമായ റോളുകൾ ചെയ്തു. അവസാനം അഭിനയിച്ച സിനിമ "ഇന്നലെ"യായിരുന്നു. ബാലൻ സിനിമയിലെത്തി അധികം താമസിയാതെ വിജയലക്ഷ്മിയും സിനിമാനടിയായി. കലാമൂല്യമുള്ളതും മലയാള സിനിമാ ചരിത്രത്തിൽ ഓർമ്മിക്കപ്പെടുന്നതുമായ കുറെ നല്ല സിനിമകളിൽ ഇരുവരും അഭിനേതാക്കളായി. "നിർമ്മാല്യം", "ബന്ധനം", "ഹർഷബാഷ്പം", "ഒരേ തൂവൽ പക്ഷികൾ"എന്നിവ രണ്ട് പേരും ഒന്നിച്ചഭിനയിച്ച ചിത്രങ്ങളാണ്. എം.ടി. യുടെ നിർമ്മാല്യത്തിൽ പുള്ളുവനും പുള്ളുവത്തിയുമായി ദമ്പതിമാരുടെ റോളിലായിരുന്നു അവർ. "ഇജ്ജ് നല്ലൊരു മനുസനാകാൻ നോക്ക്" നാടകത്തിൽ ആങ്ങളയും പെങ്ങളുമായും അവർ അഭിനയിച്ചിരുന്നു.

സിനിമയിൽ സജീവമായപ്പോൾ നിലമ്പൂർ ബാലൻ താമസം മിക്കപ്പോഴും മദ്രാസിൽതന്നെയായി. വിജയലക്ഷ്മിക്ക് സിനിമയിലേക്കുള്ള അവസരങ്ങൾ പലപ്പോഴും ഒഴിവാക്കേണ്ടിവന്നു. അക്കാലത്ത് സിനിമയിൽ നിൽക്കണമെങ്കിൽ താമസം മാസങ്ങളോളം മദ്രാസിൽ തന്നെയാക്കണം. രണ്ട് പേരും കൂടി അങ്ങിനെ വിട്ടുനിൽക്കുമ്പോൾ വീട്ടിലെ കാര്യങ്ങൾ പ്രയാസത്തിലാകും എന്നതായിരുന്നു ഒരു പ്രശ്നം. രണ്ടാമത്തെ കാര്യം അന്ന് കെ.ടി.യുടെ നാടക സംഘത്തിലെ പ്രധാന അഭിനേത്രിയാണ് വിജയലക്ഷ്മി. സിനിമക്ക് വേണ്ടി ചോദിക്കുന്ന ദിവസങ്ങൾ നീക്കിവെക്കാൻ കഴിയാത്ത പ്രശ്നവും ഉണ്ടായിരുന്നു. എങ്കിലും ഒട്ടേറെ സിനിമകളിൽ വിജയലക്ഷ്മി അഭിനയിച്ചു. 1990 ഫെബ്രുവരി 04ന് നിലമ്പൂർ ബാലൻ മരണമടഞ്ഞു. അതിന് ശേഷവും വിജയലക്ഷ്മി അഭിനയ ജീവിതം തുടർന്നു. 'ഷട്ടർ", "തീർത്ഥാടനം", "ആമി", "നീലി" എന്നീ ശ്രദ്ധേയ സിനിമകളിൽ വിജയലക്ഷ്മി അഭിനയിച്ചു. 78-ാംവയസ്സിലും തന്റെ കലാജീവിതം തുടരുന്ന വിജയലക്ഷ്മി ഏറ്റവും ഒടുവിൽ "തമി" എന്ന ചിത്രത്തിൽ അഭിനയിച്ചുകൊണ്ടിരിക്കുമ്പോൾ അസുഖബാധിതയായി ആശുപത്രിയിലായി. അതിനാൽ അത് പൂർത്തിയാക്കാനായില്ല.

നിലമ്പൂർ ബാലന് കൗസല്യ, സുഗുണൻ, ഹരിദാസ്, ചന്ദ്രൻ, കാർത്ത്യായനി എന്നീ സഹോദരങ്ങളാണുണ്ടായിരുന്നത്. അനിയത്തി കാർത്ത്യായനി നിലമ്പൂർ യുവജന കലാസമിതിയുടെ നാടകങ്ങളിൽ തുടക്കത്തിൽ അഭിനയിച്ചിരുന്നു. വിവാഹശേഷം അവർ രംഗം വിടുകയായിരുന്നു. അനിയൻ ചന്ദ്രൻ വയനാട്ടിലാണ് സ്ഥിരതാമസമാക്കിയിരുന്നത്. അവിടെ വെച്ച് സ്വന്തമായി നാടകരചന നടത്തി രംഗത്ത് അവതരിപ്പിച്ചിരുന്നു. മക്കളെക്കൂടി കലാരംഗത്തേക്ക് ഇറക്കിയ നിലമ്പൂർ ബാലൻ വിജയലക്ഷി ദമ്പതിമാരുടെ കലാതാത്പര്യം മൂന്നാം തലമുറയിലേക്ക് കുറെയൊക്കെ പകർന്ന് കിട്ടിയിട്ടുണ്ട്. മകൾ ആശാലതയുടെ മക്കളായ കപിൽരാജ് ഷോർട്ട് ഫിലിം നിർമ്മാണത്തിലും നീതു നൃത്തത്തിലും ഐശ്വര്യ ഗാനാലാപനത്തിലും തത്പരരാണ്. മകൻ സന്തോഷിന്റെ മകൻ ബാലു സന്തോഷ് കീബോർഡ് ആർട്ടിസ്റ്റാണ്. മകൾ ബാലാ സന്തോഷ് ചിത്രകലയിൽ തത്പരയാണ്. വിജയകുമാറിന്റെ മകൻ സരോജും ടെലിഫിലിമുകളിൽ അഭിനയിച്ചിട്ടുണ്ട്.

നാടകാഭിനയമെന്നത് കാര്യമായ പ്രതിഫലമൊന്നും കിട്ടാത്ത ഒരു സാമൂഹ്യപ്രവർത്തനം മാത്രമായിരുന്ന കാലത്തായിരുന്നു വിജയലക്ഷ്മിയുടെ വിവാഹം. അതിനാൽ വരനെക്കുറിച്ച് കൊടുത്ത വിശദീകരണം ആൾ നല്ല ഒരു ടൈലറാണ് എന്നായിരുന്നു. അനിയൻ സുഗുണന്റെ കൂടെ നിലമ്പൂർ കോവിലകം റോഡിൽ ഒരു തയ്യൽ കട നടത്തിയിരുന്നതും നേരായിരുന്നു. പക്ഷെ തയ്യൽ ജോലി ചെയ്യുന്നതിനായി അത്രയധികം സമയം നീക്കിവെക്കാനൊന്നും നിലമ്പൂർ ബാലന് കഴിഞ്ഞിരുന്നില്ല. അതിനാൽ ബാലനും വിജയലക്ഷ്മിയും അവരുടെ സ്വന്തം ജീവിതം കഴിഞ്ഞതും മക്കളെ പോറ്റിയതും എല്ലാം കലാരംഗത്തെ പ്രവർത്തനങ്ങൾ കൊണ്ട് തന്നെയായിരുന്നു. കല തന്നെയായിരുന്നു ഇരുവർക്കും ജീവിതവും ജീവനോപാധിയും.

കമ്മ്യൂണിസ്റ്റ് പാർട്ടിയുടെ സജീവപ്രവർത്തകരായിരുന്ന ഇ.കെ. അയമുവും, ഡോക്ടർ ഉസ്മാനും, നിലമ്പൂർ ബാലനും നേതൃത്വം കൊടുത്തിരുന്ന നിലമ്പൂർ യുവജന കലാസമിതിക്ക് നാടകാവതരണമെന്നത് പാർട്ടിയുടെ ആശയപ്രചരണത്തിനുള്ള ഒരു ഉപാധികൂടിയായിരുന്നു. അതിനാൽ നാടകാവതരണങ്ങളുടെ ഇടവേളകളിൽ ഉൾപ്രദേശങ്ങളിലെ കൊച്ചു സദസ്സുകളിൽ ചെന്ന് ബോധവത്കരണ ക്ലാസ്സുകൾ നടത്തലും അവരുടെ നാടക പ്രവർത്തനങ്ങളുടെ ഭാഗമായിരുന്നു. അത്തരം സദസ്സുകളിലെ പ്രധാന പ്രഭാഷകനായിരുന്നു നിലമ്പൂർ ബാലൻ. പാർട്ടിയോട് ആഭിമുഖ്യമുള്ള ആൾ തന്നെയായിരുന്നുവെങ്കിലും

അതിന്റെ ആശയങ്ങൾ സംബന്ധിച്ച് വ്യക്തത കിട്ടിയത് നിലമ്പൂർ ബാലന്റെ ക്ലാസ്സുകളിലൂടെയായിരുന്നുവെന്നും അതിനാൽ നിലമ്പൂർ ബാലൻ തന്റെ രാഷ്ട്രീയ ഗുരുനാഥനാണ് എന്നുമാണ് നിലമ്പൂർ ആയിഷ അനുസ്മരിക്കാറുള്ളത്. വിജയലക്ഷ്മിയെയും പാർട്ടിയുടെ പ്രവർത്തനങ്ങളുമായി ബന്ധപ്പെടുത്താൻ നിലമ്പൂർ ബാലൻ താത്പര്യമെടുത്തിരുന്നു. സഖാവ് കുഞ്ഞാലി ജയിലിലായിരിക്കുമ്പോഴായിരുന്നു 1965ൽ അദ്ദേഹം നിയമസഭയിലേക്ക് മത്സരിച്ചിരുന്നത്. ആ സമയത്ത് പ്രിയതമനൊപ്പം തെരഞ്ഞെടുപ്പ് പ്രചരണയോഗങ്ങളിൽ പ്രസംഗിക്കാൻ പോയിരുന്നത് വിജയലക്ഷ്മിയുടെ ഓർമ്മയിലുണ്ട്.

നാടക ഗ്രാമത്തിന്റെ ഇണകൾ

പെരിന്തൽമണ്ണക്കടുത്ത പുലാമന്തോൾ ഗ്രാമപഞ്ചായത്തിലെ പാലൂർ എന്ന ഗ്രാമം പുരോഗമന നാടക പ്രസ്ഥാനത്തിന്റെ ഈറ്റില്ലവും പോറ്റില്ലവുമായി വിശേഷിപ്പിക്കാറുള്ള വള്ളുവനാടിന്റെ കരുത്താണ്. ചെറുകാടിന്റെയും ടി.പി. ഗോപാലന്റെയും മാത്രമല്ല ആദ്യ പഥികരിൽ പെടുന്ന ചൊവ്വൂർ നീലകണ്ഠൻ നമ്പൂതിരിയുടെയും തട്ടകമായിരുന്നു പാലൂർ. തൊള്ളായിരത്തി അമ്പതുകളിൽ നാടകവുമായി ബന്ധപ്പെടാത്ത ഒരാൾപോലും ഇല്ലാത്ത വിധം നാടകത്തെ നെഞ്ചേറ്റിയ ഗ്രാമമായിരുന്ന പാലൂർ ഇന്നും നാടകത്തിന് വളക്കൂറുള്ള മണ്ണാണ്.

എട്ട് പതിറ്റാണ്ടിലേറെ പഴക്കമുള്ള പാലൂരിന്റെ നാടക കൂട്ടായ്മയുടെ കൂടെ പതിറ്റാണ്ടുകൾ ജീവിച്ച ദമ്പതിമാരാണ് പാലൂരിലെ തെക്കേപ്പാട്ട് വീട്ടിലെ ടി. നാരായണൻ മാസ്റ്ററും പി.സി. ദേവകിയും. 'ഹരിശ്രീ' എന്ന് പേരിട്ടിട്ടുള്ള സ്വഭവനത്തിൽ പിന്നിട്ടുപോന്ന നാടക കാലത്തിന്റെ ജ്വലിക്കുന്ന ഓർമ്മകളുമായി ഈ റിട്ടയേർഡ് അദ്ധ്യാപക ദമ്പതിമാർ ഇപ്പോൾ വിശ്രമ ജീവിതത്തിലാണ്.

2018 ഒക്ടോബർ 9നാണ് ഈ ലേഖകൻ വിവരങ്ങൾ ശേഖരിക്കുവാനായി ഹരിശ്രീയിൽ എത്തിയത്. എൺപത്തെട്ടാം വയസ്സിലേക്ക് പ്രവേശിച്ചിരുന്ന ആ കലാകാരൻ പ്രായത്തിന്റേതായ ചില പ്രയാസങ്ങൾ പ്രകടമായിരുന്നുവെങ്കിലും നാടക സ്മരണകൾ പങ്ക് വെക്കാൻ തുടങ്ങിയപ്പോൾ നാരായണൻ മാസ്റ്റർ ഉന്മേഷവാനായി. ദേവകി ടീച്ചർക്ക് അപ്പോഴും കാര്യമായ ആരോഗ്യപ്രശ്നങ്ങളുണ്ടായിരുന്നില്ല.

ടി.എൻ.പാലൂർ എന്ന ടി. നാരായണൻ മാസ്റ്റർ ചെറുകാടിന്റെ മിക്കവാറും എല്ലാ നാടകങ്ങളിലും അഭിനയിച്ചിട്ടുണ്ട്. 1938-40 കാലത്ത് പാലൂരിന്റെ നാടക ചലനങ്ങൾക്ക് തുടക്കമിട്ട ചൊവ്വൂർ നീലകണ്ഠൻ

നമ്പൂതിരിയുടെ സംഘത്തിൽ ഒമ്പതാം വയസ്സിൽ കുട്ടിവേഷത്തിൽ അഭിനയിച്ചിട്ടുണ്ട് നാരായണൻ. പതിനെട്ടാം വയസ്സിൽ കെ. ദാമോദരന്റെ 'പട്ടബാക്കി'യിൽ കുഞ്ഞിമാളുവായി സ്ത്രീവേഷം കെട്ടി, 1952ൽ ചെറുകാടിന്റെ 'തറവാടിത്തം' എന്ന നാടകത്തിൽ അഭിനയിക്കുമ്പോൾ നാരായണൻ മാസ്റ്റർക്ക് പ്രായം ഇരുപത്തിരണ്ട്. 1955ൽ 'ഞങ്ങളും മനുഷ്യരാണ്' എന്ന നാടകത്തിൽ നാരായണൻ മാസ്റ്റർ ചക്കനായി അഭിനയിച്ചു. അതേ നാടകത്തിൽ പന്ത്രണ്ട് വയസ്സുള്ള ഒരു കുട്ടിയുടെ റോളിൽ ദേവകിയും അഭിനയിച്ചു. അങ്ങിനെ കുട്ടിക്കാലം മുതൽ തുടങ്ങുന്ന നാടകാനുഭവ സമ്പത്തുള്ളവരാണ് ഈ ദമ്പതിമാർ.

ചെറുകാടിന്റെ പ്രശസ്തമായ 'നമ്മളൊന്നി'ൽ പങ്ങൻ നായരുടെ മകൻ ശങ്കുണ്ണിയായി നാരായണൻ മാസ്റ്ററും ശങ്കുണ്ണിയുടെ അമ്മ കാളിയമ്മയായി ദേവകിയും അഭിനയിച്ചിട്ടുണ്ട്. പാലൂരിലെ മോഹൻ ആർട്സിന്റെ പ്രധാന നടന്മാരിൽ ഒരാളായി ഉയർന്ന് ടി.എൻ. പാലൂർ എന്ന പേരിൽ പ്രശസ്തനായ നാരായണൻ മാസ്റ്റർ 'മനുഷ്യ ഹൃദയങ്ങൾ', 'തറവാടിത്തം', 'പാട്ടബാക്കി' തുടങ്ങിയ നാടകങ്ങളിൽ പ്രധാനപ്പെട്ട വേഷങ്ങൾ ചെയ്തു. അദ്ധ്യാപകരുടെ ദാരിദ്ര്യം വിവരിക്കുന്ന 'അടിമ' എന്ന നാടകത്തിൽ ജാനകി ടീച്ചർ എന്ന സ്ത്രീ കഥാപാത്രത്തെയാണ് അദ്ദേഹം അവതരിപ്പിച്ചത്. 'രാജമാർഗ്ഗം', 'ജീവിതം' തുടങ്ങിയ നാടകങ്ങളിലും ടി.എൻ. പാലൂർ ശ്രദ്ധിക്കപ്പെട്ടു.

പാലൂരിലെ തന്നെ പുളിയപ്പറ്റ ചെറുശ്ശേരി തറവാട്ടിൽ പിറന്ന പി.സി. ദേവകി ആദ്യം അഭിനയരംഗത്തെത്തുന്നത് ആറാം ക്ലാസ്സിൽ പഠിക്കുമ്പോഴാണ്. 1953ൽ ചെറുകാടിന്റെ 'സ്നേഹബന്ധങ്ങൾ' എന്ന നാടകത്തിനുവേണ്ടി. 55ൽ 'ഞങ്ങളും മനുഷ്യരാണ്', 58ൽ 'കാര്യസ്ഥന്റെ മരണം' എന്നിവയിലും അഭിനയിച്ചു. 1960ൽ അഭിനയിച്ച 'തുറന്ന യുദ്ധം' വിമോചന സമരത്തെ വിമർശിക്കുന്നതും കമ്യൂണിസ്റ്റ് പാർട്ടിയുടെ തെരഞ്ഞെടുപ്പ് പ്രചരണം ലക്ഷ്യം വെച്ചുകൊണ്ടുള്ളതുമായിരുന്നു. അന്ന് ദേവകി പത്താംക്ലാസ് വിദ്യാർത്ഥിയാണ്. പി.പി. രാഘവ പിഷാരടിയുടെ ആ നാടകം അന്ന് നാൽപത്തി രണ്ട് വേദികളിൽ അരങ്ങേറി. അതിനാൽ പരീക്ഷയുടെ തൊട്ടടുത്ത ദിവസങ്ങളിൽ പോലും ദേവകിക്ക് അഭിനയിക്കാൻ പോകേണ്ടിവന്നു. എങ്കിലും പത്താംതരം പാസ്സായി.

1938-40ൽ ചൊവ്വൂർ നീലകണ്ഠൻ നമ്പൂതിരിയുടെ സംഘത്തോടൊപ്പം കുട്ടിക്കഥാപാത്രമായെത്തി പാലൂരിന്റെ നാടക കൂട്ടായ്മയുടെ ഭാഗമായി തീർന്ന നാരായണൻ മാസ്റ്ററും 1953 മുതൽ അതിന്റെ ഭാഗമായി തീർന്ന ദേവകിയും വിവാഹിതരായത് 1960ലാണ്. വിവാഹിതരാവുമ്പോൾ

നാരായണൻ മാസ്റ്റർക്ക് മാത്രമേ ജോലിയുണ്ടായിരുന്നുള്ളൂ. 1949 മുതൽ തന്നെ അദ്ദേഹം അദ്ധ്യാപകനായിരുന്നു. ദേവകി ജോലിയിൽ പ്രവേശിച്ചത് 1964ലാണ്. അന്നുമുതൽ ഇരുവരുടെയും അദ്ധ്യാപക ജീവിതവും നാടക ജീവിതവും ഒന്നിച്ചുനീങ്ങി.

'നമ്മളൊന്ന്', 'മനുഷ്യഹൃദയങ്ങൾ', 'ഞങ്ങളും മനുഷ്യരാണ്', 'വില കുറഞ്ഞ മനുഷ്യർ', 'കാര്യസ്ഥന്റെ മരണം', 'അടഞ്ഞുപോയ വാതിൽ', 'കതിരുകാണാക്കിളി', 'കണ്ണാടി', 'ശീതയുദ്ധം' തുടങ്ങി ഒട്ടനവധി നാടകങ്ങളിൽ ഇരുവരും ഒന്നിച്ചഭിനയിച്ചു. ഭാര്യയും ഭർത്താവുമായും, അമ്മയും മകനുമായും, ആങ്ങളയും പെങ്ങളുമായും എല്ലാം ആ ദമ്പതിമാർ അരങ്ങുകളിൽ നിറഞ്ഞാടി. 1967 മുതൽ ഇരുവരും റേഡിയോ ആർടിസ്റ്റുകളായി ഒട്ടേറെ റേഡിയോ നാടകങ്ങളിലും അഭിനയിച്ചു. 78ൽ ഒരു സ്ട്രോക്ക് വന്നതിനെ തുടർന്ന് നാരായണൻമാസ്റ്റർക്ക് സംസാരത്തിനും മറ്റും പ്രയാസം നേരിട്ടു. അത് അഭിനയ ജീവിതത്തെയും ബാധിച്ചു.

അദ്ധ്യാപികയായി ജോലിയിൽ കയറിയതിന് ശേഷം പി.സി. ദേവകി അദ്ധ്യാപക സംഘടനയുടെ പ്രചരണ പരിപാടികളുടെ ഭാഗമായും ധാരാളം നാടകങ്ങളിൽ അഭിനയിച്ചു. 'കുട്ടിത്തമ്പുരാൻ', 'തീപ്പന്തം', 'ജഹനാര', 'ഒട്ടക്കത്തെ ശക്തൻ' തുടങ്ങിയ നാടകങ്ങളിൽ ദേവകി പ്രധാന റോളുകൾ അവതരിപ്പിച്ചു. 1993ൽ പി. ഗംഗാധരൻ ചെറുകാടിന്റെ 'മുത്തശ്ശി' എന്ന നോവൽ നാടക രൂപത്തിലാക്കിയപ്പോഴും ദേവകി ടീച്ചർക്ക് പ്രധാനപ്പെട്ട റോളുണ്ടായിരുന്നു. 1993ന് ശേഷം വേദികളിൽ നിന്നും വേദികളിലേക്ക് ഓടിയെത്തിക്കൊണ്ടുള്ള തിരക്കുള്ള നാടക ജീവിതത്തിൽ നിന്നും പി.സി. ദേവകി അല്പം പിറകോട്ട് പോയി. എങ്കിലും റേഡിയോ ആർട്ടിസ്റ്റായി 2003 വരെ രംഗത്ത് തുടർന്നു. 1999ൽ പാലൂരിന്റെ നാടക പ്രതിഭകളിലെ മൂന്ന് തലമുറയിൽപെട്ടവരെ ഒരുമിച്ച് അണി നിരത്തിക്കൊണ്ട് ഒരു നാടകം അരങ്ങേറിയപ്പോൾ അതിൽ ഒന്നാം തലമുറയുടെ പ്രതിനിധിയായി ദേവകി ടീച്ചർ അരങ്ങിലെത്തി.

2007 ൽ കേരള സംഗീത നാടക അക്കാദമി ഗുരുപൂജാ പുരസ്കാരം നൽകി പി.സി. ദേവകിയെ ആദരിച്ചു. 2010ൽ പാലൂരിലെ കെ.പി. രാമൻ സ്മാരക ഗ്രന്ഥശാലയുടെ രജതജൂബിലി ആഘോഷങ്ങളുടെ ഭാഗമായി ചെറുകാടിന്റെ മുത്തശ്ശി നാടകമായി അരങ്ങേറിയപ്പോൾ മുത്തശ്ശിയായി വേഷമിട്ടത് ദേവകി ടീച്ചറായിരുന്നു. 85ൽ നാരായണൻ മാസ്റ്ററും 97ൽ ദേവകി ടീച്ചറും അദ്ധ്യാപകജോലിയിൽ നിന്നും വിരമിച്ചു.

നിലമ്പൂരിലെ നാടകത്തറവാട്

നിലമ്പൂർ മുക്കട്ടയിലെ മൂത്തേടത്ത് അഹമ്മദ്കുട്ടിയുടെയും എരഞ്ഞിക്കൽ കുഞ്ഞാച്ചുമ്മയുടെയും മകളായ നിലമ്പൂർ ആയിഷയെന്ന കലാകാരിയെ മലയാളികൾക്കെല്ലാമറിയാം. എന്നാൽ ആയിഷയെ മാത്രമല്ല, ഒട്ടേറെ നാടകകലാകാരന്മാർ പിറവികൊണ്ട വീടായിരുന്നു മുക്കട്ടയിലെ അവരുടെ വീട്.

അഹമ്മദ്കുട്ടി- കുഞ്ഞാച്ചുമ്മ ദമ്പതിമാരുടെ മക്കളിൽ മൂത്തവനായ മാനുമുഹമ്മദ് നിലമ്പൂർ യുവജനകലാസമിതിയുടെ സ്ഥാപകരിൽ ഒരാളാണ്. പിന്നീട് സ്വന്തമായി നൗഷാദ് ആർട്സ് ക്ലബ്ബ് എന്ന പേരിൽ നാടകസംഘം രൂപീകരിച്ച് അദ്ദേഹം തന്റെ നാടകപ്രവർത്തനം മുന്നോട്ട് കൊണ്ട് പോയി. "അന്ത്യയവനിക", "അക്ഷയപാത്രം", "ധൂമകേതുക്കൾ", "മനുഷ്യർ", "പുതിയവെളിച്ചം", "സ്നേഹബന്ധങ്ങൾ" എന്നിവ മാനുമുഹമ്മദ് രചിച്ച നാടകങ്ങളാണ്. നൗഷാദ് ആർട്സ് ക്ലബ്ബാണ് അവ അരങ്ങിലെത്തിച്ചിരുന്നത്.

നിലമ്പൂർ യുവജന കലാസമിതിയുടെ ആദ്യത്തെ ഏതാനും നാടകാവതരണങ്ങൾ കഴിഞ്ഞ ശേഷമാണ് നിലമ്പൂർ ആയിഷ അതിന്റെ ഭാഗമായി തീർന്നത്. നിലമ്പൂർ ആയിഷ സമിതിയിലെത്തിയതിന്റെ കൂടെ അവരുടെ മറ്റൊരു സഹോദരനായ കുഞ്ഞാലനും അതിൽ ചേർന്നു. പാട്ടുകാരനും ഹാർമോണിസ്റ്റുമായി കുഞ്ഞാലൻ നിലമ്പൂർ യുവജന കലാസമിതിയിൽ സജീവമായിരുന്നു. പിൽക്കാലത്ത് നിലമ്പൂരിലെ പ്രശസ്തയായ കലാകാരി ഇന്ദ്രാണി ടീച്ചർ നേതൃത്വം നൽകിയ നാടക സംഘത്തിലും കുഞ്ഞാലനുണ്ടായിരുന്നു.

മാനുമുഹമ്മദിനും നിലമ്പൂർ ആയിഷക്കും, കുഞ്ഞാലനും പിറകെ അവരുടെ അനിയത്തി ആമിനയും നാടകരംഗത്തെത്തി. നിലമ്പൂർ യുവജനകലാസമിതി അവതരിപ്പിച്ചിരുന്ന 'ഈ ദുനിയാവിൽ ഞാനൊറ്റക്കാണ്" എന്ന നാടകത്തിലെ നായികയുടെ റോൾ അഭിനയിച്ചിരുന്നത് ആമിനയാണ്. നിലമ്പൂർ യുവജന കലാസമിതിയുടെ നേതൃത്വത്തിൽ ബോംബെ, ഹൈദ്രബാദ്, അഹമ്മദാബാദ്, പൂന എന്നിവിടങ്ങളിലെല്ലാം പോയി നാടകം അവതരിപ്പിച്ചിരുന്ന സംഘത്തിൽ ആമിനയും ഉണ്ടായിരുന്നു.

അഹമ്മദ്കുട്ടി കുഞ്ഞാച്ചുമ്മ ദമ്പതിമാരുടെ മക്കളിൽ ഏറ്റവും ഇളയ ആളായ ഉമ്മർ ജ്യേഷ്ഠൻ മാനുമുഹമ്മദിന്റെ നൗഷാദ് ആർട്സ് ക്ലബ്ബിലൂടെയാണ് നാടകത്തിലെത്തിയത്. മികച്ച അഭിനേതാവായ ഉമ്മർ

"കണ്ടംബെച്ച കോട്ട്" എന്ന സിനിമയിൽ ബാലനടനായി അഭിനയിച്ചിരുന്നു. ഹാസ്യ കലാപരിപാടികൾ അവതരിപ്പിക്കുന്നതിലും മിടുക്കനായിരുന്നു ഉമ്മർ. ഒരു വീട്ടിലെ ഏഴു മക്കളിൽ അഞ്ചുപേരും നാടകരംഗത്തേക്കുവന്ന ഒരു നാടകത്തറവാടായിരുന്നു മുക്കട്ടയിലെ മൂത്തേടത്ത് അഹമ്മദ്കുട്ടിയുടെ വീട്. സ്വയം കലാകാരനല്ലായിരുന്നുവെങ്കിലും നല്ല ഒരു കലാ ആസ്വാദകനായിരുന്നു അഹമ്മദ്കുട്ടി. ജീവിച്ചിരുന്നപ്പോൾ സ്വന്തം വീട്ടുമുറ്റത്തേക്ക് കലാകാരന്മാരെ ക്ഷണിച്ചുകൊണ്ടുവന്നു പരിപാടികൾ അവതരിപ്പിക്കാൻ അവസരം കൊടുത്ത് പ്രോത്സാഹിപ്പിച്ചിരുന്നു അദ്ദേഹം. അതാണ് മക്കളിൽ കലയോടുള്ള ആഭിമുഖ്യം വളർത്തിയത്.

അഹമ്മദ്കുട്ടിയുടെയും കുഞ്ഞാച്ചുമ്മയുടെയും മക്കൾ മാത്രമല്ല മക്കളുടെ മക്കളും ഒട്ടേറെ പേർ കലാരംഗത്ത് ശ്രദ്ധേയരായിരുന്നു. മക്കളിൽ ഏറ്റവും മൂത്തവളായിരുന്നു ഫാത്തിമക്കുട്ടി. സ്വയം കലാകാരി ആയില്ലെങ്കിലും പ്രശസ്ത അഭിനേത്രികളായ നിലമ്പൂർ ഹഫ്സത്തും സീനത്തും അവരുടെ മക്കളാണ്.

14-ാംവയസ്സിൽ പാലക്കാട്ടെ വിശ്വരൂപം കലാസമിതിയുടെ നാടകത്തിലൂടെയായിരുന്നു നിലമ്പൂർ ഹഫ്സത്ത് നാടകരംഗത്തേക്ക് വന്നത്. നിലമ്പൂർ ബാലൻ നേതൃത്വം കൊടുത്തിരുന്ന കളിത്തറ, ആറ്റിങ്ങൽ ജനശക്തി തിയേറ്റേഴ്സ്, കെ.ടി.മുഹമ്മദ് നേതൃത്വം കൊടുത്തിരുന്ന കലിംഗ, വിക്രമൻനായരുടെ സ്റ്റേജ് ഓഫ് ഇന്ത്യ, നിലമ്പൂരിലെ ജ്യോതി നൃത്തകലാകേന്ദ്രം എന്നീ നാടക സമിതികളിലെ പ്രധാന അഭിനേത്രിയായിരുന്നു നിലമ്പൂർ ഹഫ്സത്ത്. സിനിമാരംഗത്തേക്ക് പ്രവേശിച്ച ഹഫ്സത്ത് ഒരേ തൂവൽപക്ഷികൾ, മഗ്രിബ് തുടങ്ങിയ ഒട്ടേറെ സിനിമകളിലും അഭിനയിച്ചു സിനിമാരംഗത്ത് ഒരു ഡബ്ബിംഗ് ആർട്ടിസ്റ്റ് എന്ന നിലയിൽ പ്രശസ്തയായ ഹഫ്സത്തിന് "പരദേശി" എന്ന സിനിമയിൽ മികച്ച ഡബ്ബിംഗ് ആർട്ടിസ്റ്റിനുള്ള സംസ്ഥാന പുരസ്കാരം ലഭിച്ചു. പി.ടി. കുഞ്ഞുമുഹമ്മദ്, ടി.വി.ചന്ദ്രൻ, സമീർ താഹിർ, സലിം അഹമ്മദ്, ഷാജി. എൻ.കരുൺ, ലെനിൻ രാജേന്ദ്രൻ, ജയരാജൻ എന്നിവരുടേതുൾപ്പെടെ 40ഓളം സിനിമകളിൽ ഡബ്ബിംഗ് ആർട്ടിസ്റ്റായി പ്രവർത്തിച്ചു. ആകാശവാണി ആർട്ടിസ്റ്റുമാണ് നിലമ്പൂർ ഹഫ്സത്ത്.

സീനത്ത് എന്ന പ്രശസ്തയായ ചലച്ചിത്രനടിയുടെ തുടക്കം സ്വന്തം അമ്മാവൻ മാനുമുഹമ്മദിന്റെ നാടകങ്ങളിലൂടെയായിരുന്നു. പിന്നീടാണ് സംഗമം തിയേറ്റേഴ്സ്, വിൽസൺ സാമുവൽ നേതൃത്വം കൊടുത്തിരുന്ന സംഗമം, കലിംഗ തുടങ്ങിയ ഒട്ടേറെ നാടകസമിതികളിൽ അഭിനേത്രയായ സീനത്ത് ഇപ്പോൾ സിനിമാരംഗത്ത് സജീവമാണ്.

പി.എ.ബക്കറിന്റെ "ചുവന്ന വിത്തുകൾ" ആയിരുന്നു ആദ്യ സിനിമ. സീനത്തിന്റെയും നിലമ്പൂർ ഹഫ്സത്തിന്റെയും സഹോദരനായ അക്ബർഷാ എന്ന ബാപ്പുട്ടി കീബോർഡ് ആർട്ടിസ്റ്റാണ്. നിലമ്പൂരിൽ വളരെക്കാലം പ്രവർത്തിച്ച സാരംഗ തിയേറ്റേഴ്സ് എന്ന ട്രൂപ്പിന് നേതൃത്വം കൊടുത്തിരുന്നത് അക്ബർഷാ ആയിരുന്നു. മാനുമുഹമ്മദിന്റെ മകൻ നൗഷാദ് ഒരു ഗായകനാണ്. മറ്റൊരുമകനായ മെഹബൂബും അഭിനേതാവും ഗായകനുമായി കലാരംഗത്ത് പ്രവർത്തിക്കുന്നുണ്ട്. നിലമ്പൂരിലെ നാടകത്തറവാട്ടിലെ മൂന്നാംതലമുറയിലേക്ക് കലാതാത്പര്യം പടർന്നിട്ടുണ്ട്. സീനത്തിന്റെ മക്കളായ ജിഥിൻ ചിത്രരചനയിലും നിഥിൻ സംവിധാനത്തിലും ചുവട് വെക്കാൻ തുടങ്ങിയിട്ടുണ്ട്. നിലമ്പൂർ ഹഫ്സത്തിന്റെ മകൻ സഹാജ്ജുറഹ്മാൻ നല്ലൊരു ചിത്രകാരനുമാണ്.

കുടുംബത്തിന് ഒരു നാടക സമിതി

ഏറനാട് താലൂക്കിലെ കൊണ്ടോട്ടിക്കടുത്ത ചാലിയപ്പുറത്തെ അഴകത്ത് കൊടോളി തറവാടിന് 1930കളിൽ സ്വന്തമായി ഒരു നാടക സമിതിയുണ്ടായിരുന്നു. കുടുംബാംഗങ്ങളിൽ കുറെ പേർ അഭിനേതാക്കളും നാടകരചയിതാക്കളുമായി പ്രവർത്തിച്ചിരുന്നു. തറവാട് മുറ്റവും അകവുമെല്ലാം നാടക പരിശീലന കേന്ദ്രങ്ങളായിരുന്നു. എ.കെ. ഗോവിന്ദൻ നായരുടെ നേതൃത്വത്തിലായിരുന്നു നാടകസമിതി പ്രവർത്തിച്ചിരുന്നത്. എ.കെ. ഗോവിന്ദൻ നായരുടെ സഹോദരി ഭർത്താവ് ഇ.എന്.സി. നായർ നാടകരചയിതാവായിരുന്നു. അവരുടെ സമിതി ഏകപാത്ര നാടകമായി അവതരിപ്പിച്ചിരുന്ന "കേരള ജനനി", "ശങ്കര ദേവീ സംവാദം" എന്നിവ ഇ.എൻ.സി. നായരുടെ രചനകളായിരുന്നു.

ഇ.എൻ.സി. നായരുടെ മൂന്ന് പുത്രന്മാരും നാടക കലാകാരന്മാരായി. എ.കെ. ഗോപാലൻ, എ.കെ. ബാലൻ എന്നിവർ അഭിനേതാക്കളും ഇളയവനായ എ.കെ. വിശ്വനാഥൻ അഭിനേതാവ്, സംവിധായകൻ, നാടകകൃത്ത് എന്നീ നിലകളിലെല്ലാം പ്രശസ്തനായി. വിശ്വം കെ. അഴകത്ത് എന്ന പേരിൽ അറിയപ്പെട്ട എ.കെ. വിശ്വനാഥൻ അനേകം നാടകങ്ങളുടെ രചയിതാവാണ്. ആറാം ക്ലാസിൽ പഠിക്കുമ്പോൾ ഇടശ്ശേരിയുടെ "കൂട്ടുകൃഷി" നാടകത്തിൽ ചെറുമിയായി വേഷമിട്ട് നാടകത്തിൽ വിദ്യാരംഭം കുറിച്ചയാളാണ് വിശ്വനാഥൻ. ചാലിയപ്പുറത്തും പരിസരപ്രദേശങ്ങളിലുമുള്ള ക്ഷേത്രങ്ങളിലെ ഉത്സവങ്ങളോടനുബന്ധിച്ച് പുരാണകഥകളെ നാടകരൂപത്തിലാക്കി അവതരിപ്പിക്കുക പതിവായിരുന്നു. അറുപതുകളിൽ ഇത്തരം നാടകാവതരണങ്ങൾക്ക്

ഒട്ടേറെ രചനകൾ വിശ്വം കെ അഴകത്ത് നടത്തിയിരുന്നു.

"ഹരിശ്ചന്ദ്രൻ", "ശ്രീ അയ്യപ്പൻ", "ജന്മമോക്ഷം", "അഗ്നിസംഭവം", "കർണായനം", "രാമഹൃദയം" തുടങ്ങിയവ ഈ രീതിയിൽ അവതരിപ്പിക്കപ്പെട്ട വിശ്വം കെ അഴകത്തിന്റെ നാടകങ്ങളാണ്. പണിക്കരപ്പറായിയിലെ സോയൂസ് സമിതിക്ക് വേണ്ടി എഴുതിയ "നിർവഹണ സന്ധി", കോട്ടക്കൽ നാടക സമിതിക്ക് വേണ്ടി എഴുതിയ "വിജയസ്തംഭം", "പഞ്ചമി", വിളയിൽ പറപ്പൂർ ഉദയകലാമിതിക്ക് വേണ്ടി എഴുതിയ "പെണ്ണായാൽ" എന്നിവയും ഇദ്ദേഹത്തിന്റെ രചനകളാണ്. "മഹർ" എന്ന പേരിലുള്ള ഒരു നാടകമായിരുന്നു വിശ്വം കെ അഴകത്തിന്റെ ആദ്യ രചന. എന്നാൽ അത് രംഗത്ത് അവതരിപ്പിക്കാൻ അവസരം കിട്ടിയത് 1970ൽ മാത്രമാണ്. 1978ൽ കോഴിക്കോട് കോർപ്പറേഷൻ എക്സിബിഷനോടനുബന്ധിച്ച് നടത്തിയ നാടക മത്സരത്തിൽ അവതരണത്തിന് ഒന്നാംസ്ഥാനം "തിലോദകം" എന്ന നാടകവും ഈ നാടകകൃത്തിന്റെ രചനയായിരുന്നു.

അഴകത്ത് കൊടോളി കുടുംബത്തിന്റെ നാടകാഭിമുഖ്യം തലമുറകൾ കൈമാറി മുന്നേറുക തന്നെയാണ്. വിശ്വം കെ അഴകത്തിന്റെ പുത്രനായ രാഹുൽ കൈമല ഒരു മുഴുവൻ സമയ കലാകാരനാണ്. "ഒരു കലിയുഗ ചീന്ത്", "ഡ്രാക്കുളയും എയിഡ്സും", "യൂണിവേഴ്സിറ്റി കൗതുകം", "മിന്നുന്നതെല്ലാം പൊന്നല്ല" എന്നീ ഏകാങ്ക നാടകങ്ങളുടെയും "സാഹിത്യം ആത്മഹത്യ ചെയ്യുന്നു" എന്ന അമേച്വർ നാടകത്തിന്റെയും കർത്താവായ രാഹുൽ കൈമല ബഷീറിന്റെ "വിശ്വവിഖ്യാതമായ മൂക്ക്"ന്റെ നാടകാവിഷ്കാരവും "ഗുഡ്ഷെപ്പേർഡ്" എന്നൊരു ഇംഗ്ലീഷ് നാടകവും എഴുതിയിട്ടുണ്ട്.

നാൽപതിലേറെ നാടകങ്ങൾ സംവിധാനം ചെയ്തിട്ടുള്ള രാഹുൽ കൈമല ഇപ്പോൾ സിനിമ, ടെലിവിഷൻ സീരിയൽ മേഖലയിലാണ് കൂടുതൽ പ്രവർത്തിച്ചുകൊണ്ടിരിക്കുന്നത്. ഹ്രസ്വചിത്രങ്ങൾ, ഡോക്യുമെന്ററികൾ, മ്യൂസിക്കൽ ആൽബങ്ങൾ, പരസ്യചിത്രങ്ങൾ തുടങ്ങിയവയിലൂടെ സദാസമയവും കലാരംഗത്ത് സജീവമായി നിൽക്കുന്ന രാഹുൽ കൈമല, നാടക പ്രതിഭ ഇ.കെ. അയമുവിന്റെ ജീവിതം ആവിഷ്കരിക്കുന്ന "ചോപ്പ്" എന്ന സിനിമയുടെ സംവിധായകൻ കൂടിയാണ്.

പന്ത്രണ്ട്

വെള്ളരിനാടകത്തിന് ഒരു പുനർജന്മം

കേരളക്കരയിൽ നാടകം എന്ന കല രൂപം കൊണ്ടുവന്നതിന്റെ ചരിത്രം വിശദീകരിക്കുമ്പോൾ എല്ലാവരാലും പരാമർശിക്കാറുള്ള ഒന്നാണ് വെള്ളരി നാടകങ്ങൾ. കൃഷി എന്നത് ജീവിതത്തിന്റെ പരമപ്രധാന മണ്ഡലമായി നിലനിന്നിരുന്ന കാലത്ത് കാർഷിക സംസ്കൃതിയുടെ ഉത്പന്നമായി രൂപം കൊണ്ടവയായിരുന്നു വെള്ളരി നാടകങ്ങൾ. കൊയ്ത്തുകഴിഞ്ഞ് ഒഴിഞ്ഞ പാടങ്ങളിൽ വെള്ളരി നട്ടിരുന്ന കൃഷിക്കാർക്ക് അത് കായ്ക്കാൻ തുടങ്ങുമ്പോൾ അത് തിന്നാനെത്തുന്ന കുറുക്കന്മാരെ ഓടിക്കാൻ പാടത്ത് രാത്രി ഉറക്കമൊഴിച്ച് കാവൽ കിടക്കേണ്ടി വന്നിരുന്നു. ആ കൃഷിക്കാരുടെ രാത്രികാല വിനോദം എന്ന നിലയിലായിരുന്നു വെള്ളരി നാടകങ്ങളുടെ തുടക്കം. ആ കാവൽ കിടന്നിരുന്ന കൃഷിക്കാർ തന്നെയായിരുന്നു നാടകം കളിച്ചിരുന്നതും. വെള്ളരിപ്പാടത്ത് രൂപം കൊണ്ടതിനാലാണ് വെള്ളരിനാടകം എന്ന് അവ അറിയപ്പെട്ടത്.

വളരെക്കാലം മുമ്പ് തന്നെ തമിഴ്നാട്ടിൽ നിന്നുള്ള നാടക സംഘങ്ങൾ കേരളത്തിൽ വന്ന് നാടകങ്ങൾ അവതരിപ്പിച്ചിരുന്നു. തമിഴ് ഭാഷയിലുള്ളതും പുരാണ കഥകളെ ആസ്പദമാക്കിയുള്ളവയുമായ സംഗീതനാടകങ്ങളാണ് അവർ അവതരിപ്പിച്ചിരുന്നത്. ആ നാടകങ്ങളുടെ മാതൃക സ്വീകരിച്ച് മലയാളത്തിൽ തയ്യാറാക്കപ്പെട്ടവയായിരുന്നു വെള്ളരി നാടകങ്ങൾ. അനുഭവ സമ്പന്നരായ ആശാന്മാരുടെ

നേതൃത്വത്തിൽ പരിശീലനം നേടുന്ന വെള്ളരി കാവൽക്കാർ തങ്ങളുടെ കയ്യിൽ കിട്ടിയ കൃതിയിൽ കൂട്ടിച്ചേർക്കലുകൾ നടത്തിയും പ്രാദേശിക മായ വിഷയങ്ങൾ ഉൾപ്പെടുത്തിയും പൊടിപ്പും തൊങ്ങലും ചേർത്ത് ആടിയും പാടിയും അഭിനയിച്ചുകൊണ്ട് തയ്യാറാക്കിയിരുന്ന രംഗാവത രണങ്ങളായിരുന്നു വെള്ളരി നാടകങ്ങൾ. കാലക്രമത്തിൽ ഒട്ടേറെ വ്യ വസ്ഥകളും നിബന്ധനകളും ഉള്ള മികച്ച കലാരൂപങ്ങൾ തന്നെയായി അവ മാറി.

അരീക്കോടിനടുത്ത കീഴ്പറമ്പ് സ്വദേശിയായിരുന്ന മണ്ണിൽതൊടി കാരാട്ട് കുഞ്ഞിപ്പോക്കർ 1955ലാണ് മരണമടഞ്ഞത്. മലയാളത്തിന് പുറമെ സംസ്കൃതം, അറബി, ഉറുദു, തമിഴ് എന്നീ ഭാഷകളിൽ പ്രാവീണ്യം ഉള്ളയാളായിരുന്നു അദ്ദേഹം. മാപ്പിളപ്പാട്ട് കവി, നാടക കൃത്ത്, ഇസ്ലാംമത പണ്ഡിതൻ, വിഷ ചികിത്സകൻ, ഗ്രന്ഥകർത്താവ് എന്നിങ്ങനെ വൈവിധ്യമുള്ള കഴിവുകൾ ഒത്ത് ചേർന്ന ഒരു പ്രതിഭയാ യിരുന്നു കുഞ്ഞിപ്പോക്കർ.

ഒരു സഞ്ചാരപ്രിയൻ കൂടിയായിരുന്ന അദ്ദേഹം ഒരു യാത്രക്കിടയിൽ വെള്ളരി നാടകം കണ്ടു. അതിൽ ആകൃഷ്ടനായ അദ്ദേഹം അവിടെ ദിവസങ്ങളോളം താമസിച്ച് അതിനെക്കുറിച്ച് പഠിക്കുകയും അതിന്റെ സാങ്കേതിക വശങ്ങളടക്കം മനസ്സിലാക്കുകയും ചെയ്തു. തിരിച്ചുവന്ന കുഞ്ഞിപ്പോക്കർ സ്വന്തമായി ഒരു വെള്ളരി നാടകം രചിച്ചു. “വിത്തും കൈക്കോട്ടും” എന്ന പേരിൽ. അഞ്ച് ദിവസംകൊണ്ട് അവതരിപ്പിക്കാ വുന്നതും അഞ്ചു ഗുണപാഠ കഥകളും ഏതാനും അനുബന്ധ കഥകളും ചേർന്ന ഒന്നായിട്ടാണ് അദ്ദേഹം ആ നാടകം തയ്യാറാക്കിയത്.

1936ൽ ആണ് ‘വിത്തും കൈക്കോട്ടും’ കീഴ്പറമ്പിൽ ആദ്യമായി അവതരിപ്പിച്ചത്. വലിയ തയ്യാറെടുപ്പുകൾ വളരെ മുൻകൂട്ടിത്തന്നെ ചെയ്തിട്ടായിരുന്നു നാടകാവതരണം. നാടകത്തിൽ സ്ത്രീവേഷം കെട്ടാൻ ചുമതലപ്പെടുത്തിയിരുന്ന തട്ടാൻ വേലുക്കുട്ടി അതിന് വേണ്ടി രണ്ട് വർഷം മുമ്പ് തന്നെ മുടി നീട്ടി വളർത്താൻ തുടങ്ങിയിരുന്നു. ‘വിത്തും കൈക്കോട്ടും’ നാടകത്തിന്റെ ആദ്യ അവതരണത്തിൽ പങ്കെടുത്തിരു ന്നത് കുന്നൂർ അയ്യപ്പൻ വൈദ്യർ, ചെന്നറ്റ രായിൻ മമ്മദ്, കുളങ്ങരക്ക ണ്ടി തട്ടാൻ വേലുക്കുട്ടി, കോട്ടേക്കുന്നേൽ കേലുണ്ണി തുടങ്ങിയവരാണ്.

കീഴ്പറമ്പിലെ അക്കാലത്തെ ഭേദപ്പെട്ട ഒരു കുടുംബത്തിലെ അംഗ മായിരുന്നു മണ്ണിൽതൊടി കാരാട്ട് കുഞ്ഞിപ്പോക്കർ. അദ്ദേഹത്തിന്റെ പിതാവ് കീഴ്പറമ്പ് ചൂരോട്ട് പള്ളിയുടെ ഭാരവാഹികളിൽ ഒരാൾ ആയിരുന്നു. നാടകകൃത്തായ കുഞ്ഞിപ്പോക്കർ തന്നെ ഒരു ഇസ്ലാംമത

പണ്ഡിതനും മതവിഷയങ്ങൾ സംബന്ധിച്ച ഒട്ടേറെ ഗ്രന്ഥങ്ങളുടെ കർത്താവുമായിരുന്നു. അതുകൊണ്ടുതന്നെ പള്ളി മഹല്ല് കമ്മറ്റിയുടെ നേതൃത്വത്തിലുണ്ടായിരുന്നവരുടെവരെ പിന്തുണയും പങ്കാളിത്തവും 1936ലെ ആ നാടകാവതരണത്തിന് ഉണ്ടായിരുന്നു. രണ്ട് വർഷക്കാലത്തെ ഒരുക്കത്തിന് ശേഷം നടത്തിയ നാടകാവതരണത്തിന് വലിയ പ്രശസ്തി കിട്ടിയിരുന്നതിനാൽ ദൂരദിക്കുകളിൽ നിന്നും ധാരാളം പേർ കാണാൻ എത്തിയിരുന്നു. നിലമ്പൂർ കോവിലകം കുടുംബത്തിലുള്ളവർ ചാലിയാർ പുഴ വഴി തോണിയിൽ അന്ന് കീഴ്പറമ്പിൽ നാടകം കാണാൻ എത്തിയിരുന്നു.

1930കളിൽ തന്നെ കീഴ്പറമ്പിൽ നാടകം ഉണ്ടായിരുന്നു എന്നാണ് വെള്ളരി നാടകം ഇപ്പോൾ പുനരവതരിപ്പിക്കുന്നതിന് നേതൃത്വം കൊടുക്കുന്ന കീഴ്പറമ്പിലെ നാടകപ്രവർത്തകനായ അഹമ്മദ്കുട്ടി പാറമ്മലിന്റെ അഭിപ്രായം. മൺമറഞ്ഞ് പോയ പല മുതിർന്ന കാരണവന്മാരും പങ്ക് വെച്ചിരുന്ന ഓർമ്മകളിൽ അക്കാലത്ത് കീഴ്പറമ്പിലെ പ്രമാണിമാരായിരുന്ന നടുവത്തേടത്ത് ഇല്ലത്ത് കൃഷ്ണനാശാൻ എന്ന ഒരാൾ വരികയും അയാളുടെ നേതൃത്വത്തിൽ അവിടെ നാടകങ്ങൾ അരങ്ങേറുകയും ചെയ്തിരുന്നതായി പറയുന്നുണ്ട്. വിത്തും കൈക്കോട്ടും നാടകത്തിന്റെ കയ്യെഴുത്ത് പ്രതിയുടെ ഏതാനും ഭാഗങ്ങൾ വർഷങ്ങൾക്ക് ശേഷം അഹമ്മദ്കുട്ടി പാറമ്മലിന്റെ കൈവശം എത്തിച്ചേർന്നു. നാടകകൃത്തായ മണ്ണിൽതൊടി കാരാട് കുഞ്ഞിപ്പോക്കറുടെ സഹോദരപുത്രൻ കൂടിയാണ് അഹമ്മദ്കുട്ടി പാറമ്മൽ. കയ്യെഴുത്ത് പ്രതിയിലെ കാണാതായ ഭാഗങ്ങളിൽ ചില കൂട്ടിച്ചേർക്കലുകൾ നടത്തി ആ നാടകം വീണ്ടും ഒന്നവതരിപ്പിക്കാൻ അഹമ്മദ്കുട്ടി ആഗ്രഹിച്ചു. കീഴ്പറമ്പ് ഗവൺമെന്റ് ഹൈസ്കൂളിന്റെ അമ്പതാം വാർഷികത്തോടനുബന്ധിച്ചായിരുന്നു ആ ആഗ്രഹം സാധ്യമായത്.

നാട്ടിലെ ഒരുവിധം എല്ലാ നാടകപ്രവർത്തകരും കലാസ്നേഹികളും ഒത്ത് ചേർന്നപ്പോൾ ആ നാടകാവതരണം യാഥാർത്ഥ്യമായി. സ്കൂളിലെ അധ്യാപിക എൻ.കെ.രശ്മിണിയുടെ നേതൃത്വത്തിൽ പ്രവർത്തിച്ചിരുന്ന കൂട്ടായ്മയിലെ 'സംസ്കാര' അതിൽ നല്ല പങ്ക് വഹിച്ചു. 1936ൽ ഈ നാടകം കീഴ്പറമ്പിൽ ആദ്യമായി അവതരിപ്പിക്കപ്പെട്ടപ്പോൾ അത് കാണാൻ കുട്ടിക്കാലത്ത് അവസരം കിട്ടിയ മുതിർന്ന ചവിട്ടുകളി കലാകാരൻ നെല്ലേരിമ്മൽ നീലകണ്ഠനായിരുന്നു നാടകാവതരണം ഉദ്ഘാടനം ചെയ്തത്. വേണു ജി നായർ, മുഹമ്മദലി, ഉണ്ണികൃഷ്ണൻ, എം.ടി. നാസർ, ഫഹദ്, ആബിദ്, വി.കെ. ശങ്കരൻ, പ്രസാദ്, കുട്ടികളായ

റിഷ്ബിൻ, ശ്രീഹരി, അസ്‌ലം, റിഷി തുടങ്ങി അമ്പതിലേറെ പേർ ആ കലാപ്രകടനത്തിൽ ഭാഗഭാക്കായി.

ആദ്യ അവതരണത്തിന് ശേഷം അഹമ്മദ് കുട്ടി പാറമ്മലിന്റെ നേതൃത്വത്തിൽ രൂപം കൊടുത്ത 'വെള്ളരിപ്പാടം തിയേറ്റേഴ്സ്' ന്റെ നേതൃത്വത്തിൽ ഈ നാടകം ഇതിനോടകം .... വേദികളിൽ അവതരിപ്പിച്ചു. കേരളത്തിന്റെ വിവിധ ഭാഗങ്ങളിൽ വെള്ളരിപ്പാടം തിയേറ്റേഴ്സ് വിത്തും കൈക്കോട്ടും നാടകം കൊണ്ടുപോയി അവതരിപ്പിച്ചു. ഓരോ അവതരണകേന്ദ്രത്തിൽവെച്ചും പ്രായമേറിയ അഭിവന്ദ്യരായ പല കലാകാരന്മാരും വെള്ളരിപ്പാടം തിയേറ്റേഴ്സിന്റെ പ്രവർത്തകരെ വന്ന് അഭിനന്ദിക്കുകയും അവരുടെ വെള്ളരി നാടകാഭിനയ അനുഭവങ്ങൾ പങ്ക് വെക്കുകയും ചെയ്തു. അവിന്ദ്യകലാകാരൻ ഗുരു ചേമഞ്ചേരി തന്നെ ആലിംഗനം ചെയ്തുകൊണ്ട് തന്റെ വെള്ളരി നാടകാഭിനയ അനുഭവങ്ങൾ പങ്ക് വെച്ചത് അഹമ്മദ്കുട്ടി പാറമ്മൽ അഭിമാനത്തോടെ ഓർക്കുന്നു. നാടകാവതരണത്തോടൊപ്പം ഇത്തരം മുതിർന്ന കലാകാരന്മാരുടെ അനുഭവം പങ്ക്‌വെക്കലുകൾ വഴി കിട്ടുന്ന അറിവുകളും ചേർത്ത് വെള്ളരി നാടകങ്ങളെ കുറിച്ച് ഒരു ഗ്രന്ഥം തയ്യാറാക്കണമെന്ന ആഗ്രഹം അഹമ്മദ്കുട്ടി പാറമ്മലിന് ഉണ്ട്.

അഹമ്മദ്കുട്ടി നടത്തിയ അന്വേഷണങ്ങളിലൂടെ വെള്ളരി നാടകങ്ങൾ വെച്ചുപുലർത്തിയിരുന്ന നിബന്ധനകളെയും മുന്നോട്ട് വെച്ചിരുന്ന ആശയങ്ങളെയും തനിക്ക് മനസ്സിലാക്കാൻ കഴിഞ്ഞ കുറെ കാര്യങ്ങൾ അദ്ദേഹം ഈ ഗ്രന്ഥകാരനുമായി പങ്ക്‌വെച്ചു. അവ ചുരുക്കി താഴെ കൊടുക്കുന്നു.

വെള്ളരി നാടകത്തിൽ സ്ത്രീകൾ ഉണ്ടായിരുന്നില്ല. രാത്രി പാടത്തിന് നടുക്ക് കെട്ടിയ പന്തലുകൾക്ക് കീഴെ ഒറ്റപ്പെട്ട് കാവൽ കിടക്കാൻ സ്ത്രീകളെ അയയ്ക്കാത്തതാവണം കാരണം. വെള്ളരി നാടകത്തിലെ ഡയലോഗുകൾ കഴിയാവുന്നത്ര കാവ്യഭാഷയിലായിരിക്കും. അഭിനേതാക്കളുടെ ആടയാഭരണങ്ങൾ, പച്ചക്കറികൾ, പാള തുടങ്ങിയവ കൊണ്ടാണ് ഉണ്ടാക്കുക. കടുത്ത മെയ്ക്കപ്പ് വെള്ളരി നാടകത്തിലെ അഭിനേതാക്കളുടെ ശൈലിയാണ്.

കുട്ടിത്തുന്നിയ തുണികൊണ്ട് രണ്ട് പേർ കൈകൊണ്ട് ഉയർത്തിപ്പിടിക്കുന്നതായിരിക്കും കർട്ടൺ. കഥകളിയിലേത് പോലെ. ഈ കർട്ടൺ കഥകളിയിൽ നിന്നും വെള്ളരി നാടകത്തിലേക്ക് വന്നതാവുമോ അതോ വെള്ളരി നാടകങ്ങളിൽ നിന്നും കഥകളിയിലേക്ക് പകർന്നതോ എന്ന് അറിയില്ല.

എല്ലാ വെള്ളരി നാടകത്തിലും ഒരു കൃഷി പാഠവും ഉണ്ടാവും ഒരു ഗുണപാഠവും ഉണ്ടാകും. അവസാനം അതൊന്ന് ഏറ്റ് പറയുകയും ചെയ്യും. ഒരുപക്ഷെ മറ്റൊരു കലാരൂപത്തിനും ഇല്ലാത്ത ഒരു പ്ര ത്യേകത ഇതിൽ കാണികൾക്ക് ഇടപെടാനുള്ള അവസരമാണ്. ശ്രോതാക്കളുടെ ഭാഗത്ത് നിന്നും ആവശ്യപ്പെട്ടാൽ ഒരു രംഗം വീണ്ടും അവതരിപ്പിക്കുകയോ ഒരു ഡയലോഗ് വീണ്ടും പറയുകയോ ചെയ്യും.

വില കൂടിയ വേഷവിധാനങ്ങൾ വെള്ളരി നാടകങ്ങൾക്ക് ഉണ്ടാകില്ല. അത് പാവപ്പെട്ടവരുടെ കലയായിരുന്നതായിരിക്കാം അതിന്റെ കാരണം. കാണികൾക്ക് ഇടപെടാൻ അവസരം ഉള്ളതിനാൽ ചില രംഗങ്ങൾ വീണ്ടും അവതരിപ്പിക്കേണ്ടി വരുന്നത് കൊണ്ട് സമയക്ലിപ്തത വെള്ളരി നാടകങ്ങൾക്ക് ഉണ്ടാകില്ല. ഒരു വേദി ഉണ്ടാകുമെങ്കിലും വേദിക്ക് പുറത്തും ആളുകൾക്കിടയിലുമെല്ലാം നാടകരംഗങ്ങൾ അരങ്ങേറും. നാടകം തുടങ്ങുന്നതിന് മുമ്പ് നാടകം കാണേണ്ടത് എങ്ങിനെ എന്നതിനെ കുറിച്ച് കാണികൾക്ക് വ്യക്തമായ നിർദ്ദേശങ്ങൾ കൊടുക്കും. നിലത്തിരുന്ന മാത്രമേ നാടകം കാണാൻ അനുവദിക്കുകയുള്ളൂ. നാടകത്തോടൊപ്പം കാണികളും പാടുകയും ചാടുകയും ഓടുകയുമെല്ലാം വേണ്ടിവരും. ഏതെങ്കിലും ഒരു നാടൻ കലാരൂപത്തിന്റെ അകമ്പടിയോടെ നാടകത്തിന്റെ അവതരണം ചെണ്ടകൊട്ടി അറിയിക്കും.

എല്ലാ വെള്ളരി നാടകത്തിലും ഒരു തമ്പുരാനും ഒരു സൂത്രധാരനും ഉണ്ടാവും. ആദ്യകാലത്ത് നാടകം കളിക്കുന്ന പാടത്തിന്റെ ഉടമയായ യഥാർത്ഥ തമ്പുരാൻ തന്നെയാണ് പലപ്പോഴും രംഗത്ത് വന്നിരുന്നത്. സ്വന്തമായി ഭൂമിയില്ലാത്ത കൃഷിക്കാരന് തമ്പുരാന്റെ അനുമതിയോടെയും പിന്തുണയോടെയും മാത്രമേ പാടത്ത് നാടകം കളിക്കാൻ കഴിയുമായിരുന്നുള്ളൂ. വെള്ളരി നാടകത്തിന്റെ പ്രത്യേകതകളും വ്യവസ്ഥകളും സംബന്ധിച്ച് മുകളിൽ സൂചിപ്പിച്ച കാര്യങ്ങളിൽ നിന്ന് തന്നെ അവ നമ്മുടെ സാമ്പ്രദായിക ധാരണകളനുസരിച്ച് വ്യവസ്ഥകൾ എന്നതിനേക്കാളേറെ വ്യവസ്ഥയില്ലായ്മയാണ് എന്ന് ബോധ്യമാകും. അത് കൊണ്ടായിരിക്കണം “ഇതെന്താ വെള്ളരിനാടകമാണോ?” “ഇതെന്താ വെള്ളരിക്കാപ്പട്ടണമാണോ” എന്നെല്ലാമുള്ള ചൊല്ലുകൾ മലയാളത്തിലുണ്ടായത്.

അവതരണത്തിന്റെ കാര്യത്തിൽ ചില അഴഞ്ഞ സമീപനങ്ങൾ ഉണ്ടെങ്കിലും കൃഷിയെക്കുറിച്ചും പരിസ്ഥിതിയെക്കുറിച്ചും വളരെ ഉയർന്ന ചിന്തകൾ വെള്ളരിനാടകങ്ങൾ പതിറ്റാണ്ടുകൾക്ക് മുമ്പ് തന്നെ പങ്ക്

വെച്ചിരുന്നു. "വിത്തും കൈക്കോട്ടും" നാടകത്തിൽ നെല്ല് കൃഷി ചെയ്യേണ്ട പാടത്ത് കവുങ്ങ് വെച്ച കൃഷിക്കാരൻ ശിക്ഷിക്കപ്പെടുന്നതും കൃഷിയിടത്തിൽ കയറി മോഷണം നടത്തിയ കുരങ്ങനെ വിചാരണ ചെയ്യുന്നതുമായ രംഗങ്ങൾ പങ്ക് വെക്കുന്ന ദർശനം മഹത്തരവും കാലത്തിന് മുമ്പേ പറന്നവയുമാണ്. തനിക്ക് ഭക്ഷണം നൽകിയി രുന്ന ഫലവൃക്ഷങ്ങൾ കാട്ടിൽ കയറി കൃഷിക്കാരൻ വെട്ടിമുറിച്ചത് കൊണ്ടാണ് തനിക്ക് നാട്ടിൽ ഇറങ്ങി മോഷ്ടിക്കേണ്ടി വന്നത് എന്ന് പറയുന്ന കുരങ്ങന് തമ്പുരാൻ മാപ്പ് കൊടുക്കുകയും പരാതി നൽകിയ കൃഷിക്കാരനെ ശാസിക്കുകയുമാണ് ചെയ്യുന്നത്. കൃഷിക്കാരനോട് അവഗണന കാണിച്ച തഹസിൽദാർക്ക് പാന്റും കോട്ടും ഊരി തോർ ത്തുമുണ്ട് മാത്രമുടുത്ത് പരാതിക്കാരനായ കൃഷിക്കാരന്റെ കൂടെ പാട ത്തിറങ്ങി കൃഷിപ്പണി ചെയ്യാനാണ് തമ്പുരാൻ ശിക്ഷ വിധിക്കുന്നത്. 1936ൽ ആദ്യാവതരണം നടന്ന "വിത്തും കൈക്കോട്ടും" എന്ന വെള്ളരി നാടകം മുന്നോട്ട് വെക്കുന്ന ഇത്തരം ഉയർന്ന ആശയങ്ങൾ അക്കാല ത്തും അതിന് മുമ്പും ഇറങ്ങിയ എല്ലാ വെള്ളരി നാടകങ്ങളിലും ഉണ്ട് എന്നാണ് അഹമ്മദ് കുട്ടി പാറമ്മൽ നിരീക്ഷിക്കുന്നത്.

മാർക്സിയൻ ചിന്തകനും പണ്ഡിതശ്രേഷ്ഠനുമായിരുന്ന പി.ഗോവി ന്ദപിള്ള ശാസ്ത്രസാഹിത്യ പരിഷത്തിന്റെ ഒരു സംസ്ഥാനതല പഠന ക്യാമ്പ് ഉദ്ഘാടനം ചെയ്തുകൊണ്ട് മലപ്പുറം ജില്ലയിലെ തവനൂരിൽ നടത്തിയ ഒരു പ്രസംഗത്തിൽ അദ്ദേഹം ഒരു സ്വയം വിമർശനം നടത്തുകയുണ്ടായി. 1957ലെ ഒന്നാം കേരള നിയമസഭയിൽ ഒരു എം.എൽ.എ.ആയിരുന്നു അദ്ദേഹം. അന്ന് എല്ലാ എം.എൽ.എ.മാരും തങ്ങളുടെ മണ്ഡലത്തിൽ വനം വെട്ടിത്തെളിയിച്ച് പ്ലാന്റേഷനുകൾ സ്ഥാപിച്ച് ആളുകൾക്ക് തൊഴിൽ നൽകണം എന്നാവശ്യപ്പെട്ടുകൊണ്ടി രുന്നപ്പോൾ തന്റെ മണ്ഡലത്തിന് വേണ്ടി താനും അങ്ങിനെ ആവശ്യ പ്പെടുകയുണ്ടായി എന്നാണ് അദ്ദേഹം പറഞ്ഞത്. അന്നത്തെ ആ പ്രസംഗത്തെ ഓർത്ത് ഇന്ന് തനിക്ക് ലജ്ജതോന്നുന്നതായി അദ്ദേഹം അഭിപ്രായപ്പെടുകയും ചെയ്തു. പരിസ്ഥിതിയും വനസംരക്ഷണവും സംബ ന്ധിച്ച് കേരളത്തിന്റെ പൊതുബോധം അന്നെത്തി നിന്നിരുന്നത് എവിടെയായിരുന്നു എന്നതിന്റെ സൂചനയാണ് പി. ഗോവിന്ദപിള്ള അത്വഴി നൽകിയത്. എന്നാൽ അതിനും രണ്ട് പതിറ്റാണ്ടുകൾക്ക് മുമ്പ് ഇറങ്ങിയ "വിത്തും കൈക്കോട്ടും" നാടകം ആ വിഷയങ്ങളിൽ എടുക്കുന്ന നിലപാട് എത്രമാത്രം പുരോഗമനപരമായിരുന്നു എന്നത് അതിശയകരമാണ്.

വെള്ളരി നാടകങ്ങളെക്കുറിച്ച് വളരെ വിശദമായ പഠനങ്ങളൊന്നും കാര്യമായി നടന്നിട്ടില്ല. ഡോ. വയലാർ വാസുദേവൻപിള്ളയുടെ 'മലയാള നാടക സഹിത്യ ചരിത്രം' അടക്കമുള്ള ഒട്ടേറെ ഗ്രന്ഥങ്ങളിൽ വെള്ളരിനാടകങ്ങൾ പരാമർശിക്കപ്പെട്ടിട്ടുണ്ട്. അഹമ്മദ്കുട്ടി പാറമ്മൽ നടത്തിയ അന്വേഷണത്തിൽ 'ആഴ്വാഞ്ചേരി വല്യഷ്ഠാൻ' എന്ന പേരിൽ ഒരു നാടകം വി.സുകുമാറിന്റെ നേതൃത്വത്തിൽ 1985 വരെ ചില സ്ഥലങ്ങളിൽ വെള്ളരിനാടകമായി അരങ്ങേറിയിരുന്നു. അതിന് ശേഷം അത്തരം നാടകം എവിടെയും അവതരിപ്പിക്കപ്പെട്ടിട്ടില്ല എന്നാണ് കരുതുന്നത്. മൂന്ന് പതിറ്റാണ്ടിന് മുമ്പ് അവസാനിച്ചുപോയ വെള്ളരിനാടകങ്ങൾക്ക് ഒരു പുനർജന്മം കിട്ടുന്നത് 2016ൽ കീഴ്പറമ്പിലെ വെള്ളരിപ്പാടം തിയേറ്റേഴ്സിലൂടെയാണ്.

സൂചിപ്പിക്കപ്പെട്ട എല്ലാ നിബന്ധനകളും നൂറ് ശതമാനം പാലിക്കാൻ കഴിയാറില്ലെങ്കിലും കഴിയാവുന്നത്ര പാലിച്ചുകൊണ്ടാണ് വെള്ളരിപ്പാടം തിയേറ്റേഴ്സ് നാടകാവതരണം നടത്തുന്നത്. ഒരു മരമെങ്കിലും ഉള്ള സ്ഥലമായിരിക്കണം വേദി. വയൽ നികത്തിയെടുത്ത സ്ഥലം വേദിയാക്കില്ല തുടങ്ങിയ കാര്യങ്ങൾ കർശനമായി തന്നെ പാലിക്കുന്നുണ്ട്. സ്ത്രീകളെ ഉൾപ്പെടുത്താറില്ല എന്ന ആദ്യകാല ശൈലിയിൽ മാറ്റം വരുത്തിയിട്ടുണ്ട്. അനുബന്ധ രംഗങ്ങളിൽ ഇപ്പോൾ സ്ത്രീകളെ ഉൾപ്പെടുത്താറുണ്ട്. അമ്പതിലേറെ കലാകാരന്മാരെ ഒരുമിച്ച് ചേർത്ത വെള്ളരി നാടകം അവതരിപ്പിക്കുന്ന വെള്ളരിപ്പാടം തിയേറ്റേഴ്സിന്റെ ചെയർമാനാണ് അഹമ്മദ്കുട്ടി പാറമ്മൽ. കൺവീനർ എം.ടി. നാസറാണ്. സൈനുദ്ദീൻ, വേണു ജി നായർ, വി.കെ. സത്യൻ, ദീപു, ടി.എം. രാജൻ തുടങ്ങിയവർ ഈ കൂട്ടായ്മയുടെ നേതൃത്വത്തിൽ പ്രവർത്തിക്കുന്നു.

പതിമൂന്ന്

തെരുവ് നാടകങ്ങൾ

നാടകം എന്ന കലാരൂപം ഇന്ന് ഏറ്റവും കൂടുതൽ ജനങ്ങളിൽ എത്തുന്നത് തെരുവ് നാടകങ്ങളിലൂടെയാണ്. ടിക്കറ്റ് എടുത്ത് നാടകം കാണുന്ന രീതി കുറഞ്ഞ് വരുന്നത് കാരണം പ്രശസ്തരായ പ്രൊഫഷണൽ നാടക സംഘങ്ങൾപോലും വലിയ പ്രതിസന്ധി നേരിടുന്ന ഇക്കാലത്ത് നാടകപ്രവർത്തകരെ പൂർണ്ണമായി രംഗം വിടുന്നതിൽ നിന്നും പിന്തിരിപ്പിക്കുന്നത് ഈ തെരുവ് നാടകങ്ങളാണ് എന്ന് പറയാം.

രാഷ്ട്രീയ പ്രസ്ഥാനങ്ങൾ, സാംസ്കാരിക സംഘടനകൾ, തൊഴിലാളി സംഘടനകൾ, സർക്കാർ വകുപ്പുകൾ തുടങ്ങിയവയെല്ലാം തങ്ങളുടെ ആശയ പ്രചരണങ്ങൾക്ക് ഏറ്റവും കൂടുതൽ ആശ്രയിക്കുന്ന ഒന്നായി തെരുവ് നാടകങ്ങൾ നിലകൊള്ളുന്നു. കേരള ശാസ്ത്ര സാഹിത്യ പരിഷത്ത്, പുരോഗമന കലാ സാഹിത്യ സംഘം എന്നിവ വർഷത്തിൽ ഒരു തെരവ് നാടകമെങ്കിലും അവതരിപ്പിക്കുന്ന ശൈലി തുടരുന്നുണ്ട്. കുട്ടികളുടെ സംഘടനയായ ബാലസംഘം നടത്താറുള്ള വേനൽ തുമ്പി കലാജാഥ, ശാസ്ത്രസാഹിത്യ പരിഷത്തിന്റെ തന്നെ ബാലവിഭാഗമായിട്ടുള്ള "ബാലവേദി" നടത്താറുള്ള 'കിളിക്കൂട്ടം" എന്നിവയിലും വർഷം തോറും പുതിയ നാടകങ്ങൾ അരങ്ങേറാറുണ്ട്.

ഡി.വൈ.എഫ്.ഐ., ഗ്രന്ഥശാലാ സംഘം, യൂണിവേഴ്സിറ്റി യൂണിയൻ, സർവീസ് സംഘടനകളായ എൻ.ജി.ഒ. യൂണിയൻ, കേരള സ്കൂൾ ടീച്ചേഴ്സ് അസോസിയേഷൻ തുടങ്ങിയവയും ആശയ

പ്രചരണം ലക്ഷ്യംവെച്ചുകൊണ്ടുള്ള കലാജാഥകൾ വഴി തെരുവ് നാടകങ്ങൾ അവതരിപ്പിക്കാറുണ്ട്. അംഗങ്ങളുടെ എണ്ണം നോക്കുമ്പോൾ വളരെ ചെറിയ ഒരു സംഘടനയാണെങ്കിലും കെ.എസ്.ഇ.ബി.യിലെ ഓഫീസർമാരുടെ സംഘടനയായ കെ.എസ്.ഇ.ബി. ഓഫീസേഴ്സ് അസോസിയേഷനും വൈദ്യുതി മേഖലയിലെ വിഷയങ്ങൾ അവതരിപ്പിച്ച് കൊണ്ട് ഈ പ്രവർത്തനം സംഘടിപ്പിക്കാറുണ്ട്.

സംസ്ഥാനതലത്തിൽ അംഗീകരിക്കുന്ന ഒരു സ്ക്രിപ്റ്റ് ഉപയോഗിച്ച് അതാത് ജില്ലകളിലെ പ്രവർത്തകർക്ക് പരിശീലനം നൽകിയാണ് സംഘടനകൾ മുഖേനയുള്ള തെരുവ് നാടകങ്ങളുടെ അവതരണം നടക്കാറുള്ളത്. കഴിയുന്നതും തങ്ങളുടെ അംഗങ്ങളെ തന്നെ പരിശീലിപ്പിച്ചെടുത്ത് കലാരംഗത്തേക്ക് കൊണ്ടുവരുന്ന സർവീസ് സംഘടനകളും, ബഹുജന സംഘടനകളും നാടക സംവിധാനം, രചന, അഭിനയ പ്രാധാന്യമുള്ള കഥാപാത്രങ്ങളുടെയും സ്ത്രീ കഥാപാത്രങ്ങളുടെയും അവതരണം എന്നിവയുടെ കാര്യത്തിൽ പലപ്പോഴും പുറത്ത് നിന്നുള്ള നാടകപ്രവർത്തകരെ ആശ്രയിക്കാറുണ്ട്.

വർഷം തോറും നാടകാവതരണം നടക്കുന്ന മറ്റൊരു മേഖലയാണ് സർക്കാർ പിന്തുണയോടെ നടക്കുന്ന സ്കൂൾ കലോത്സവങ്ങളും കേരളോത്സവങ്ങളും. ഇവയുടെ കാര്യത്തിലും രചന, സംവിധാനം, പിന്നണി പ്രവർത്തനങ്ങൾ എന്നിവക്ക് വേണ്ടി പുറമെ നിന്നുള്ള നാടക പ്രവർത്തകരെ പ്രയോജനപ്പെടുത്താറുണ്ട്. നാടകരംഗത്ത് തുടരാൻ താല്പര്യമുള്ള കലാപ്രവർത്തകർക്ക് ചെറിയ ഒരു വരുമാന മാർഗ്ഗമായി ഈ കലോത്സവങ്ങളും മാറാറുണ്ട്. തെരുവ് നാടകങ്ങളിൽ വിവിധ സംഘടനകൾക്കൊപ്പം രംഗത്ത് വരുന്ന ഒട്ടേറെ പ്രതിഭാധനരായ നാടക പ്രവർത്തകരുണ്ട്. ഇത്തരം നാടക പ്രവർത്തകരുടെ ഒരു നിര അത് കൊണ്ട് തന്നെ എല്ലാ ജില്ലകളിൽ സജീവമായി നിലനിൽക്കുന്നു. തുടർച്ചയായി നാടകാവതരണം നടത്തുന്ന കലാസമിതികളുടെ അഭാവത്തിൽ രംഗത്ത് തുടരാൻ അവരെ പ്രേരിപ്പിക്കുന്നതിൽ വലിയ പങ്ക് വഹിക്കുന്ന ഒന്നായി ഈ തെരുവ് നാടകങ്ങളും കലോത്സവങ്ങളും ഇന്ന് മാറിയിട്ടുണ്ട്. മലപ്പുറം ജില്ലയിലും വിവിധ സംഘടനകൾക്കും കൂട്ടായ്മകൾക്കും വേണ്ടി തെരുവ് നാടകങ്ങൾ അവതരിപ്പിക്കുന്നതിന് നേതൃത്വം കൊടുക്കുന്ന കലാകൃത്തുക്കളുടെ ഒരു വലിയ നിരയുണ്ട്. നാടകം എന്ന കലാരൂപത്തോട് ഏറ്റവും കൂടുതൽ പേരെ ബന്ധിപ്പിച്ച് നിർത്തുന്നത് ഈ തെരുവ് നാടകങ്ങളും കലോത്സവ നാടകങ്ങളും തന്നെയായിരിക്കും.

തെരുവുനാടകങ്ങളെ ആശയ പ്രചരണത്തിനായി പ്രയോജന പ്പെടുത്തുന്നതിൽ ഏറ്റവും മുന്നിൽ നിൽക്കുന്ന സംഘമാണ് കേരളാ ശാസ്ത്ര സാഹിത്യ പരിഷത്ത്. പരിഷത്തിന്റെ സംസ്ഥാനതല ശാസ്ത്ര കലാജാഥകൾ തുടങ്ങുന്നത് 1980 മുതൽക്കാണ്. എന്നാൽ അതിനും മുമ്പ് തന്നെ നാടകം എന്ന കലാരൂപത്തെ ആശയപ്രചരണത്തിനു ള്ള ഉപാധിയായി പരീക്ഷിച്ച് തുടങ്ങിയിരുന്നു മലപ്പുറം ജില്ലയിലെ പരിഷത്ത് പ്രവർത്തകർ.

ആരോഗ്യ സംവിധാനങ്ങളുടെ അപര്യാപ്തതകളിലേക്ക് ജനശ്രദ്ധ ക്ഷണിക്കുവാൻ ലക്ഷ്യമിട്ട് കൊണ്ട് പെരിന്തൽമണ്ണയിലും പരിസരപ്ര ദേശങ്ങളിലും അവതരിപ്പിച്ചിരുന്ന "ധർമ്മാശുപത്രി" എന്ന തെരുവ് നാടകം മലപ്പുറത്തെ പരിഷത്തുകാരുടെ തനതു പരിപാടിയായിരുന്നു. പി.എൻ. എരവിമംഗലം, നാരായണൻകുട്ടി, അച്യുതൻ, കുട്ടൻ മാസ്റ്റർ, കെ.പി.യൂസുഫ്, ഡോ. കെ.ആർ. തങ്കപ്പൻ, ഡോ.കെ. എൻ ആനന്ദൻ, എൻ.കെ. സത്യപാലൻ, വിജയരാഘവൻ, എം. ഹുസൈൻ, കെ. വാസുദേവൻ തുടങ്ങിയവരുടെ നേതൃത്വത്തിലായിരുന്നു ധർമ്മാശുപ ത്രിയുടെ അവതരണം.

പരിഷത്തിന്റെ ബാനറിലല്ലായിരുന്നുവെങ്കിലും അടിയന്തിരാവസ്ഥ കഴിഞ്ഞ സമയത്ത് കോട്ടക്കൽ, മഞ്ചേരി എന്നിവിടങ്ങളിൽ അവത രിപ്പിക്കപ്പെട്ടിരുന്ന "കാവൽക്കാരൻ" എന്ന രാഷ്ട്രീയ നാടകത്തിലും ജില്ലയിലെ പ്രധാന പരിഷത്ത് പ്രവർത്തകരിൽ പലരുടെയും നേതൃ ത്വപരമായ പങ്കുണ്ടായിരുന്നു. എസ്. പ്രഭാകരൻ നായർ എന്ന എസ്. പി.എൻ, എം.എസ്.മോഹനൻ എന്നിവർ ചേർന്നായിരുന്നു കാവൽ ക്കാരന്റെ രചന നടത്തിയത്. എ.പി.രാമചന്ദ്രനായിരുന്നു പ്രധാന നടൻ.

1980ൽ കാരക്കോണം മുതൽ കാസർകോഡ് വരെ പര്യടനം നടത്തിയ ആദ്യത്തെ ശാസ്ത്രകലാജാഥയുടെ ക്യാപ്റ്റൻ മലപ്പുറം ജില്ല ക്കാരനായ എം.എസ്. മോഹനനായിരുന്നു. വാഴയൂർ സർവേയോടനു ബന്ധിച്ച് മലപ്പുറത്തെ പ്രവർത്തകർ തയ്യാറാക്കി അവതരിപ്പിച്ചിരുന്ന "ഓഫീസ്" എന്ന തെരുവ് നാടകവും ആദ്യ സംസ്ഥാന ജാഥയിൽ ഉൾപ്പെടുത്തിയിരുന്നു. സർക്കാർ ഓഫീസ് സംവിധാനങ്ങളുടെ കാര്യ ക്ഷമതയില്ലായ്മകളെയും ചുവപ്പ് നാടകളെയും വിമർശന വിധേയമാക്കി യിരുന്ന "ഓഫീസ്" ഒരു കൂട്ടായ രചനയായിരുന്നു.

1980 മുതൽ തുടങ്ങിയ ശാസ്ത്രകലാജാഥകൾ ഓരോ വർഷവും വ്യത്യസ്ത വിഷയങ്ങൾ തെരുവ് നാടകങ്ങൾവഴി ജനങ്ങൾക്ക് മുമ്പിൽ

അവതരിപ്പിക്കുന്നുണ്ട്. ശാസ്ത്രകലാജാഥകൾ സംഘടിപ്പിക്കുന്നതിലും സ്വീകരണങ്ങൾ ഒരുക്കുന്നതിലും മലപ്പുറം ജില്ല എന്നും മുന്നിൽ തന്നെയുണ്ട്. ചില വർഷങ്ങളിൽ രണ്ടോ മൂന്നോ ജില്ലകൾ ചേർന്ന് ഒരു കലാജാഥ, ചിലപ്പോൾ ഓരോ ജില്ലയിലും പ്രത്യേകം ടീമുകൾ പരിശീലനം നടത്തി അവതരിപ്പിച്ചിരുന്ന കലാജാഥകൾ എന്നിവ ഗ്രാമങ്ങൾതോറും സഞ്ചരിച്ചുകൊണ്ട് നടത്തിയ ആശയപ്രചരണങ്ങളുടെ വൈപുല്യവും തുടർച്ചയും സമാനതകളില്ലാത്തതാണ്. എൺപതുകൾതൊട്ടുള്ള വർഷങ്ങളിൽ തുടർച്ചയായി നടന്നുപോന്ന ശാസ്ത്രകലാജാഥകളിലൂടെ അവതരിപ്പിക്കപ്പെട്ടിരുന്ന തെരുവുനാടകങ്ങളുടെ ഒരു പട്ടിക താഴെ കൊടുക്കുന്നു.

1980-വെളിച്ചത്തിലേക്ക് (സി.ആർ.ദാസ്), സമതലം (മുല്ലനേഴി), ഓഫീസ് (കൂട്ടായ രചന)

1981-യുദ്ധം, നരകം (കോലഴി നാരായണൻ), വനപർവം (പനങ്ങാട് പി.കെ. തങ്കപ്പൻ പിള്ള)

1982-ഏകലവ്യന്റെ പെരുവിരൽ, വിഷം, തത്തമ്മേ പൂച്ച പൂച്ച (കരിവെള്ളൂർ മുരളി), യന്ത്രം (കൊടക്കാട് ശ്രീധരൻ), ഇറക്കുമതി (പി.എൻ. ദാമോദരൻ)

1983-ഡോക്ടറോട് (ബ്രഹ്റ്റ്-മുല്ലനേഴി), ഉൽപന്നം (കൊടക്കാട് ശ്രീധരൻ), കാലിച്ചാക്ക്, ഹിരോഷിമ (കരിവെള്ളൂർ മുരളി), പരശുപുരം ചന്ത (പി.വത്സല -കരിവെള്ളൂർ മുരളി)

1984-സീത, ഭൂമി, മരവും കുട്ടിയും (കരിവെള്ളൂർ മുരളി), മരിച്ചവരെ അടക്കൽ (വി. അരവിന്ദാക്ഷൻ), പരസ്യം, ഗ്യാസ്ട്രോ (കൂട്ടായ രചനകൾ)

1985-ബലിക്കളത്തിലേക്ക്, ബ്രൂണോ, അശോകൻ (പി.ഗംഗാധരൻ), മാലിന്യം, ഭോപ്പാൽ, അദ്ധ്വാനം സമ്പത്ത് (കൂട്ടായരചനകൾ)

1986-ചോര (കോലഴി നാരായണൻ), എയിഡ്സ് (കൂട്ടായ രചനകൾ), അതേവർഷം തന്നെ സ്കൂളുകൾ കേന്ദ്രീകരിച്ച് നടത്തിയ ബാലോത്സവജാഥയിൽ മൊല്ലാക്ക (എസ്. ശിവദാസ്), ഭീകരൻ (കണ്ണപുരം ചന്ദ്രൻ) എന്നിവ പാവനാടകങ്ങളായി അവതരിപ്പിച്ചു.

1987-സ്ത്രീധനം (കൂട്ടായ രചന). ഇതേ വർഷം ദേശീയതലത്തിൽ നടത്തിയ ജ്ഞാൻ വിജ്ഞാൻ കലാജാഥയിൽ മലപ്പുറത്ത് നിന്നും എം.എസ്. മോഹനനും കോട്ടക്കൽ മുരളിയും പങ്കെടുത്തു.

1988-ബാലോത്സവ ജാഥയിൽ കുട്ടികളുടെ നാടകങ്ങൾ

1989-മേരി ഫറർ (ബ്രഹ്റ്റ്-പി. ഗംഗാധരൻ) സെമിനാർ (ടി.വി. വേണു ഗോപാലൻ)

1990-പറയാത്തവ (സാറാ ജോസഫ്), ഇതേ വർഷം തന്നെ സാക്ഷരതാ പ്രവർത്തനങ്ങളുടെ ഭാഗമായി മലപ്പുറം ജില്ലയിൽ സാക്ഷരതാ സമിതിയുടെ ആഭിമുഖ്യത്തിൽ രണ്ട് ആദിവാസി കലാജാഥകൾ നടന്നു. അവയുടെയും നേതൃത്വത്തിൽ പ്രധാനമായും ഉണ്ടായിരുന്നത് പരിഷത്ത് പ്രവർത്തകർ തന്നെയായിരുന്നു. വി.എം. കൊച്ചുണ്ണിയും ജി.സി. കാരക്കലും ക്യാപ്റ്റന്മാരായിരുന്ന ആ കലാജാഥകളിൽ കുറെ നാടകങ്ങൾ ആദിവാസി ഊരുകളിൽ അവതരിപ്പിക്കപ്പെട്ടു. നാടകങ്ങൾ ഇവയായിരുന്നു.

- നേരും നെറിയും (ജി.സി. കാരക്കൽ), ഭരണഭാഷ (രാംമോഹൻ), മുറി വൈദ്യൻ ആളെക്കൊല്ലും (വി.എം. കൊച്ചുണ്ണി), സ്വന്തം മണ്ണ് (എം. ആർ. പങ്കജാക്ഷൻ), ഉയിർത്തെഴുന്നേൽപ്പ് (എം. സെബാസ്റ്റ്യൻ), കണക്കുകൾ, വെളിച്ചത്തിലേക്ക്, കളിപ്പീര് (ടി.സി. ജോൺ)

1991-രാവുണ്ണി-പി.എം. താജ്

1994-സൂപ്പർ മാർക്കറ്റ്-കരിവെള്ളൂർ മുരളി

1995-വിദ്യാപർവം-കരിവെള്ളൂർ മുരളി

1997-ഇത് ജോസഫിന്റെ കഥ അന്നയുടെയും.-ടി.വി. വേണുഗോപാലൻ

1999-അതിർത്തികൾക്കപ്പുറം, റിമോട്ട് (എം.എം. സചീന്ദ്രൻ)

2000-കാർഗിൽ (പ്രകാശൻ കരിവെള്ളൂർ), നാക്കില്ലാക്കളരി (പുന്നപ്ര ജ്യോതികുമാർ),

ശംഖനാദം (പ്രീജിത് രാജ്), കുങ്കുവച്ചന്റെ മരണം (എം.കെ. മനോഹരൻ), വിശ്വമാനവൻ (കൂട്ടായ രചന)

2002-ഇര (എം.എം. സജീന്ദ്രൻ), കാഴ്ച (ഹരിദാസ് കരുവെള്ളൂർ)

2003-പരിഷത്ത് മറ്റു സംസ്ഥാനങ്ങളിലെ ജനകീയ ശാസ്ത്രപ്രസ്ഥാനങ്ങളുമായി സഹകരിച്ചുകൊണ്ട് നടത്തിയ അഖിലേന്ത്യാ കലാജാഥയിൽ മലപ്പുറം ജില്ലയിൽ നിന്നും സുബ്രഹ്മണ്യൻ അരിയല്ലൂർ, നാരായണൻകുട്ടി പന്തല്ലൂർ, കണ്ടനകം സുബ്രഹ്മണ്യൻ എന്നിവർ പങ്കെടുത്തു.

2004-പ്രിയപ്പെട്ട അമ്മയ്ക്ക് (എം.എം. സചീന്ദ്രൻ), ഡ്രഡി (കൊടക്കാട് ശ്രീധരൻ),

കല്യാണസാരി (ശ്രീജ ആറങ്ങോട്ടുകര)

2006-പൊയ്കാലം-അനിൽ നടക്കാവ്

2007-വേയ്സ്റ്റ്, കൊത്തു (കോലഴി നാരായണൻ), ഗ്ഗനിയ (കൊടക്കാട് ശ്രീധരൻ), ഉൽപന്നം (കൂട്ടായ രചന)

2009-പെൺ പിറവി (സാംകുട്ടി പട്ടംകരി)

2010-ഗലീലിയോ (ബ്രഹ്റ്റ്), പരിഭാഷ (കെ.കെ. കൃഷ്ണകുമാർ, പള്ളിയറ ശ്രീധരൻ)

2011-വേണം മറ്റൊരു കേരളം (എൻ. വേണുഗോപാലൻ, എം.എം. സചീന്ദ്രൻ)

2012-സുവർണ ജൂബിലി പ്രമാണിച്ച് മുൻ വർഷങ്ങളിൽ അവതരിപ്പിച്ച നാടകങ്ങളിൽ തെരഞ്ഞെടുത്തവയുടെ പുനരവതരണം നടത്തി. സംവിധാനം-മനോജ് നാരായണൻ

2014-ഗാന്ധി (സച്ചിദാനന്ദൻ/ശ്രീകണ്ഠൻ മാസ്റ്റർ)

2015-നാട്ടുപച്ച (സുരേഷ് ബാബു ശ്രീസ്ഥ)

2016-കേരളം മണ്ണും മനസ്സും (കരിവെള്ളൂർ മുരളി)

2017-നവോത്ഥാന കലാജാഥ

2018-ജനോത്സവം

2019-നമ്മൾ ജനങ്ങൾ (സുരേഷ് ബാബു, ശ്രീസ്ഥ)

2020-ആരാണ് ഇന്ത്യക്കാർ (റഫീക്ക് മംഗലശ്ശേരി)

2021-ഡിജിറ്റൽ കലാജാഥ (രചന: അരുൺ ലാൽ), കോവിഡ് കാലത്ത് ചെറുസംഘങ്ങൾ വീട്ടുമുറ്റ ജാഥകളിൽ ലഘുനാടകങ്ങൾ അവതരിപ്പിച്ചു. എ.എം. ബാലകൃഷ്ണൻ, എം.എം. സജീന്ദ്രൻ, സുധാകരൻ ചൂലൂർ എന്നിവരായിരുന്നു രചന.

2022-'ഒന്ന്' (രചന സംവിധാനം ജിനോ ജോസഫ്)

നാലു പതിറ്റാണ്ടു നിന്ന ഈ നാടകാവതരണങ്ങളിൽ ജില്ലയിലെ നാടക പ്രവർത്തകരിൽ ഒരു വലിയ പങ്ക് ഭാഗഭാക്കായി. വളരെ പരിമിതമായി മാത്രം നടത്തിയ ചില അന്വേഷണങ്ങളിലൂടെ ലഭിച്ച വിവരങ്ങളുടെ അടിസ്ഥാനത്തിൽ അവരിൽ കുറെ പേരുടെ പേരുകൾ താഴെ കൊടുക്കുന്നു.

എം.എസ്. മോഹനൻ, കോട്ടക്കൽ മുരളി, സി.പി.സുരേഷ് ബാബു, സുബ്രഹ്മണ്യൻ അരിയല്ലൂർ, നാരായണൻകുട്ടി പന്തല്ലൂർ, കണ്ടനകം സുബ്രഹ്മണ്യൻ, സത്യഭാമ, രുഗ്മിണീദേവി പി.സി. പാലൂർ, വി.എം. ദീപ

തിരൂർ, ദീപ പൊന്നാനി, സുബ്രഹ്മണ്യൻ ചെമ്രക്കാട്ടൂർ, അനിൽ തച്ചണ്ണ, സന്തോഷ് തച്ചണ്ണ, സക്കീർ അകമ്പാടം, എം. പാർത്ഥസാരഥി, മുഹമ്മദലി പിലാക്കൽ, മൂൺസ് ചന്ദ്രൻ, സജീവ് പ്രഭ, എം.സി. രവീന്ദ്രൻ, കെ.എസ്. ചന്ദ്രൻ, വഴിക്കടവ്, വേണുക്കുട്ടൻ, ഗോപാലൻ നന്നമ്പ്ര, ചന്ദ്രൻ മാസ്റ്റർ കുറ്റിപ്പുറം, വേണു പാലൂർ, ജി.സി. കാരക്കൽ, സജീവ് ആർ, കെ. ഉദയകുമാർ, ഭാസ്കരൻ ഉഗ്രപുരം, സുബ്രഹ്മണ്യൻ വള്ളിക്കുന്ന്, സുബ്രഹ്മണ്യൻ ചെട്ടിപ്പടി, എം.എം. പുറത്തൂർ, ഡോ. ഇഖ്ബാൽ കുറ്റിപ്പുറം, ലത്തീഫ് കുറ്റിപ്പുറം, സുധീർ ബാബു ചന്ദനക്കാവ്, ബാബുരാജ് പരപ്പനങ്ങാടി, സുരേന്ദ്രൻ പരപ്പനങ്ങാടി, ശോഭന, വി.എൽ. ശോഭന കുമാരി, കെ.ബി. ശ്രീകണ്ഠൻ, പി. സതീശൻ, വി. വിനോദ്, മഞ്ഞളൂർ സുരേന്ദ്രൻ, മണികണ്ഠൻ, അഭിലാഷ് ശ്രീധർ, ഹസിലാൽ, കാർത്തികേയൻ, കെ.പി. യൂസുഫ്, ആൻഡ്രൂസ് തിരൂർ, ശോഭന തിരുവാലി, സുരേഷ് തിരുവാലി, വിജയൻ തിരുവാലി, മണി (നാരായണൻ) എടക്കര, സാബു രാമകൃഷ്ണൻ, രാധാകൃഷ്ണൻ താനൂർ, ചൂലൂർ സുധാകരൻ, സുമേഷ്, അഞ്ജന, ലതാജി, സുരേഷ് പുല്ലാട്ട്, പ്രണവ്, രോഹിണി, ഉദയൻ, സജീവ്, സി.ആർ. ഗോപാലൻ, കെ.കെ. രാധാകൃഷ്ണൻ, ജയ് സോമനാഥ്, എ. ശ്രീധരൻ, സജിൻ നിലമ്പൂർ, സുരേഷ് കരുവാരക്കുണ്ട്, എൻ.എൻ. സുരേന്ദ്രൻ, രവി പി ഉള്ളാട്, കെ.വി. കൃഷ്ണകുമാർ, ടി.പി. രവീന്ദ്രൻ, അജിത കെ.വി., ഷീബ കെ, പ്രേമ കെ., കൃഷ്ണവേണി, കനകവല്ലി, ദിവാകരൻ കൊട്ടേക്കാട്ട് ഒന്നോ രണ്ടോ തവണ രംഗത്ത് വരികയും പിന്നീട് പുതിയ പ്രവർത്തകരെ കിട്ടാൻ തുടങ്ങുമ്പോൾ സംഘാടകരോ സഹായികളോ ആയി പിന്നിലേക്ക് മാറുകയും ചെയ്യുന്നവരുടെ പേരുകൾ കൂടി ചേർക്കുകയാണെങ്കിൽ ഈ ലിസ്റ്റ് ഇനിയും എത്രയോ ഇരട്ടികളായി ഉയർന്നേക്കും.

1990 മുതൽ കുട്ടികളുടെ സംഘടനയായ "ബാലസംഘം" സംസ്ഥാന വ്യാപകമായി വർഷം തോറും സംഘടിപ്പിച്ച വരുന്ന "വേനൽതുമ്പി" കലാജാഥകൾ വഴി എല്ലാ ഗ്രാമങ്ങളിലും കുട്ടികളുടെ ഒരു നാടകമെങ്കിലും അവതരിപ്പിക്കപ്പെടുന്ന സാഹചര്യം ഉണ്ടാവുന്നുണ്ട്. ഒരു പഞ്ചായത്തിൽ ചുരുങ്ങിയത് ഒരു കേന്ദ്രം, ചിലപ്പോൾ രണ്ടോ മൂന്നോ കേന്ദ്രങ്ങൾ എന്ന തോതിൽ ഈ കുട്ടിനാടകസംഘങ്ങളുടെ നാടകാവതരണം നടക്കാറുണ്ട്. "വേനൽതുമ്പി" കലാജാഥകളുടെ സംഘാടനത്തിന് മലപ്പുറം ജില്ലയിൽ നേതൃത്വം കൊടുക്കുന്നവരിൽ തുടക്കം മുതലുള്ളവരിൽ ഒരാളായ പി.പി. ലക്ഷ്മണന്റെ ഓർമ്മയിൽ 140 കേന്ദ്രങ്ങളിൽ വരെ വേനൽ തുമ്പികൾ നാടകം അവതരിപ്പിച്ചിട്ടുണ്ട്.

“ഭഗത്സിംഗ്”, “ചന്ദ്രസേശർ ആസാദ്”, “ഗോപിയും ഭാഗ്യും”, “മണിക്കുട്ടി പഠിക്കുന്നു”, “കറുത്ത വറ്റ്”, “വെളുത്ത കുട്ടി”, “അപ്പമരം”, “പഴുതുകൾ പഴതകൾ”, “കുമ്മാട്ടി”, “ചുവന്ന പൂവ്”, “കറുത്ത മുത്ത്”, “പൂതപ്പാട്ട്”, “പോസ്റ്റ്മാസ്റ്റർ”, “നക്ഷത്രങ്ങൾ കഥ പറയുന്നു”, “മാന്ത്രിക ക്കണ്ണാടി”, “പൂവൻ കോഴി മുട്ടയിട്ടു”, “തേൻ തുമ്പികൾ”, “താഴ്‌വരയിലെ ഗുൽ മോഹർ”, “വെറ്റ്റി കൊണ്ട പാവെ” തുടങ്ങിയ ഒട്ടേറെ രചനകൾ ബാലനാടകങ്ങളായി പല വർഷങ്ങളിലൂടെ “വേനൽത്തുമ്പികൾ” ജനങ്ങ ളിലെത്തിച്ചു. കേരളത്തിനകത്തും പുറത്തും നിന്നുള്ള വിഖ്യാതരുടെ രചനകളാണ് ബാലനാടകങ്ങളായി അവതരിപ്പിക്കപ്പെട്ടത്. ഉറൂബ്, ഇടശ്ശേരി, സത്യജിത് റേ, സഫ്ദർ ഹാഷ്മി, ആലുംതറ കൃഷ്ണപിള്ള, പാണിമാസ്റ്റർ, എം.വി. മോഹനൻ, നാരായണദാസ്, പി. ഗംഗാധരൻ, കെ.വി. ഗണേശ് തുടങ്ങിയവരുടെ രചനകൾ അവയിലുൾപ്പെടുന്നു.

സുബ്രഹ്മണ്യൻ അരിയല്ലൂർ, ഹരി പടിഞ്ഞാറ്റുമുറി, സുഭാഷ് പാലൂര്, പി.പി. ലക്ഷ്മണൻ, തുദീപ് ലക്ഷ്മണൻ, മുഹ്സിൻ കാളികാവ്, മനോജ് മങ്കട, പ്രേമൻ പരുത്തിക്കാട്, ജനു മഞ്ചേരി, വിപിൻദാസ് നെടുവ, ഹർജിത് തിരൂർ, സുരേഷ് നടുവത്ത്, ലാലു പരപ്പനങ്ങാടി, എൻ.കെ. തങ്കം, മോഹനൻ പുളിക്കൽ, സി. വിജയകുമാർ തുടങ്ങിയ നാടക പ്ര വർത്തകരുടെ ഒരു വലിയ നിര ഈ പ്രവർത്തനങ്ങൾക്ക് നേതൃത്വം കൊടുക്കുന്നതിനായി രംഗത്തിറങ്ങാറുണ്ട്. സ്വന്തം നാടകങ്ങൾ തയ്യാറാക്കി അവതരിപ്പിക്കുകയും മറ്റു കൂട്ടായ്മകൾക്ക് വേണ്ടി നാടകം ഒരുക്കി അവതരിപ്പിക്കുകയും ചെയ്തുകൊണ്ട് തെരുവ് നാടക രംഗത്ത് പ്രവർത്തിക്കുന്ന കുറെ കൂട്ടായ്മകൾ അരീക്കോടും പരിസരപ്രദേശങ്ങളി ലുമായി പ്രവർത്തിക്കുന്നുണ്ട്. “യുവഭാവന ചെമ്രക്കോട്ടൂർ”, “പ്രതിഭ ക്ലബ്ബ് കൊഴക്കോട്ടൂർ”, “ഏറനാട് നാടക സംഘം”, “അരീക്കോട് കോസല നാടക സംഘം”, “ഏറനാട് വോയ്സ് അരീക്കോട്”, “രംഗചേതന പത്തനാപുരം”, “റയിൻബോ ക്ലബ്ബ് തച്ചണ്ണ”, തുടങ്ങിയവ ഇതിൽ ഉൾപ്പെടുന്നു. ഇതിൽ യുവഭാവന ചെമ്രക്കോട്ടൂർ, “കയ്യുമ്മ പറയുന്നു”, “ജിന്ന് കൃഷ്ണൻ” എന്നീ സ്റ്റേജ് നാടകങ്ങളും അവതരിപ്പിച്ചിട്ടുണ്ട്.

ഈ കൂട്ടായ്മകളുടെ ഭാഗമായും പരസ്പരം സഹകരിച്ചും നാടക പ്രവർ ത്തനങ്ങളിൽ താൽപര്യമെടുക്കുന്ന ഒട്ടേറെ പേർ ഈ പ്രദേശത്തുണ്ട്. പ്രേമൻ ചെമ്രക്കോട്ടൂർ, സുബ്രഹ്മണ്യൻ ചെമ്രക്കോട്ടൂർ, സന്തോഷ് തച്ചണ്ണ, ഉണ്ണി കൊഴക്കോട്ടൂർ, ദീപു കൊഴക്കോട്ടൂർ, രമേശ് ബാബു, വാസു അരീക്കോട്, പാറമ്മൽ അഹമ്മദ്കുട്ടി, സുദേവ് പാലപ്പറ്റ, ശിവരാജ് പാക്കളം, തണാട്ട് സനൽ, പി.കെ. രാജൻ പൂവത്തിക്കണ്ടി,

സത്യൻ യുവശക്തി, ഗോപാലൻ, ബിജു തൃപ്പനച്ചി, ടി.എ. മടക്കൽ, ഇ. ബാബു, ഇ. അനിൽകുമാർ, സുരേഷ്, ടി.പി. ഹനീഫ, മധു തച്ചണ്ണ, ഇ.സി. ദിനേശ് കുമാർ, പി.കെ. മണി, കെ.ഷൗക്കത്തലി, ഇ. കൃഷ്ണൻ, എ. ചെക്കു, പി. കേലു, ഉപ്പൻ, വിൻസന്റ്, വാസുമാസ്റ്റർ തുടങ്ങിയവർ ഇതിലുൾപ്പെടുന്നു.

പ്രൈമറി വിദ്യാർത്ഥിയായിരിക്കുമ്പോൾ കൂട്ടുകാരുമൊത്ത് "കളിസംഘം" എന്ന പേരിൽ ഒരു കൂട്ടായ്മയുണ്ടാക്കി നാടകാവതരണം നടത്തുകയും മൂന്ന് പതിറ്റാണ്ടിലേറെ കാലമായി സജീവമായി നാടകജീവിതം തുടരുകയും ചെയ്യുന്ന കലാകാരനാണ് സന്തോഷ് തച്ചണ്ണ. രചന, അഭിനയം, സംവിധാനം എന്നീ ചുമതലകളുമായി രംഗത്ത് വരാറുള്ള സന്തോഷ് തച്ചണ്ണ കേരള ശാസ്ത്ര സാഹിത്യ പരിഷത്ത്, ഗ്രന്ഥശാലാ സംഘം, കോഴിക്കോട് യൂണിവേഴ്സിറ്റി യൂണിയൻ, പുരോഗമന കലാ സാഹിത്യ സംഘം, വാടക ഉടമകളുടെ സംഘടന, ഡി.വൈ.എഫ്.ഐ., സി.പി.ഐ. (എം), ബാലസംഘം എന്നിവയുടെയെല്ലാം ആഭിമുഖ്യത്തിൽ നടന്ന കലാജാഥകളിൽ പലതവണ പങ്കെടുത്തിട്ടുണ്ട്. "പാത്തുന്റെ ബേജാറ്", "കാലം പോയ പോക്ക്", "മുഹബത്ത്", "തർക്കസ്ഥലം", "തെരുവിന്റെ മക്കൾ", "പട്ടിണിയുടെ അന്ത്യം", "കുഞ്ഞാപ്പ", "ഞമ്മള് പണ്ടേ പൗരനാണ്", "ചൂട്ട്", "ചാത്തൻ", "ശപഥം" തുടങ്ങിയ ഇരുപതോളം ലഘുനാടകങ്ങളുടെ രചയിതാവാണ് സന്തോഷ് തച്ചണ്ണ.

എൺപതുകളിൽ നാടകരംഗം ഏറ്റവും സജീവമായിരുന്ന ഒരു പ്രദേശമായിരുന്നു കൊണ്ടോട്ടി. നാടകപ്രവർത്തനങ്ങളിൽ തൽപരരായ യുവാക്കളുടെ ഒരു നിര അന്ന് അവിടെയുണ്ടായിരുന്നു. മലപ്പുറം ജില്ലയുടെ എല്ലാ ഭാഗങ്ങളിലും ചെന്ന് അവതരിപ്പിക്കാനുള്ള തെരുവ് നാടകങ്ങൾ കൊണ്ടോട്ടിയിലെ നാടക പ്രവർത്തകരെ പരിശീലനം കൊടുത്ത് ചുമതലപ്പെടുത്തിയിരുന്നു. കേരള ശാസ്ത്ര സാഹിത്യ പരിഷത്തിന്റെ തെരുവ് നാടകമായിരുന്ന "പരശുപുരം ചന്ത", ഇടത്പക്ഷ രാഷ്ട്രീയ പ്രചരണ നാടകമായിരുന്ന "വഞ്ചകരുടെ വഞ്ചി" എന്നിവ ജില്ലയിലാകെ അവതരിപ്പിച്ചത് കൊണ്ടോട്ടിയിലെ കലാപ്രവർത്തകരായിരുന്നു. രവികുമാർ വിളയിൽ, സിദ്ദീഖ് താമരശ്ശേരി, കീരൻ കല്ലായി, അബ്ദുൽ സലാം കുന്നത്ത്, ബാബു ചീരക്കോട, ചന്ദ്രൻ ഏക്കാട്ടിൽ, സുനിൽ ഒളവെട്ടൂർ, ചന്ദ്രൻ കൊളമ്പലം തുടങ്ങിയവർ ഈ കൂട്ടായ്മയുടെ ഭാഗമായി രംഗത്ത് വന്നിരുന്നു.

പതിനാല്

നാടകവർത്തമാനം

എഴുപതുകളോടെ പിറകോട്ടുപോയിരുന്ന വള്ളുവനാട്ടിലെ നാടക രംഗത്തിന് ഒരു പുതുജീവൻ പകർന്ന സംരംഭമായിരുന്നു 1983ൽ രൂപംകൊണ്ട പാലൂരിലെ അനശ്വര കലാ സാംസ്കാരിക വേദി. ഇതര കലാപ്രവർത്തനങ്ങൾക്കൊപ്പം നാടകക്യാമ്പുകൾ നാടകാസ്വാദനകളരികൾ, വാർഷികാഘോഷങ്ങളിൽ പ്രദേശിക നാടകപ്രവർത്തകരെ കണ്ടെത്തി നാടകാവതരണം നടത്തൽ തുടങ്ങിയവ അനശ്വര സംഘടിപ്പിച്ചു. എല്ലാ തലമുറയിലുംപെട്ട നാടകപ്രവർത്തകരെയും രംഗത്ത് കൊണ്ടുവരുന്നതിന് വേണ്ടി മുതിർന്നവർക്കുള്ള നാടകത്തിന് പുറകെ ഹൈസ്കൂൾ, യു.പി., എൽ.പി. വിദ്യാർത്ഥികൾക്ക് വേണ്ടിയും ഉള്ള പ്രത്യേക നാടകങ്ങൾ അനശ്വര അവതരിപ്പിച്ചിരുന്നു. അനുഭവ സമ്പത്ത് ഏറെയുള്ള ടി.പി.ഗോപാലന്റെ സംവിധാനത്തിന് കീഴിൽ ഒട്ടേറെ നാടകങ്ങൾ അനശ്വര അരങ്ങിലെത്തിച്ചു. പെരുങ്കൊല്ലൻ, (എ. ശാന്തകുമാർ), ചക്ക (തുപ്പേട്ടൻ), കണ്ണാടി (തിക്കോടിയൻ), രാവുണ്ണി (പി.എം. താജ്), രാമൻ ദൈവം (കെ.പി.എസ്. പയ്യനടം), സർവശക്തൻ (പി.എം. ശിവശങ്കരൻ) തുടങ്ങിയ നാടകങ്ങൾ അനശ്വര പല വർഷങ്ങളിലായി അവതരിപ്പിച്ചു. കെ.വി. രാമൻ സ്മാരക വായനശാലയുമായി ചേർന്ന് കൊണ്ട് ചെറുകാടിന്റെ നോവൽ മുത്തശ്ശി നാടകമാക്കി 2011ൽ അവതരിപ്പിച്ചതും ശ്രദ്ധിക്കപ്പെട്ട ഒരു പ്രവർത്തനമായിരുന്നു. മുത്തശ്ശിയുടെ നാടകരൂപം സ്ക്രിപ്റ്റ് തയ്യാറാക്കിയ എം.പി. രാജേഷ് പിന്നീട് ഒരു നാടക രചയിതാവ് എന്ന നിലയിൽ ശ്രദ്ധേയനായി.

"ചില്ലറ സമരം", 'കെന്റോണിയൻസ്', 'ഹു ആം ഐ.' തുടങ്ങിയ എം.പി. രാജേഷിന്റെ രചനകൾ ആദ്യം അവതരിപ്പിച്ചത്, അനശ്വര കലാ സാംസ്കാരിക വേദിയാണ്. ടി.പി. ഗോപാലന്റെ മരണശേഷം അനശ്വരയുടെ നാടകങ്ങൾളുടെ സംവിധാനം ഏറ്റെടുത്തത് ഹരി പടിഞ്ഞാറ്റുംമുറി, പി.ഡി. സുഭാഷ് തുടങ്ങിയവരാണ്.

പാലൂരിൽ തന്നെ ഇക്കാലത്ത് അൽപകാലം സമാന്തരമായി തന്നെ പ്രവർത്തിച്ചിരുന്ന മറ്റൊരു നാടകവേദിയായിരുന്നു നാട്ടരങ്ങ്. അരവിന്ദൻ, രാജൻ എന്നിവർ നേതൃത്വം കൊടുത്തിരുന്ന ഈ സംഘത്തിന്റെ ശ്രദ്ധിക്കപ്പെട്ട ഒരു പ്രവർത്തനമായിരുന്നു 'ആസ്ഥാന വിഡ്ഢികൾ' (കെ. ജി. ശങ്കരപ്പിള്ള) എന്ന നാടകത്തിന്റെ അവതരണം.

നാടകവതരണത്തിൽ താത്പര്യമെടുത്ത് കൊണ്ട് ഇപ്പോഴും പ്രവർത്തിക്കുന്നുണ്ട് അനശ്വര കലാ സാംസ്കാരിക വേദി. ശ്രീധരൻ പാലൂർ, വേണു പാലൂർ, പി.ഡി.സുഭാഷ്. പി.ഭാസ്കരൻ, കെ.പി.ജബ്ബാർ, കെ.പി.രാജൻ, ടി. രവീന്ദ്രനാഥൻ, സി.രാജേന്ദ്രൻ, ബാലു ചെറുശ്ശേരി, മനോജ് ചെറുശ്ശേരി, രാജീവ് കിഴക്കുംപാട്ട്, അനൂപ് വി.പി., ദാസൻ പുതിയേടത്ത്, സേതു പാലൂർ, വിശ്വനാഥൻ, അനിലൻ വി.പി, അനിയൻ പുളിക്കീഴ്, രവി പാറമ്മേൽ, കെ.ശോഭന, അപർണ്ണ വി.പി, അഗ്നിവേശ്, പി.സി. രുഗ്മണി, ബേബിഗിരിജ, രമ, വി.കെ.ശശിധരൻ, കെ. സുരേഷ്, അഭിനന്ദ്, പി.ജി. സാഗരൻ, ഫർഹാൻ, സുരേഷ് തെക്കീട്ടിൽ തുടങ്ങിയവർ പല സന്ദർഭങ്ങളിലായി അനശ്വരക്ക് വേണ്ടി രംഗത്ത് വന്നു. പി.ജി.സാഗരൻ രചനയും സംവിധാനവും നിർവഹിച്ച 'പെരുമഴയത്ത്' എന്ന ഏകപാത്ര നാടകം അനശ്വര അവതരിപ്പിക്കുന്നുണ്ട്. ശ്രീധരൻ പാലൂരാണ് അഭിനേതാവ്.

വള്ളുവനാട്ടിൽ പാലൂരിനെപ്പോലെ തന്നെ നാടകത്തെ എന്നും നെഞ്ചേറ്റുന്ന മറ്റൊരു നാടകഗ്രാമമാണ് കൊളത്തൂർ. കലാസമിതികളുടെ കാലത്തിന് ശേഷം കൊളത്തൂരിലെ നാടക ചലനങ്ങൾക്ക് തുടർച്ച കിട്ടിയത് എഴുപതുകളിൽ കുറെ കലാതൽപരരായ അദ്ധ്യാപകർ മുൻകൈയ്യെടുത്ത് രൂപീകരിച്ച കൊളത്തൂർ കലാസമിതിയിലൂടെയാണ്. കെ.എൻ.നാരായണൻ എഴുത്തച്ഛൻ, പി.പി.കെ. പൊതുവാൾ, ജനാർദ്ദനൻ നമ്പ്യാർ, രാമപിഷാരടി തുടങ്ങിയവരായിരുന്നു നേതൃത്വത്തിൽ ഉണ്ടായിരുന്നത്. സമാന്തര സിനിമകൾ ഇതര കലാരൂപങ്ങൾ എന്നിവയുടെ അവതരണങ്ങളടക്കം കലാസാംസ്കാരിക രംഗം സജീവമായിരുന്നവെങ്കിലും നാടകത്തിന് അത്ര പ്രാധാന്യം കിട്ടാത്ത ഒരവസ്ഥയായിരുന്നു എൺപതുകൾതൊട്ട് കൊളത്തൂരിൽ. ഇതിൽ

ഒരു മാറ്റം വന്നത് യുവജനസംഘം വായനശാലയുടെ നേതൃത്വത്തിൽ 1995ൽ കുട്ടികൾക്ക് വേണ്ടി നടത്തിയ നാടകാവതരണങ്ങളായിരുന്നു. സി.എം.നാരായണന്റെ(പട്ടാമ്പി) സംവിധാനത്തിൽ അവതരിക്കപ്പെട്ട ആ നാടകങ്ങൾക്ക് നല്ല ശ്രദ്ധകിട്ടി. 'ലംബർ റൂം', 'സ്വർണ്ണക്കണ്ണുള്ള പൂച്ച', 'സുവർണരാജകുമാരൻ' , 'വൈറ്റ് വാഷിങ്ങ് എ ഫെൻസ്' തുടങ്ങിയ നാടകങ്ങൾ കൊളത്തൂരിലെ കുട്ടികൾ അവതരിപ്പിച്ചു. ഇതിൽ 'വൈറ്റ് വാഷിങ്ങ് എ ഫെൻസ്' ജില്ലാ കലോത്സവത്തിൽ വിജയിച്ച് കോട്ടയത്ത് സംസ്ഥാന യുവജനോത്സവത്തിലും അവതരിപ്പിച്ചു. കുട്ടി നാടകങ്ങൾ വഴി പുനരുജ്ജീവിക്കപ്പെട്ട ഈ നാടകാഭിമുഖ്യം മുതിർന്ന വരിലേക്കും പടർന്നു. 1998ൽ ശ്രീജ ആറങ്ങോട്ടുകര രചിച്ച 'നഗരവധു' എന്ന നാടകം യുവജനസംഘം വായനശാലയുടെ ആഭിമുഖ്യത്തിൽ അരങ്ങിലെത്തി.

ഈ കാലത്ത് തന്നെയായിരുന്നു പൊന്നാനിയിൽ പൊന്നാനി നാടകവേദിയുടെ നേതൃത്വത്തിൽ നാടകരംഗം വീണ്ടും സജീവമായത്. അതിന് നേതൃത്വം കൊടുത്തിരുന്നവരിൽ പ്രമുഖനായിരുന്ന കവി പി.പി.രാമചന്ദ്രൻ മുഖേന കുറെ നല്ല നാടകങ്ങളുടെ സ്ക്രിപ്റ്റുകൾ കൊളത്തൂരിൽ എത്തി. നാടകരചനയിൽ നിലവിലുണ്ടായിരുന്ന പല സാമ്പ്രദായിക രീതികളിലും വലിയ പരിവർത്തനങ്ങൾ വരുത്തിയ എം.എസ്.നമ്പൂതിരി പാഞ്ഞാൾ എന്ന തുപ്പേട്ടന്റെ ഈ സ്ക്രിപ്റ്റുകൾ രണ്ടായിരാമാണ്ടോടെ കൊളത്തൂരിലെ നാടകപ്രവർത്തനങ്ങൾക്ക് ഊർജം പകർന്നു. 'വന്നന്ത്യേ കാണാം', 'ഭദ്രായണം', 'കാലാവസ്ഥ' എന്നീ നാടകങ്ങൾ കൊളത്തൂർ യുവജനസംഘം വായനശാലയുടെ ആഭിമുഖ്യത്തിൽ കൊളത്തൂരിലും കേരളത്തിന്റെ പലഭാഗങ്ങളിലായി ഒട്ടേറെ വേദികളിലും അവതരിക്കപ്പെട്ടു. ഇതേകാലത്ത് തന്നെ നാടകരംഗം സജീവമായ പ്രദേശങ്ങളാണ് കാറൽമണ്ണ, പൊന്നാനി, ആറങ്ങോട്ടുകര, കടമ്പഴിപ്പുറം തുടങ്ങിയവ. അവിടെയുള്ള നാടകസമിതികളുടെ നാടകങ്ങൾ കൊളത്തൂരിൽ കൊണ്ട് വന്ന് അവതരിപ്പിക്കുക, കൊളത്തൂരിലെ നാടകസംഘത്തിന്റെ നാടകങ്ങൾ അവിടങ്ങളിൽ കൊണ്ടുപോയി അവതരിപ്പിക്കുക എന്നിവ വഴി നാടകത്തിന്റേതായ ഒരു കൊടുക്കൽ വാങ്ങൽ പ്രവർത്തനവും ശക്തിപ്പെട്ടു.

ഇടശ്ശേരിയുടെ 'കൂട്ടുകൃഷി' എന്ന നാടകത്തിന് പുതിയൊരു രംഗഭാഷ്യം ഒരുക്കി നരിപ്പറ്റ രാജുവിന്റെ സംവിധാനത്തിൽ പൊന്നാനി നാടകവേദി 'കൂട്ടുകൃഷി' നാടകം കൊളത്തൂരിൽ 2001ൽ അവതരിപ്പിച്ചു. തുപ്പേട്ടന്റെ മറ്റൊരു രചനയായ 'മോഹനസുന്ദരപാലം' കൊളത്തൂരിൽ അവതരിപ്പിച്ചത് പൊന്നാനി നാടകവേദിയാണ്.

കൊളത്തൂർ യുവജനസംഘം വായനശാല നടത്തിയ സാഹസികമായ ഒരു നാടകപ്രവർത്തനമായിരുന്നു 2001ൽ അന്താരാഷ്ട്ര പുരസ്കാരം നേടിയ മഞ്ജുള പത്മനാഭന്റെ ആധുനിക നാടകം 'ഹാർവസ്റ്റ്'ന്റെ അവതരണം. സെറ്റിംഗുകൾക്ക് മാത്രം അന്ന് ലക്ഷത്തിലേറെ രൂപ ചിലവ് വന്ന ആ നാടകം കൊളത്തൂരിലെ നാടകപ്രവർത്തകർ പൊന്നാനി, തിരുവനന്തപുരം, ഹൈദ്രബാദ് എന്നിവിടങ്ങളിലും കൊണ്ടുപോയി അവതരിപ്പിച്ചു.

കൊളത്തൂർ യുവജനസംഘം വായനശാലയുടെ നേതൃത്വത്തൽ നടന്ന നാടകപ്രവർത്തനങ്ങളിൽ എം.ഉണ്ണികൃഷ്ണൻ, എം. പാർത്ഥസാരഥി, കെ.വി.സുരേഷ്, രാജ്മോഹൻ, അബ്ദുറഹ്മാൻ, പി.ഗോപീഷ്, ദിനേശൻ, വി.എം.ദീപ, പി.സാജിദ, ബിന്ദുപള്ളിപ്പുറം, ശ്രീജ ആറങ്ങോട്ടുകര, വി.സുഭാഷ്, ബാപ്പു പുലാത്ത് തുടങ്ങിയവരാണ് രംഗത്ത് എത്തിയിരുന്നത്.

മലപ്പുറം ജില്ലയിലെ നാടകരംഗത്ത് ഇപ്പോൾ സജീവമായി ഉള്ളവരിൽ പ്രധാനപ്പെട്ട ഒരാളാണ് അഭിനേതാവും സംവിധായകനുമായ പാർത്ഥസാരഥി. കൊളത്തൂർ കേന്ദ്രമാക്കി പ്രവർത്തിക്കുന്ന പാർത്ഥസാരഥി ഇതിനകം 45 നാടകങ്ങൾ സംവിധാനം ചെയ്യുകയും നൂറിലേറെ നാടകങ്ങളിൽ അഭിനയിക്കുകയും ചെയ്തു. 2002ൽ നടന്ന 'പാഞ്ഞാൾ നാടകവേല'യിൽ കൊളത്തൂരിലെ കുട്ടികൾ 'മറുമരുന്ന്' (രചന-തുപ്പേട്ടൻ) എന്ന നാടകം അവതരിപ്പിച്ചു. പാർത്ഥസാരഥിയായിരുന്നു സംവിധാനം. ഈ നാടകം ആ കുട്ടികളുടെ സംഘം പിന്നീട് ഒട്ടേറെ സ്ഥലങ്ങളിൽ ചെന്ന് അവതരിപ്പിച്ചു. "അമ്മു" എന്ന ഒരു ബാലനാടകത്തിന്റെ രചയിതാവുമാണ് പാർത്ഥസാരഥി.

2003ൽ എടരിക്കോട് പി.കെ.എം. ഹൈസ്കൂളിലെ കുട്ടികൾക്ക് വേണ്ടി 'കന്താപ്പി ഗുലുഗുലു' (രചന- തുപ്പേട്ടൻ) എന്ന നാടകം പാർത്ഥസാരഥി സംവിധാനം ചെയ്തു. സംസ്ഥാന യുവജനോത്സവത്തിൽ മികച്ച നാടകമായി തെരഞ്ഞെടുക്കപ്പെട്ട ഈ നാടകത്തിൽ അഭിനയിച്ച അഖിൽ കെ.പി., മിഥുൻലാൽ എന്നിവർ മികച്ച നടന്മാരായും സമ്മാനിതരായി.

സ്കൂൾ കലോത്സവത്തിന് വേണ്ടി സംഘടിപ്പിക്കപ്പെട്ട ഈ സ്കൂൾ നാടകസംഘം 'ലിറ്റിൽ എർത്ത്' എന്ന സമിതിയുടെ ബാനറിൽ പലവേദികളിലും അതേ നാടകം അവതരിപ്പിച്ചു. 'ചോർച്ച വിളയാട്ടം', 'മറുമരുന്ന്', 'കന്താപ്പി ഗുലുഗുലു' എന്നീ നാടകങ്ങൾ 'ലിറ്റിൽ എർത്ത്' വിവിധ സ്ഥലങ്ങളിൽ അവതരിപ്പിച്ചു. മലപ്പുറം ജില്ലയിൽ രൂപംകൊണ്ട

'ലിറ്റിൽ എർത്ത്' പിൽക്കാലത്ത് തൊട്ടടുത്ത ജില്ലകളിലെ കലാകാരന്മാരെ കൂടി ഉൾപ്പെടുത്തി വികസിപ്പിച്ചു. 2010ൽ ലിറ്റിൽ എർത്ത് 'കന്താപ്പി ഗുലുഗുലു' എന്ന നാടകം ഡൽഹിയിൽ നടന്ന അന്താരാഷ്ട്ര നാടകോത്സവത്തിലും അവതരിപ്പിച്ചു. 'ലിറ്റിൽ എർത്ത്' ട്രൂപ്പ് ഇപ്പോഴും നിലവിലുണ്ടെങ്കിലും ഇപ്പോൾ അത് മലപ്പുറം കേന്ദ്രീകരിച്ചല്ല പ്രവർത്തിക്കുന്നത്.

2016ൽ കൊളത്തൂർ കേന്ദ്രമാക്കി പ്രവർത്തനം തുടങ്ങിയ 'ബ്ലാക് കർട്ടൻ' എന്ന സമിതി ഇപ്പോഴും പ്രവർത്തിക്കുന്നുണ്ട്. ശിവദാസ് പൊയിൽക്കാവ് സംവിധാനം ചെയ്ത 'സുപ്രഭാതം', എം പാർത്ഥസാരഥി സംവിധാനം ചെയ്ത 'മറുമരുന്ന്', 'വാർണിഷ്', 'മല്ലനും മരണവും' തുടങ്ങിയ നാടകങ്ങളും 'ഊണിന് നാലണമാത്രം', 'കടൽതീരത്ത്' എന്നീ ഏകപാത്ര നാടകങ്ങളും ബ്ലാക് കർട്ടൻ അവതരിപ്പിക്കുന്നുണ്ട്. ചെറുകാടിന്റെ കഥയെ ആസ്പദമാക്കി തയ്യാറാക്കിയ 'ഊണിന് നാലണമാത്രം' 125ലേറെ വേദികൾ പിന്നിട്ടു. എം. പാർത്ഥസാരഥിയാണ് അഭിനേതാവ്. ബ്ലാക് കർട്ടന് വേണ്ടി രംഗത്ത് വരുന്നത് അഗ്നിവേശ്, അമൽ, അമ്പരീഷ്, അമ്പിളി, അരുൺജിത്, അഖിൽ, മനീഷ്, സുദർശനൻ, വേദസാഗർ തുടങ്ങിയവരാണ്.

പഴയ ഏറനാട് താലൂക്കിൽ ഉൾപ്പെട്ടിരുന്ന പ്രദേശങ്ങളിൽ ഇപ്പോൾ നാടകരംഗത്ത് താരതമ്യേന സജീവമായി നിൽക്കുന്ന സ്ഥലങ്ങളാണ് അരീക്കോട്, കോട്ടക്കൽ, തിരുവാലി തുടങ്ങിയവ. സമർപ്പിത മനസ്കരായ കുറെ നാടകപ്രവർത്തകരുടെ സാന്നിദ്ധ്യം കൊണ്ട് നാടകരംഗത്തെ ചലനങ്ങൾ ഇപ്പോഴും നിലനിൽക്കുന്ന സ്ഥലമാണ് അരീക്കോടും പരിസരപ്രദേശങ്ങളും. അമ്പതുകൾതൊട്ട് നാടകരംഗത്തെ പ്രോത്സാഹിപ്പിച്ചിരുന്ന "യംഗ്മെൻസ് അസോസിയേഷൻ ലൈബ്രറി" ആദ്യകാലത്ത് പുരാണ നാടകങ്ങൾ അവതരിപ്പിച്ചിരുന്ന "രഞ്ജിനി തിയേറ്റേഴ്സ്", സാമൂഹ്യനാടകങ്ങളുടെ അവതരണത്തിലേക്ക് വളർന്ന "അഞ്ജലി കലാകേന്ദ്രം" എന്നിവയുടെ തുടർച്ചയെന്ന നിലയിൽ രണ്ട് നാടകക്കൂട്ടായ്മകൾ ഇപ്പോഴും അരീക്കോട് പ്രവർത്തിക്കുന്നു. തനതായ പ്രവർത്തനങ്ങൾ നടത്തിക്കൊണ്ടും പരസ്പരം സഹകരിച്ചുകൊണ്ടും ഈ കൂട്ടായ്മകൾ ഇവിടെ നാടകരംഗത്തെ ചലനാത്മകമാക്കുന്നുണ്ട്.

2000 മുതൽ നാടകരംഗത്ത് പ്രവർത്തിക്കുന്ന അരീക്കോട് തച്ചണ്ണ സ്വദേശിയായ ഇ.സി. ദിനേശ് കുമാർ കൊളത്തൂർ, ആറങ്ങോട്ടുകര, കാറൽമണ്ണ എന്നിവിടങ്ങളിലെ നാടകസംഘങ്ങളുമായും സഹകരിച്ചു പ്രവർത്തിക്കുന്നു. 'ഉർവരസംഗീതം' എന്ന നാടകത്തിന്റെ രചനയിൽ

ശ്രീജ ആറങ്ങോട്ടുകരയുമായി സഹകരിച്ച് നാടകരചനയിലേക്ക് തിരിഞ്ഞ ദിനേശ് കുമാറിന്റെ ശ്രദ്ധേയമായ രചനയാണ് 'കാളഭൈരവൻ'. നൂറ് സിംഹാസനങ്ങൾ എന്ന ജയമോഹന്റെ നോവലിനെ ആസ്പദമാക്കി തയ്യാറാക്കിയ 'ബോൺസായി' ദിനേശ് കുമാർ രചിച്ച മറ്റൊരു നാടകമാണ്. ആറങ്ങോട്ടുകര നാടകസംഘത്തിന്റെ ആഭിമുഖ്യത്തിൽ അരങ്ങിലെത്തിയ 'കാളഭൈരവൻ' 2016-17 വർഷത്തെ കേരള സംഗീത നാടക അക്കാദമിയുടെ മികച്ച രചയിതാവ് (ഇ.സി. ദിനേശ്കുമാർ) മികച്ച രണ്ടാമത്തെ നാടകം, മികച്ച നടൻ (എം. പാർത്ഥസാരഥി), മികച്ച രണ്ടാമത്തെ നടൻ (ശ്രീധരൻ പാലൂർ) എന്നീ നാല് അവാർഡുകൾക്ക് അർഹതനേടി. വീരരക്തസാക്ഷി സഖാവ് കുഞ്ഞാലിയുടെ ജീവിതത്തെ മലപ്പുറത്തിന്റെ പോരാട്ട ചരിത്രങ്ങളുടെ പശ്ചാത്തലത്തിൽ അവതരിപ്പിക്കുന്ന ഒരു നാടകത്തിന്റെ രചനയിലാണ് ദിനേശ് കുമാർ.

അരീക്കോട് ദേശത്തിന്റെ ചരിത്രത്തിലെ ആവേശകരമായ ഒരു സംഭവത്തെ ആസ്പദമാക്കി മാപ്പിളപ്പാട്ട് കവിയായ മുണ്ടമ്പ്ര ഉണ്ണിമമ്മദ് അറബി മലയാളത്തിൽ എഴുതിയ "കൊടികേറ്റം" എന്ന കാവ്യത്തിന് "ടീം പോസിറ്റീവ്"എന്ന കൂട്ടായ്മ അതേ പേരിൽ നടത്തിയ നാടകാവിഷ്കാരം പ്രദേശത്തെ എല്ലാവിഭാഗം ജനങ്ങളെയും ആവേശം കൊള്ളിച്ചു. തങ്ങളുമാരുടെയും പുരോഹിതന്മാരുടെയും നേതൃത്വത്തിൽ നടന്നിരുന്ന അപമാനകരമായ ദുരാചരണങ്ങളെയും അന്ധവിശ്വാസങ്ങളെയും 1917ൽ അന്നത്തെ ജനങ്ങൾ ചെറുത്തു തോൽപിച്ചതിന്റെ കഥയാണ് കവി മുണ്ടമ്പ്ര ഉണ്ണിമമ്മദ് തന്റെ കാവ്യത്തിൽ അവതരിപ്പിക്കുന്നത്. ഈ ചരിത്രസംഭവത്തിന്റെ പുനരാവിഷ്കാരമായി നടന്ന "കൊടികേറ്റം" എന്ന നാടകത്തിന്റെ അവതരണം അരീക്കോട് നിവാസികൾക്ക് അവരുടെ പൂർവപിതാക്കൾ നടത്തിയ ഒരു പോരാട്ടത്തോടുള്ള ആദരസമർപ്പണം കൂടിയായി.

ലുക്മാൻ അരീക്കോട് എന്ന പ്രതിബദ്ധതയുള്ള നാടകകലാകാരൻ നേതൃത്വം കൊടുക്കുന്ന "ടീം പോസിറ്റീവ്", വൈ.എം.എ. അടക്കമുള്ള സാംസ്കാരിക കൂട്ടായ്മകളുടെ സഹകരണത്തോടെ നടത്തിയ ഈ നാടകാവതരണം ഒരു സാഹസിക കൃത്യം തന്നെയായിരുന്നു. 40 അടി വീതിയുള്ള സ്റ്റേജിൽ 80ലേറെ അഭിനേതാക്കളാണ് കൊടികേറ്റത്തിൽ രംഗത്ത് വരുന്നത്. നാടകരചനക്ക് ആസ്പദമായ ചരിത്രസംഭവത്തിന്റെ 100-ാംവാർഷികമായിരുന്ന 2017ലാണ് "കൊടികേറ്റം" അരങ്ങേറിയത്. അഭിനേതാക്കളായും കാണികളായും വന്നിരുന്ന ആളുകളിൽ പലരുടെയും പിതാമഹന്മാരായിരുന്ന കഥാപാത്രങ്ങൾ

എന്നത് നാടകാവതരണത്തെ വികാരസാന്ദ്രമാക്കി. രണ്ട് അവതരണം കഴിഞ്ഞ നാടകം മൂന്നാമത്തെ അവതരണത്തിനുള്ള ഒരുക്കത്തിലാണ്. അരീക്കോട് മൂർക്കനാട് സ്വദേശിയായ ടി.എ. മടക്കൽ ആണ് മുണ്ടമ്പ്ര ഉണ്ണിമമ്മദിന്റെ കാവ്യത്തിന് നാടകരൂപം രചിച്ചത്. ഇ.സി. ദിനേശ് കുമാർ സംവിധാനം നിർവഹിച്ചു. കവി മുണ്ടമ്പ്ര ഉണ്ണിമമ്മദായി വേഷമിട്ടത് എം.എ. സുഹൈൽ ആയിരുന്നു.

പഠനകാലത്ത് സ്കൂൾ കലോത്സവത്തിൽ അവതരിപ്പിക്കുന്നതിന് വേണ്ടി എഴുതിയ "പ്രതീകങ്ങൾ" എന്ന നാടകമായിരുന്നു ടി.എ. മടക്കലിന്റെ ആദ്യരചന, തുടർന്നു "കൊലക്കയർ", "പാവത്താൻഗുഹ", "ശവംതീനികളുടെ രണ്ടാംജന്മം", "വാഗൺ ട്രാജഡി" തുടങ്ങിയ കുറെ നാടകങ്ങൾ സ്കൂൾ മത്സരങ്ങൾക്ക് വേണ്ടി എഴുതി. നടനും സംവിധായകനുമായ ടി.എ.മടക്കലിന്റെ വേറിട്ടുനിൽക്കുന്ന ഒരു രചനയാണ് "കൊടികേറ്റം", "കരിന്തണ്ടൻ" എന്ന പേരിൽ ടി.എ. മടക്കൽ രചിച്ച ഒരു നാടകം താമസിയാതെ അരങ്ങിലെത്തും. ഗ്രാമവികസന വകുപ്പിന് വേണ്ടി എഴുതിയ "മഴത്തുള്ളിക്കിലുക്കം" കാരക്കുന്ന് പാലിയേറ്റീവിന് വേണ്ടി എഴുതിയ "ചിറകൊടിഞ്ഞ പക്ഷികൾ" എന്നിവക്ക് പുറമെ ഒട്ടേറെ തെരുവുനാടകങ്ങളുടെയും കർത്താവാണ് ടി.എ. മടക്കൽ.

അഭിനേതാവ് എന്ന നിലയിൽ ശ്രദ്ധേയനായ എം.എ. സുഹൈലും നാടകങ്ങൾ രചിച്ചിട്ടുണ്ട്. ആകാശവാണിയിൽ അവതരിപ്പിക്കുന്നതിന് വേണ്ടി എഴുതിയ "കുഴിച്ചുമൂട്ടുക നാം", നാടക മത്സരങ്ങൾക്ക് വേണ്ടി എഴുതിയ "ഹോസ്പിറ്റൽ മാറണം, മാറ്റണം", "വെൽക്കം ടു കൊടൈക്കനാൽ", "പാഠം ഒന്ന് തോൽവി" തുടങ്ങിയവ എം.എ. ഫൈസലിന്റെ രചനകളാണ്.

അഞ്ജലി തിയേറ്റേഴ്സ് , അടുത്ത കാലത്ത് വന്ന ടീം പോസിറ്റീവ്, വെള്ളരിപ്പാടം തിയേറ്റേഴ്സ് തുടങ്ങിയ കൂട്ടായ്മകളിലൂടെ രംഗത്ത് വന്ന നാടക കലാകാരന്മാരുടെയും നാടക തത്പരരായ സാംസ്കാരിക പ്രവർത്തകരുടെയും സമ്പന്നമായ ഒരു നിര ഇന്നും അരീക്കോടിനുണ്ട്. മുമ്പ് സൂചിപ്പിച്ചിട്ടുള്ളവരെ കൂടാതെ പ്രവീൺ അരീക്കോട്, പപ്പൻ മാസ്റ്റർ, പ്രേംദാസ് അരീക്കോട്, മധു തച്ചണ്ണ, സന്തോഷ് തച്ചണ്ണ, ശിവരാജൻ പാക്കളം, ഹനീഫ ചേലക്കാട്, ദീപു കൊഴക്കോട്ടൂർ, വേണു ജി നായർ, നാരായണൻ, വി.കെ. സത്യൻ, എം.ടി. നാസർ, ഹരിത കീഴ്പറമ്പ്, ശോഭ തിരുവാലി, ഉണ്ണി കൊഴക്കോട്ടൂർ, രാധാകൃഷ്ണൻ, സച്ചിദാനന്ദൻ, സുഹ്റ ബക്കർ, സൈനുദ്ദീൻ, ടി.എം. രാജൻ, എം.ടി. മുസ്തഫ തുടങ്ങിയവരടങ്ങിയ ആ പട്ടിക നീണ്ടതാണ്.

2003-2004 വർഷത്തിൽ എടവണ്ണപ്പാറയിലെ സമഭാവന തിയേറ്റേഴ്സ് എ.പി. മോഹൻദാസ് രചിച്ച "തീരവിളക്ക്" എന്ന നാടകം അവതരിപ്പിച്ചിരുന്നു. വിശ്വം കെ അഴകത്തിന്റെ സംവിധാനത്തിൽ അരങ്ങേറിയ നാടകത്തിൽ ബാലൻ വെള്ളന്നൂർ, ഷാനൂബ് വാഴക്കാട്, സുനിൽ വട്ടപ്പറമ്പ്, സജി വട്ടപ്പറമ്പ്, ഷാജി ഗോതിക്, ഗോപി, പ്രജിത തുടങ്ങിയവരായിരുന്നു അഭിനേതാക്കൾ. ഒരു സ്ഥിരം നാടകസംഘമായി മാറണം എന്ന ഉദ്ദേശത്തോടെ രൂപീകരിക്കപ്പെട്ടതായിരുന്നു ഈ സമിതിയെങ്കിലും അതിന് തുടർച്ചകൾ ഉണ്ടായില്ല. ഒരു സ്കൂൾ വാർഷികത്തോടനുബന്ധിച്ച് എ.പി. മോഹൻദാസ് രചിച്ച "വാർത്തകൾ ഉണ്ടാവുന്നത്" എന്നൊരു നാടകവും ഈ സംഘം അവതരിപ്പിച്ചിരുന്നു.

രണ്ടായിരത്തിന് ശേഷം കോട്ടക്കലിൽ നാടകാവതരണത്തിന് മുൻകൈ എടുത്തിരുന്ന പ്രധാനപ്പെട്ട സംഘമാണ് 'നൂപുര ഡാൻസ് ആന്റ് ഡ്രാമ അക്കാദമി', 'കരുണ', 'അകവൂർ ചാത്തൻ' തുടങ്ങിയ നാടകങ്ങൾ നൂപുരയുടെ ആഭിമുഖ്യത്തിൽ കുറെ വേദികളിൽ അവതരിപ്പിക്കപ്പെട്ടു. വി.എസ്.വി. നാട്യസംഘത്തിന്റെ 75-ാംവാർഷികം പ്രമാണിച്ച് 2015ൽ പുനരവതരണം നടത്തിയ വി.എസ്. വാരിയരുടെ 'നല്ലതങ്കാൾ ചരിത്രം', 'സംഗീതശാകുന്തളം' എന്നിവയും ശ്രദ്ധിക്കപ്പെട്ടു. സൂചിപ്പിച്ച നാല് നാടകങ്ങളും സംവിധാനം ചെയ്തത് കോട്ടക്കൽ മുരളിയായിരുന്നു.

കുമാരനാശാന്റെ പ്രശസ്തകാവ്യത്തിന്റെ നാടകാവിഷ്കാരമായ "കരുണ"യുടെ രചന ഡോ: സന്തോഷ് വള്ളിക്കാടായിരുന്നു. പി.എസ്. വാരിയരുടെ ജീവിതം ആവിഷ്കരിക്കുന്ന "മാനവീയം" എന്നൊരു നാടകവും കേരളത്തിന്റെ സാംസ്കാരിക ചരിത്രം പ്രതിപാദിക്കുന്ന "കേരളീയം" എന്നൊരു നൃത്ത-സംഗീത നാടകവും സന്തോഷ് വള്ളിക്കാട് എഴുതിയിട്ടുണ്ട്. കോട്ടക്കലിനടുത്ത ക്ലാരി സ്വദേശിയും ഫോക്‌ലോർ ഗവേഷകനുമായ ഡോ: ശശിധരൻ ക്ലാരി, ഭാസന്റെ "കർണഭാരം" എന്ന നാടകം സംസ്കൃതത്തിൽ നിന്നും പരിഭാഷപ്പെടുത്തിയിട്ടുണ്ട്. വിനീഷ് കർബാനി, ബാലചന്ദ്രൻ, ഇ.ആർ. രാജേഷ്, അശ്വതി, സുമേഷ് നൂപുര, ചിഞ്ചു തുടങ്ങിയവരാണ് നൂപുര ഡാൻസ് ആന്റ് ഡ്രാമ അക്കാദമിക്ക് വേണ്ടി അരങ്ങിൽ വന്നിരുന്നത്.

നാടകരംഗത്ത് കോട്ടക്കലിൽ അടുത്തകാലത്തുണ്ടായ പുരോഗമനപരമായ ഒരു മാറ്റമാണ് സ്ത്രീകളുടെ താൽപര്യത്തോടെയുള്ള മുന്നോട്ട് വരവ്. പുരോഗമന കലാസാഹിത്യസംഘത്തിന്റെ വനിതാവിഭാഗമായ വനിതാസാഹിതിയുടെ ആഭിമുഖ്യത്തിൽ രൂപീകരിച്ച 'പെണ്ണരങ്ങ്' എന്ന നാടകസമിതി 2018ൽ അവതരിപ്പിച്ച 'പെണ്ണടയാളം' എന്ന

നാടകം ജില്ലക്കകത്തും പുറത്തുമായി ഒട്ടേറെ വേദികളിൽ അരങ്ങേറി. കരിവെള്ളൂർ മുരളി രചനയും കോട്ടക്കൽ മുരളി സംവിധാനവും നിർവഹിച്ച ആ നാടകത്തിൽ അഭിനയിച്ചവർ സ്ത്രീകൾ മാത്രമായിരുന്നു. അവരിൽ കൂടുതൽ പേരും കോട്ടക്കലിലും പരിസര പ്രദേശങ്ങളിലും നിന്നുള്ളവരായിരുന്നു. സത്യഭാമ, ഡോ. എൻ. ബിജി, പി.എൽ. ശോഭന കുമാരി, ഊർമ്മിള, ശ്രീജ, ഡെയ്സി മഠത്തിശ്ശേരി, ലത. ജി., പ്രസന്ന പാർവതി, ജിഷ്ണുത, ജിഷ, രമ്യ, മഞ്ജു തുടങ്ങിയവർ പെണ്ണടയാളത്തിൽ വേഷമിട്ടു.

തൊണ്ണൂറുകൾ തൊട്ട് കോട്ടക്കലിലെ നാടകപ്രവർത്തനങ്ങളിൽ ഉള്ള ശ്രദ്ധേയ സാന്നിദ്ധ്യമാണ് അഭിനേത്രി സത്യഭാമയുടേത്. വിദ്യാർത്ഥി ജീവിതം തൊട്ട് നാടകാഭിനയരംഗത്തുള്ള സത്യഭാമ 87 മുതൽ ശാസ്ത്ര സാഹിത്യ പരിഷത്ത് കലാജാഥകളിൽ അംഗമായി പങ്കെടുക്കുന്നു. ഇബ്രാഹിം വെങ്ങരയുടെ 'കുചേല ഗാഥ', 'അകവൂർ ചാത്തൻ' എന്നിവയിലും അഭിനയിച്ചു. പ്രവീൺ കോട്ടക്കൽ രചനയും സംവിധാനവും നിർവ്വഹിച്ച 'മൈലാഞ്ചി മൊഞ്ചുള്ള കാറ്റ്', 'കള്ളൻ സുഗുണൻ' എന്നിവയിലും അഭിനേത്രിയായിരുന്നു. ഡോ. എൻ. ബിജി രചനയും കോട്ടക്കൽ മുരളി സംവിധാനവും നിർവഹിച്ച 'ചായ്പ്പ്', 'സാറ്റ്' എന്നീ രണ്ട് ഏകപാത്ര നാടകങ്ങൾ ഇപ്പോൾ സത്യഭാമ അവതരിപ്പിക്കുന്നുണ്ട്.

2020ൽ കോട്ടക്കലിലെ നാടക കലാകാരികൾ ചേർന്ന് രൂപം കൊടുത്ത സ്ത്രീകളുടേത് മാത്രമായ നാടക സമിതിയാണ് 'പെണ്ണൊരുമ'-ഡോ. എൻ.ബിജി രചനയും കോട്ടക്കൽ മുരളി സംവിധാനവും നിർവഹിച്ച 'ദമ്മ്' എന്ന നാടകം സമിതി അവതരിപ്പിക്കുന്നുണ്ട്. സത്യഭാമ, ഊർമ്മിള, സിബി, നിഷ, ലത.ജി., സ്മിത, ജിഷ്ണുത, ശ്രീജ, ഷീന എന്നിവരാണ് അഭിനേത്രികൾ.

കിഴക്കനേറനാട്ടിൽ ഇപ്പോൾ നാടകരംഗം കൂടുതൽ സജീവമായി നിൽക്കുന്ന പ്രദേശമാണ് തിരുവാലി. 2002ൽ തിരുവാലി കേന്ദ്രമായി രൂപവൽക്കരിക്കപ്പെട്ട 'കനൽ' എന്ന കലാസമിതി പ്രധാനമായും ഊന്നുന്നത് നാടൻപാട്ടിലാണെങ്കിലും വളരെ ശ്രദ്ധിക്കപ്പെട്ട ഒരു നാടകാവതരണവും ഈ സംഘം നടത്തുകയുണ്ടായി. 2012 ഒക്ടോബർ 21ന് ആദ്യ അവതരണം നടത്തിയ 'മഴപ്പാട്ട്' എന്ന ഈ നാടകം നാടൻ കലകളെയും നാടകത്തെയും യോജിപ്പിച്ചുകൊണ്ടുള്ള ഒരു ആവിഷ്ക്കാരമായിരുന്നു. കേരള വ്യാപകമായി ഇരുപതിലേറെ വേദികളിൽ 'മഴപ്പാട്ട്' അവതരിപ്പിക്കപ്പെട്ടു. ജയപ്രകാശ് കുളൂർ രചിച്ച

‘ചോർണ ക്കുര’ എന്ന ഹ്രസ്വനാടകത്തെ വിജയൻ തിരുവാലിയും ദിജി ചാലപ്പുറവും ചേർന്ന് ഒന്നര മണിക്കൂർ ദൈർഘ്യമുള്ള നാടകമാക്കി വികസിപ്പിച്ചതായിരുന്നു ‘മഴപ്പാട്ട്’. മഞ്ജുളൻ പയ്യന്നൂരിന്റെ സംവിധാനത്തിൽ അവതരിപ്പിച്ചിരുന്ന മഴപ്പാട്ടിൽ സുരേഷ് തിരുവാലി, വിജയൻ തിരുവാലി, ടി.കെ. പ്രമോദ്, ദിജി ചാലപ്പുറം, വിജിതാ സുരേഷ്, രഞ്ജിനി വിജയൻ, രാജീവ് ചിത്രംപാട്ട്, സുബ്രൻ തോടായം, കുട്ടൻതിരുവാലി തുടങ്ങിയവർ വേഷമിട്ടു.

തിരുവാലിയുടെ നാടകസ്മരണകളിൽ നിറഞ്ഞു നിൽക്കുന്ന ഒരു പേരാണ്‘കാപൊലി’. വിജയൻ തിരുവാലിയുടെ രചനയിൽ പിറവിയെടുത്ത ‘കാപൊലി’ ഒരു കാലഘട്ടത്തെ ആവിഷ്കരിക്കുന്ന കഥയാണ്. നാടൻ പാട്ടുകളിലെ കഥാപാത്രമായ കുഞ്ഞാംചീരുവിന്റെ കഥയുടെ നാടകാവിഷ്കാരമാണ് ‘കാപൊലി’. പഴയ കാലത്തെ വെള്ളരി നാടകങ്ങളെ ഓർമ്മിപ്പിക്കുംവിധം വയലിൽ അഞ്ച് വേദികളിലായാണ് ഈ നാടകം അവതരിപ്പിച്ചത്. തിരുവാലി ത്രിപുരാന്തക ക്ഷേത്ര ഉത്സവത്തോടനുബന്ധിച്ച് 2017 മെയ് 02ന് ആദ്യ അവതരണം നടത്തിയ ‘കാപൊലി’യിൽ 129 പേരാണ് അഭിനേതാക്കളായി രംഗത്ത് വന്നത്. തിരുവാലിയുടെ ഒരു ഉത്സവമായി ആ നാടകാവതരണം മാറി. സുരേഷ് തിരുവാലി, മനു കള്ളിക്കാട്, ജയപ്രകാശ് ടി.കെ., മോഹനൻ കൊടിയാട്ട്, ഗോപൻ, പ്രഭാകരൻ, കുട്ടൻ തിരുവാലി, സുബ്രൻ തോടായം, സി.കെ. മുരളി, സി.കെ. സുരേഷ് ബാബു, ദീപു, സുബ്രൻ വട്ടപ്പറമ്പ്, ഷിജിത, ഗീതാമനു, അജീഷ് വട്ടപ്പറമ്പ് (സംഗീതം), ഗോപൻ കോടമ്പള്ളി (വയലിൻ), വിജയൻ മാസ്റ്റർ (കീബോർഡ്) തുടങ്ങിയവർ രംഗത്ത് വന്നു. നാടക രചയിതാവായ വിജയൻ തിരുവാലി, ഭാര്യ രഞ്ജിനി, മക്കളായ അനാമിക, അനന്യ എന്നിവരും ‘കാപൊലി’യിൽ അഭിനേതാക്കളായിരുന്നു. 129 പേരിൽ ബാക്കിയുള്ളവരിൽ ബഹുഭൂരിപക്ഷവും സാധാരണക്കാരായ നാട്ടുകാർ തന്നെയായിരുന്നു. അവരിൽ തന്നെ പതിനഞ്ച് പേർ സ്ത്രീകളും. വളരെയേറെ മനുഷ്യ അദ്ധ്വാനവും പണവും ആവശ്യമുള്ള ഈ നാടകത്തിന്റെ അവതരണം രണ്ട് വർഷത്തിന് ശേഷം 2019 മാർച്ച് 31ന് വീണ്ടും ഒരു തവണ കൂടി തിരുവാലി സ്കൂൾ അങ്കണത്തിൽ അവതരിപ്പിക്കപ്പെട്ടു.

അനിൽ മങ്കട രചനയും കോട്ടക്കൽ മുരളി സംവിധാനവും നിർവഹിച്ച് സുരേഷ് തിരുവാലി അവതരിപ്പിച്ചുകൊണ്ടിരിക്കുന്ന ‘പൊല’ എന്ന ഏകപാത്ര നാടകം തിരുവാലിയിൽ നിന്നും അടുത്ത കാലത്ത് വന്ന ശ്രദ്ധേയമായ ഒരു നാടക ചലനമാണ്. വിശ്വൻ മങ്കട ഒരുക്കിയ

രംഗസജ്ജീകരണത്തോടെ അവതരിപ്പിക്കുന്ന ഈ നാടകത്തിന്റെ ആദ്യം അവതരണം നടന്നത് വിദേശത്താണ്. സൗദി അറേബ്യയിലെ മലയാളി കൂട്ടായ്മയായ 'നവോദയ'യാണ് അതിന് വേദിയൊരുക്കിയത്.

നിലമ്പൂരിന്റെ ദേശീയോത്സവമാണ് "നിലമ്പൂർ പാട്ടുത്സവം". നിലമ്പൂർ പാട്ടിനോടനുബന്ധിച്ച് ഒരാഴ്ചയോളം നീണ്ടുനിൽക്കുന്ന നാടകോത്സവങ്ങൾ നടത്തുക എന്നത് ഇപ്പോൾ ഒരു പതിവായിട്ടുണ്ട്. ജനനിബിഡമായ സദസ്സുകൾക്ക് മുമ്പിൽ, കേരളത്തിലെ വിവിധ നാടക ട്രൂപ്പുകളെക്കൊണ്ട് അവതരിപ്പിക്കുന്ന പ്രൊഫഷണൽ നാടകങ്ങളാണ് അതിലുണ്ടാവാറുള്ളത് എങ്കിലും അത് നിലമ്പൂരിന്റെ നിലനിൽക്കുന്ന നാടകാഭിമുഖ്യത്തിന്റെ നിദർശനം തന്നെയാണ്. നാടക തത്പരരായ യുവാക്കളുടെ ഒരു നിര ഇപ്പോഴും നിലമ്പൂരിലും പരിസരപ്രദേശങ്ങളിലുമായി ഉണ്ട്.

കേരള സംഗീത നാടക അക്കാദമി "ബലികുടീരങ്ങളേ" എന്ന ഗാനത്തിന്റെ അറുപതാം വാർഷികം പ്രമാണിച്ച് നമ്മുടെ നാടക ചരിത്രത്തിലെ ശ്രദ്ധേയമായ നാടകങ്ങളായിരുന്ന പാട്ടബാക്കി, നിങ്ങളെന്നെ കമ്യൂണിസ്റ്റാക്കി, ഇത് ഭൂമിയാണ്, അടുക്കളയിൽ നിന്നും അരങ്ങത്തേക്ക് എന്നിവയിലെ ഓരോ ചെറിയ രംഗങ്ങളെ കോർത്തിണക്കി ഒരു നാടകം തയ്യാറാക്കി കേരള വ്യാപകമായി അവതരിപ്പിച്ചിരുന്നു. ഇതിനുവേണ്ടിയുള്ള നാടകം തയ്യാറാക്കി പരിശീലനം നടത്തി ആദ്യ അവതരണം നടത്തിയത് നിലമ്പൂരിലായിരുന്നു. ആ നാടകത്തിലെ അഭിനേതാക്കളും പിന്നണിയിൽ പ്രവർത്തിച്ചവരും എല്ലാം നിലമ്പൂരുമായി ബന്ധപ്പെട്ടവരാണ്. നാടകത്തിന് ഇപ്പോഴും വളക്കൂറുള്ള ഒരു മണ്ണായതുകൊണ്ടാണ് നിലമ്പൂർ അതിന് വേദിയായത്. ജലീൽ കുന്നത്ത് രചനയും സംവിധാനവും നിർവ്വഹിച്ച "നാടകാന്തം ജീവിതം" എന്ന പ്രസ്തുത നാടകത്തിന് വേണ്ടി അബ്ബാസ് ഖാൻ കേരള, സെക്കീർ അകമ്പാടം, അബ്ദുറഹിമാൻ കടവത്ത്, സ്നേഹ സത്യൻ, രശ്മി, ഹരീഷ്, അനീഷ് പുല്ലങ്കോട്, ഷമീജ്, സുനിൽ, ശിവൻ, സുമൻ, അശോകൻ, അർജ്ജുൻ, ജയരാജൻ, സുധീഷ് (മ്യൂസിക്), ചന്ദ്രൻ ഏനാന്തി, സജീവൻ, സുരേഷ് തിരുവാലി (മേക്കപ്പ്) തുടങ്ങിയവർ രംഗത്ത് വന്നു.

നാടകാഭിമുഖ്യത്തിന്റെ വറ്റാത്ത ഉറവകളുള്ള നിലമ്പൂരിൽ നിന്നും എഴുപതുകളുടെ രണ്ടാം പകുതിയിൽ രംഗത്തെത്തിയ അഭിനയ പ്രതിഭയാണ് നിലമ്പൂർ മണി. 1978ൽ കോഴിക്കോട് സംഗമം തിയേറ്റേഴ്സിലൂടെ പ്രൊഫഷണൽ നാടകരംഗത്തേക്ക് പ്രവേശിച്ച മണി ഇപ്പോഴും

തന്റെ അഭിനയ ജീവിതം സജീവമായി തുടരുന്നു. അമ്പതിൽപരം പ്രശസ്തമായ പ്രൊഫഷണൽ നാടകങ്ങളിൽ അഭിനയിച്ച മണി ഇപ്പോൾ പ്രവർത്തിച്ചുകൊണ്ടിരിക്കുന്നത് കോഴിക്കോട് കലാഭവൻ എന്ന സമിതിയിലാണ്. തിരുവനന്തപുരം അക്ഷരകല തിയേറ്റേഴ്സ് അവതരിപ്പിച്ച "ഭക്തകവി പൂന്താനം" എന്ന നാടകത്തിലെ മഹാകവി പൂന്താനത്തിന്റെ റോൾ അവതരിപ്പിച്ച നിലമ്പൂർ മണിക്ക് 2010-11ലെ കേരള സംഗീത നാടക അക്കാദമിയുടെ മികച്ച നടനുള്ള പുരസ്കാരമടക്കം പതിനാറ് അവാർഡുകൾ ലഭിക്കുകയുണ്ടായി.

രണ്ടായിരമാണ്ടിന് ശേഷം തിരൂരിലെ നാടക പ്രവർത്തനങ്ങൾക്ക് തുടർച്ച നൽകിയവയിൽ പ്രധാനപ്പെട്ട കൂട്ടായ്മയാണ് 1998ൽ രൂപംകൊണ്ട തിരൂർ ആർട്ട് ലവേഴ്സ് അസോസിയേഷൻ (TALA). സേൽറ്റി തിരൂർ, ചിന്നൻ കുഞ്ഞു, പൂളക്കൽ ഹംസ, സി.പി. അഹമ്മദ്കുട്ടി (ഇപ്പു), ടി.വി. ഷാഫി, മുഹമ്മദ് ആദം കൈനിക്കര, കെ.പി. എ. റഹ്മാൻ, കബീർ കൊച്ചൻ തുടങ്ങിയവർ "TALA" യുടെ പ്രവർത്തകരാണ്. ഇപ്പോഴും പ്രവർത്തിക്കുന്ന ഈ സമിതി ഇപ്പോൾ കൂടുതൽ പ്രാധാന്യം കൊടുക്കുന്നത് സംഗീതപരിപാടികൾക്കാണ്.

മലപ്പുറം ജില്ലയിലെ വർത്തമാനകാല നാടകപ്രവർത്തനങ്ങളെ കുറിച്ച് പറയുമ്പോൾ ഏറ്റവും മുന്നിൽ വരുന്ന പേരുകളിൽ ഒന്നാണ് റഫീഖ് മംഗലശ്ശേരിയുടേത്. നാടകരചയിതാവ്, സംവിധായകൻ എന്നീ നിലകളിലെല്ലാം രംഗത്തുള്ള റഫീഖ് മംഗലശ്ശേരി ഇപ്പോൾ അപൂർവമായി മാത്രം നിലനിൽക്കുന്ന ഒരു മുഴവൻ സമയനാടക കലാകാരനാണ്. "ജിന്ന് കൃഷ്ണൻ", "കിത്താബ്", "ചിലപ്പോൾ മീര ചിലപ്പോൾ സമീറ", "സുഹ്റ സി. പത്ത് ബി", "ബദ്റുദ്ദീൻ നാടകമെഴുതുമ്പോൾ", "നിറമൊന്ന് മണമൊന്ന്", "റാബിയ", "ബ്ർ", "കൊട്ടയും കരിയും", "അന്നപ്പെരുമ", "ഇരട്ട ജീവിതങ്ങളിലൂടെ", 'ജിനാഫറിനും പൂമ്പാറ്റയുയും, "കഞ്ഞുമ്മ", "പേരക്ക", "ഒടുക്കത്തെ നാടകവും ഒരുമയുടെ തുടക്കവും", "ബിരിയാണിച്ചെമ്പ്", "ആരാണ് ഇന്ത്യക്കാർ", "പേര്", "ഒരു ദളിതൻ നമ്മോട് പറയുന്നത്", "അതിരുകൾക്കപ്പുറം ഒരു സുഹൃത്ത്", "ചായക്കൂട്ടുകളിൽ ഒരു മൈമൂന" തുടങ്ങിയ ഇരുപത്തഞ്ചിലേറെ നാടകങ്ങളുടെ കർത്താവാണ് റഫീഖ് മംഗലശ്ശേരി.

കേരള സാഹിത്യ അക്കാദമി അവാർഡും പാക്കനാർ സാഹിത്യ പുരസ്കാരവും നേടിയ "ജിന്ന് കൃഷ്ണൻ", കേരള സംഗീത നാടക അക്കാദമി അവാർഡും ജി. ശങ്കരപ്പിള്ള പുരസ്കാരവും നേടിയ "ചിലപ്പോൾ മീര ചിലപ്പോൾ സമീറ", "നിറമൊന്ന് മണമൊന്ന്", "സുഹ്റ.സി. പത്ത്

ബി" എന്നിവ റഫീഖ് മംഗലശ്ശേരിയുടെ നാടകഗ്രന്ഥങ്ങളാണ്. സഫ്ദർ ഹാഷ്മി ദേശീയ പുരസ്കാരം, ചെന്നൈ നാടകവേദി പുരസ്കാരം, നാടക രചനക്കുള്ള കേരള സംഗീത നാടക അക്കാദമി അവാർഡ്, പി.ജെ. ആന്റണി, കെ.ടി. മുഹമ്മദ്, പി.എം. താജ് എന്നിവരുടെ പേരിലുള്ള നാടക അവാർഡുകൾ എന്നിവയും രഫീഖ് മംഗലശ്ശേരി നേടിയിട്ടുണ്ട്.

സ്കൂൾ കാലം തൊട്ട് തന്നെ നാടകഭ്രമം കാണിച്ചിരുന്ന മകൻ നാടകം കളിച്ച് ചീത്തയാകാതിരിക്കാൻ മന്ത്രവാദചികിത്സ മകനറിയാതെ നടത്തിയും നാടകവേഷം ഒളിപ്പിച്ചുവെച്ചും നിരുത്സാഹപ്പെടുത്തിയ ഉമ്മയടക്കമുള്ള യാഥാസ്ഥിതികരായ കുടുംബത്തിന്റെ എതിർപ്പിനെ അതിജീവിച്ചാണ് റഫീഖ് നാടകക്കാരനായത്. പിന്നീട് നാടകം കൊണ്ട് തന്നെ ജീവിതമാർഗ്ഗം കണ്ടെത്തിയ റഫീഖിനെ അവർ അംഗീകരിച്ചു. മുസ്ലിം സമുദായത്തിലെ അനാചാരങ്ങളെയും ജീർണ്ണതകളെയും നിരന്തരം ചോദ്യം ചെയ്യുന്ന റഫീഖിന്റെ നാടകങ്ങൾ പലതും വലിയ എതിർപ്പുകൾ നേരിട്ടു. ജില്ലാ കലോത്സവത്തിൽ ഒന്നാംസ്ഥാനത്തെത്തി അർഹത നേടിയിട്ടും സംസ്ഥാന കലോത്സവത്തിൽ അവതരണാനുമതി നിഷേധിക്കപ്പെട്ട "കിത്താബ്" മതമൗലികതാവാദികളുടെ എതിർപ്പ് കാരണം തുടരവതരണം സാധ്യമല്ലാതായ "റാബിയ" സംസ്ഥാന സ്കൂൾ യുവജനോത്സവത്തിൽ ഒന്നാംസ്ഥാനം നേടിയ "ബ്ർ" തുടങ്ങിയവ റഫീഖിന്റെ ശ്രദ്ധേയ രചനകളാണ്. ഒട്ടേറെ പുരസ്കാരങ്ങൾ നേടിയ "ജയഹേ", എന്ന ഹ്രസ്വചിത്രവും മമ്മാലി എന്ന ഇന്ത്യക്കാരൻ എന്ന സിനിമയും റഫീഖിന്റെ ചലച്ചിത്രരംഗത്തേക്കുള്ള ചുവട് വെപ്പുകളാണ്.

നാടക പ്രവർത്തനങ്ങൾക്ക് പതിറ്റാണ്ടുകളായിതന്നെ തുടർച്ച അനുഭവപ്പെടുന്ന ഒരു മേഖലയാണ് പൊന്നാനി. രണ്ടായിരത്തിന് ശേഷം രൂപീകരിക്കപ്പെട്ട ഒരു നാടകസമിതിയാണ് കാഞ്ഞിരമുക്കിലെ കെ.പി. സി. എന്ന സമിതി. ഹേമന്തകുമാറിന്റെ "സദ്ഗമയ" എന്ന നാടകം ഈ സമിതി അവതരിപ്പിച്ചിരുന്നു. ടി.ആർ.സി.യുടെ സംവിധാനത്തിൽ അരങ്ങേറിയിരുന്ന "സദ്ഗമയ"യിൽ അരങ്ങത്ത് വന്നിരുന്നത് സുന്ദരൻ തിരൂർ, ബാബുരാജ് തൃശ്ശൂർ, പ്രകാശൻ മുത്തൂർ, രാജപടി നായർ, റാണി തുടങ്ങിയവരായിരുന്നു.

മലപ്പുറം ജില്ലയിൽ ഇപ്പോൾ നാടകരംഗത്ത് പ്രവർത്തിക്കുന്നവരിൽ മുൻപന്തിയിലുള്ള കലാകാരനായ റിയാസ് പനമ്പാട് കഴിഞ്ഞ ഇരുപത് വർഷത്തോളം അമേച്വർ നാടകവേദിയിൽ പ്രവർത്തിക്കുന്നു.

"ഒച്ച", "ആട്ട പുലിയാട്ടം", "ഗന്ധകം", "ശീർഷാസനം", "നാലാമത്തെ സിംഹം", "പാവചരിതം", "പടപ്പാട്ട്" തുടങ്ങിയവ റിയാസിന്റെ പ്രധാന രചനകളാണ്. 2012, 2013, 2015 വർഷങ്ങളിൽ കേരള സംഗീത നാടക അക്കാദമിയുടെ നാടകരചനാ പുരസ്കാരം റിയാസിനായിരുന്നു. 2016ലെ നാടക സംവിധായകനുള്ള അക്കാദമി പുരസ്കാരവും അദ്ദേഹത്തിന് തന്നെയായിരുന്നു. ഇടശ്ശേരി അവാർഡ്, വയലാ വാസുദേവൻപിള്ള അവാർഡ്, ടി.വി. കൊച്ചുബാവ സ്മാരകദല പുരസ്കാരം, ജി. ശങ്കരപിള്ള അവാർഡ്, പി.ജെ. ആന്റണി സ്മാരക പുരസ്കാരം തുടങ്ങിയ അനേകം അംഗീകാരങ്ങൾ നേടിയിട്ടുള്ള പ്രതിഭയാണ് റിയാസ് പനമ്പാട്. പനമ്പാട്, മാറഞ്ചേരി ഭാഗങ്ങളിലെ നാടക പ്രവർത്തകരുമായി ചേർന്ന് കേരളോത്സവത്തിനും മറ്റും രൂപപ്പെടുത്തിയിരുന്ന പ്രാദേശിക നാടകങ്ങളിലൂടെയായിരുന്നു റിയാസ് തുടക്കമിട്ടത്. പൊന്നാനിയിലെ ആദ്യകാല നാടക പ്രവർത്തകൻ എം.ബി.കെ. പനമ്പാടിന്റെ "പാലക്കുന്ന് ദേശം" എന്ന നാടകത്തിൽ റിയാസ് അഭിനേതാവായിരുന്നു. "നവോദയം കലാസമിതി", "സാവന" എന്നീ സമിതികളുടെ കൂടെയും പ്രവർത്തിച്ചു. "പെയ്തൊഴിയാതെ", "രാത്രി വണ്ടികൾ" എന്നിവ സാവനയുടെ ആഭിമുഖ്യത്തിൽ നടന്ന പ്രധാനപ്പെട്ട നാടകാവതരണങ്ങളാണ്. മാറഞ്ചേരിയിലെ കുറെ നാടക തൽപരരായ സുഹൃത്തുക്കൾക്കൊപ്പം ചേർന്ന് 2011ൽ "ക്ലേ പ്ലേ ഹൗസ്" എന്ന സമിതിയുടെ രൂപീകരണത്തിന് മുൻകൈ എടുത്തതും റിയാസാണ്. "ക്ലേ പ്ലേ ഹൗസ്" കേരള സംഗീത നാടക അക്കാദമിയുടെ നാടക മത്സരത്തിൽ ഓരോ വർഷവും പങ്കെടുക്കാൻ ശ്രദ്ധിക്കുന്ന ഒരു സമിതിയാണ്. സംസ്ഥാന വ്യാപകമായി തന്നെ നാടകാവതരണങ്ങൾ സംഘടിപ്പിക്കുന്ന ഈ സമിതി ആദ്യമായി അവതരിപ്പിച്ച "പടപ്പാട്ട്" എന്ന നാടകത്തിലൂടെയാണ് റിയാസ് പനമ്പാടിന് രചനക്കുള്ള അക്കാദമി പുരസ്കാരം ആദ്യം ലഭിച്ചത്. നാടകം എന്ന കലയുടെ കാലോചിതമായ നവീകരണം, പുതിയ തലമുറയിൽ നാടകാഭിമുഖ്യം വളർത്തൽ തുടങ്ങിയവ ലക്ഷ്യമിട്ടുകൊണ്ട് "ക്ലേ പ്ലേ ഹൗസ്" ശ്രദ്ധേയമായ പരിപാടികൾ സംഘടിപ്പിക്കാറുണ്ട്. നാടക ക്യാമ്പുകൾ, ശിൽപശാലകൾ, അഖില ലോക നാടക ദിനമായ മാർച്ച് 27ന്റെ ആചരണം തുടങ്ങിയവ നാടകാവതരണത്തോളം തന്നെ പ്രാധാന്യത്തോടെ ഈ സമിതി സംഘടിപ്പിക്കാറുണ്ട്. 2012ലും 2014ലും "ക്ലേ പ്ലേ ഹൗസ്" സംഘടിപ്പിച്ച നാടക ക്യാമ്പുകൾക്ക് വലിയ ശ്രദ്ധ കിട്ടിയിരുന്നു. 2014ലെ ക്യാമ്പ് സ്ത്രീകൾക്ക് വേണ്ടിയുള്ളതായിരുന്നു.

ദേശീയതലത്തിലും അന്തർദേശീയതലത്തിലും ഉള്ള പ്രമുഖരെ റിസോർസ് പേഴ്സൺസായി പങ്കെടുപ്പിക്കാൻ ഈ സമിതി ശ്രമിക്കാറുണ്ട്. കൊറിയൻ നാടക പ്രവർത്തകയായ വലേറിയാ മാർട്ടിൻ എസ്പിനോസ, നജ്മൽ ഷാഹി, സജീവൻ നന്തിയത്ത്, ഷൈലജ, കെ.വി. ശ്രീജ, മേബിൻ സ്റ്റാൻലി, സുചിത്രാ നായിഡു തുടങ്ങിയവർ "ശ്ലേ പ്ലേ ഹൗസി"ന്റെ വിവിധ ക്യാമ്പുകളിൽ പങ്കെടുത്ത പ്രമുഖരിൽ ഉൾപ്പെടുന്നു. ഒരു വർഷം അഖില ലോക നാടക ദിനാചരണം നടത്തിയത് നരിപ്പറ്റ രാജു സംവിധാനം ചെയ്ത തുപ്പേട്ടന്റെ "മോഹനസുന്ദരപാലം" എന്ന നാടകം ഒരു ദിവസം തന്നെ കുറെ സ്ഥലങ്ങളിൽ അവതരിപ്പിച്ചുകൊണ്ടായിരുന്നു. 2015ൽ സമിതി നടത്തിയ "നാടകപ്പന്തൽ" പൊന്നാനി താലൂക്കിലെ നാടക പ്രവർത്തകരുടെ അനുഭവം പങ്ക് വെക്കൽ വേദിയായി. വനിതകളായ നാടക പ്രവർത്തകരുടെ അനുഭവക്കുറിപ്പുകൾ സമാഹരിച്ചുകൊണ്ട് "നടി" എന്ന ഒരു സുവനീർ "ശ്ലേ പ്ലേ ഹൗസ്" പ്രസിദ്ധീകരിച്ചിട്ടുണ്ട്.

നാടക പ്രവർത്തനങ്ങൾ വ്യാപകമായി നടക്കാറുണ്ടെങ്കിലും ഒരു പ്രൊഫഷണൽ നാടക സംഘം എന്ന നിലയിൽ അധികകാലം പ്രവർത്തിക്കാൻ കഴിഞ്ഞിട്ടുള്ള നാടക സംഘങ്ങൾ മലപ്പുറം ജില്ലയിൽ കുറവാണ്. അക്കാര്യത്തിൽ ഭേദപ്പെട്ട പ്രകടനം കാഴ്ചവെച്ചിട്ടുള്ള സമിതിയാണ് 2004 മുതൽ എടപ്പാൾ കോലളമ്പ് കേന്ദ്രീകരിച്ച് നാദം ബൈജുവിന്റെ നേതൃത്വത്തിൽ പ്രവർത്തിക്കുന്ന "വള്ളുവനാട് നാദം കമ്മ്യൂണിക്കേഷൻസ്" കോവിഡ് -19 മഹാമാരിയുടെ വ്യാപനത്തെ തുടർന്ന് ലോകമാകെ കലാപ്രവർത്തനങ്ങൾക്കും ആളുകൾ ഒത്ത് കൂടുന്നതിനും വിലക്കുകൾ ഏർപ്പെടുത്തിയ ലോക്ഡൗൺ കേരളത്തിൽ നിലവിൽ വന്നത് 2020 മാർച്ച് മാസത്തിലാണ്. അതിന് കുറച്ച് മുമ്പ് വരെ ഈ സംഘം നാടകാവതരണം നടത്തിയിരുന്നു.

2004ൽ ആദ്യമായി അവതരിപ്പിച്ച രാജൻ ചുള്ളിക്കോട് രചിച്ച "ഇത് ഞങ്ങളുടെ ദേശം", 2005ൽ അവതരിപ്പിച്ച ഹേമന്ദ്കുമാർ രചിച്ച "രജകൻ" എന്നീ നാടകങ്ങൾക്ക് നല്ല സ്വീകാര്യത കിട്ടി. കേരള സംഗീത നാടക അക്കാദമി നടത്തുന്ന പ്രൊഫഷണൽ നാടക മത്സരത്തിലേക്ക് ആദ്യമായി പങ്കെടുത്ത "രജകൻ" ആറ് സംസ്ഥാന അവാർഡുകൾ സ്വന്തമാക്കി. അടുത്തകാലത്ത് ഈ സംഘം അവതരിപ്പിച്ചിരുന്ന ശ്രദ്ധിക്കപ്പെട്ട നാടകമായിരുന്നു പി.എസ്. റഫീക്ക് രചിച്ച "കഥാപാത്രങ്ങളും പങ്കെടുക്കുന്നവരും" ഈ മൂന്ന് നാടകങ്ങളുടെയും സംവിധായകൻ അഭിനേതാവ് കൂടിയായ പ്രദീപനാണ്. ഹരീഷ് വടക്കത്ത്,

എം.എം. പുറത്തൂര്, ഹരിദാസ് പാങ്ങിൽ, ഡേവിസ് മാമ്പ്ര, എം.ആർ. രവി, മധുക്കുട്ടൻ, ജിയോ മാറഞ്ചേരി, ലില്ലി ശിവജി, സുജാത, രാജലക്ഷ്മി കൂനത്തറ, ആതിര തുടങ്ങിയവരാണ് നാദം കമ്മ്യൂണിക്കേഷൻസിന് വേണ്ടി രംഗത്ത് വന്നിരുന്നത്. ഹേമന്ദ് കുമാറിന്റെ രചനയും രാജീവൻ മമ്മിള്ളി സംവിധാനവും നിർവഹിച്ച "കഴിഞ്ഞ കാലം" എന്ന നാടകവും ഈ സംഘം അവതരിപ്പിച്ചിരുന്നു.

ഇതേ കാലത്ത് തന്നെ എടപ്പാളുമായി ബന്ധമുള്ള മറ്റൊരു പ്രൊഫഷണൽ നാടക സംഘവും പ്രവർത്തിച്ചിരുന്നു. "ഹിറ്റ്സ്- കോഴിക്കോട്" എന്ന പേരിൽ പ്രവർത്തിച്ചിരുന്ന പ്രസ്തുത സംഘത്തിന്റെ ഓഫീസ് എടപ്പാളിലായിരുന്നുവെങ്കിലും സംസ്ഥാനത്തിന്റെ വിവിധ ഭാഗങ്ങളിൽ നിന്നുള്ള പ്രൊഫഷണൽ നടീനടന്മാരെ പങ്കെടുപ്പിച്ചുകൊണ്ടാണ് "ഹിറ്റ്സ് കോഴിക്കോട്" നാടകാവതരണം നടത്തിയിരുന്നത്. "ഫൂലൻദേവി", "അനിയന്റെ ചേട്ടൻ" തുടങ്ങിയ നാടകങ്ങൾ അവതരിപ്പിച്ചിരുന്നത് ഹിറ്റ്സ് കോഴിക്കോടാണ്.

പ്രൊഫഷണൽ അമേച്വർ രംഗങ്ങളിലായി നാടകരംഗത്ത് സജീവമായി പ്രവർത്തിച്ച കലാപ്രവർത്തകരുടെ ഒരു വലിയ നിര പൊന്നാനിക്കുണ്ട്. മുരളി തലമുണ്ട, പ്രകാശൻ മുത്തൂർ, സുധീർ ബാബു, പപ്പൻ വടകര, ജയകുമാരി, വത്സലാ ബാലഗോപാൽ, രജനി മുരളി, ശാരദ, വിജയരാഘവൻ, പുറങ്ങ് ഷാജി, ഗദ്ദാഫി, സുഗതൻ തുടങ്ങിയവരൊക്കെ നാടകരംഗത്തെ പൊന്നാനിയുടെ സംഭാവനകളാണ്. പ്രൊഫഷണൽ നാടകരംഗത്ത് കേരളം ശ്രദ്ധിച്ച പേരുകളിലൊന്നാണ് സുന്ദരൻ കല്ലായി. ആറ് പതിറ്റാണ്ടിലേറെ നീണ്ടുകിടക്കുന്ന അദ്ദേഹത്തിന്റെ നാടക ജീവിതത്തിൽ അറുപത്തെട്ട് സമിതികൾക്ക് വേണ്ടി ഇരുന്നൂറിലേറെ നാടകങ്ങളാണ് അദ്ദേഹം രചിച്ചത്. ഇതൊരു ലോക റിക്കാർഡായിരിക്കുമെന്ന് കരുതുന്നവരുണ്ട്. നാടകാചാര്യൻ കെ.ടി. മുഹമ്മദിന്റെ കാര്യത്തിലെന്നപോലെ സുന്ദരൻ കല്ലായിയും ജനനം കൊണ്ട് മലപ്പുറം ജില്ലക്കാരനാണ്. താനൂരിൽ ജനിച്ച സുന്ദരന് കുട്ടിക്കാലത്ത് തന്നെ പിതാവ് മരണപ്പെട്ടതിനാൽ കോഴിക്കോട്ടേക്ക് മാറേണ്ടി വന്നു. അതിനാൽ അദ്ദേഹത്തിന്റെ പ്രവർത്തനമേഖല കോഴിക്കോടും പിന്നീട് കൊല്ലവുമായി.

കുട്ടികളെ ഉദ്ദേശിച്ച് കൊണ്ട് നടത്തുന്ന കുറെ നാടകപ്രവർത്തനങ്ങൾ ജില്ലയുടെ പല ഭാഗങ്ങളിലും വളരെ സജീവമായി നടക്കാറുണ്ട്. കളിയാട്ടം, മാമ്പഴക്കാലം എന്നൊക്കെയുള്ള നാടക ക്യാമ്പ്, വിവിധ സ്കൂളുകൾ കേന്ദ്രീകരിച്ച് നടത്തുന്ന നാടകക്കളരികൾ എന്നിവ

കുട്ടികളിൽ നാടകാഭിമുഖ്യം വളർത്തുന്നതിൽ വലിയ പങ്ക് വഹിക്കുന്നുണ്ട്. നിലമ്പൂരിനടുത്തെ കരുളായി ഹൈസ്കൂൾ കേന്ദ്രമാക്കി നടക്കുന്ന കുട്ടികളുടെ നാടകക്കളരി അദ്ധ്യാപകനും നാടക കലാകാരനുമായ സജിൻ നിലമ്പൂരിന്റെ നേതൃത്വത്തിൽ വർഷങ്ങളായി നടത്തപ്പെടുന്നുണ്ട്. നാടക തൽപരരായ അദ്ധ്യാപകർ ഉള്ള പല സ്കൂളുകളിലും ഈ പ്രവർത്തനം നടത്താറുണ്ട്. കുട്ടികളുടെ തിയേറ്റർ എന്നത് പ്രത്യേകം തന്നെ പഠനം നടത്തേണ്ട ഒന്നാണ്. വിസ്താരഭയത്താൽ അത് സംബന്ധിച്ച കൂടുതൽ വിശദാംശങ്ങൾ ഈ പഠനത്തിൽ ഉൾപ്പെടുത്തിയിട്ടില്ല.

എല്ലാ ഗ്രാമങ്ങളിലും ചലനങ്ങളുണ്ടാക്കിയിരുന്ന അമ്പതുകളിലെ സജീവതയിലേക്ക് തിരിച്ചുവരാൻ കേരളത്തിലെവിടെയും നാടകരംഗത്തിന് പിന്നീട് കഴിഞ്ഞിട്ടുണ്ടാവില്ല. അത് ആ കാലഘട്ടത്തിന്റെ പ്രത്യേകതകൂടിയാണ്. ജനങ്ങൾക്ക് ഏറ്റവും പ്രാപ്യമായ വിനോദോപാധി അന്ന് നാടകം തന്നെയായിരുന്നു എന്നതായിരുന്നു പ്രധാന കാരണം. പക്ഷെ മലപ്പുറം ജില്ല എല്ലാ കാലത്തും നാടകത്തിന് ഒരിടം അതിന്റെ ഹൃദയത്തിൽ നീക്കിവെച്ചിരുന്നു. സ്ഥിരമായി പ്രവർത്തിക്കുന്ന പ്രൊഫഷണൽ നാടക സംഘങ്ങളുടെ അഭാവം കാരണമാണ് ജില്ലക്ക് പുറത്തുള്ള നഗരങ്ങൾ കേന്ദ്രീകരിച്ച് പ്രവർത്തിക്കുന്ന പ്രൊഫഷണൽ നാടക സംഘങ്ങളിലേക്ക് നാടക പ്രവർത്തകർ പോകേണ്ടി വരുന്നത്. തൊഴിൽ തേടി ഗൾഫ് രാജ്യങ്ങളിലേക്കും മറ്റും പോകുന്നതിന്റെ ഫലമായി നാടക തൽപരരായ യുവാക്കളുടെ നാട്ടിലെ അസാന്നിദ്ധ്യം തുടങ്ങിയവയെല്ലാം മലപ്പുറത്തിന്റെ നാടകരംഗത്തെ ബാധിക്കുന്നുണ്ട്. ഇടവേളകളിൽ പിറകോട്ട് പോകുന്നുണ്ടെങ്കിലും പുതിയ നാടക പ്രവർത്തകർ രംഗത്ത് വന്ന് പൂർവാധികം ശക്തമായി തങ്ങളുടെ പ്രദേശത്തെ നാടകരംഗത്തെ ഊർജ്ജസ്വലമാക്കുന്നതിന്റെ ധാരാളം ഉദാഹരണങ്ങൾ ഉണ്ട്. ആശയ പ്രചരണ രംഗത്ത് ഇന്നും ഏറ്റവും കൂടുതൽ പ്രയോജനപ്പെടുത്തുന്ന കലാരൂപം നാടകം തന്നെയാണ്. അതിന്റെ ഒരു പ്രതിഫലനം ഈ അടുത്തകാലത്ത് മലപ്പുറം ജില്ലയിൽ അനുഭവപ്പെടുകയുണ്ടായി. പൗരത്വ നിയമ ഭേദഗതിക്കെതിരെ ജനാധിപത്യ മതേതരവാദികൾ കൂട്ടത്തോടെ പ്രക്ഷോഭരംഗത്തേക്ക് വന്നു. ഒരു തെരുവ് നാടകമെങ്കിലും അരങ്ങേറാത്ത ഒരു ഗ്രാമം പോലും ഇല്ലാത്ത വിധത്തിൽ ആ പ്രക്ഷോഭം നമ്മുടെ രാഷ്ട്രീയ രംഗത്തെയും നാടകരംഗത്തെയും ഉണർത്തുകയുണ്ടായി.

നാടകം എന്ന കലയെ ഹൃദയത്തിൽ പ്രതിഷ്ഠിച്ചിരുന്നവരുടെ ഒരു തലമുറ ഇവിടെ ഉണ്ടായിരുന്നു. അവർക്കിടയിൽ നാടകവും

ജീവിതവും തമ്മിലുള്ള അതിർവരമ്പുകൾ അവരറിയാതെ അപ്രത്യക്ഷ മായിപ്പോകുന്ന അവസ്ഥകൾ പലപ്പോഴും ഉണ്ടായിരുന്നു. അത്തരം ഒരു സന്ദർഭത്തിലാണ് ചെറുകാടിന്റെ "നമ്മളൊന്ന്" എന്ന നാടകം ചെമ്മലശ്ശേരിയിൽ അവതരിപ്പിച്ചുകൊണ്ടിരിക്കുമ്പോൾ കർഷക ദ്രോഹിയായ കാര്യസ്ഥന്റെ റോളിൽ അഭിനയിച്ചുകൊണ്ടിരുന്ന നടന്റെ നേരെ "തല്ലെടാ അവനെ" എന്ന് ആക്രോശിച്ചുകൊണ്ട് സ്റ്റേജിലേക്ക് കാണികൾ പാഞ്ഞു കയറാൻ ശ്രമിച്ച സംഭവം ഉണ്ടായത്. തുടക്കത്തിൽ ജന്മിയുടെയും കാര്യസ്ഥന്റെയും ഒരു അജ്ഞാനുവർത്തിയായ അടിമയാ യിരുന്ന പങ്ങൻ നായർ എന്ന കഥാപാത്രം ഉയർന്നുവന്നുകൊണ്ടിരുന്ന കമ്മ്യൂണിസ്റ്റ് പാർട്ടിയുടെ ആശയങ്ങളാൽ സ്വാധീനിക്കപ്പെട്ട് പുതിയ തിരിച്ചറിവുകൾ നേടുകയും കാര്യസ്ഥന്റെ ദുഷ്ടത്തരങ്ങളെ ചോദ്യം ചെയ്യുകയും കടുത്ത ഭാഷയിൽ വിമർശിക്കുകയും ചെയ്തുകൊണ്ടുള്ള ഡയലോഗുകൾ അവതരിപ്പിച്ചുകൊണ്ടിരുന്ന വേളയിലാണ് ആ പ്രതി കരണം ഉണ്ടായത്. അഭിനയ സാമ്രാട്ടായിരുന്ന ടി പി ഗോപാലനാ യിരുന്നു പങ്ങൻ നായരുടെ റോളിൽ.

സ്വന്തം ജീവിതത്തിൽ തങ്ങൾ നിത്യവും അനുഭവിച്ചുകൊണ്ടിരിക്കുന്ന ചൂഷണവും ക്രൂരതകളും കൃത്യമായി തുറന്ന് കാട്ടപ്പെടുന്നത് കണ്ടപ്പോൾ തങ്ങൾ കാണുന്നത് നാടകമാണെന്ന കാര്യം ഒരു നിമിഷത്തിൽ അവർ മറന്നുപോവുകയായിരുന്നു. കഥാപാത്രങ്ങളെ പൂർണമായി ഉൾക്കൊണ്ട് സ്വയം മറന്ന അഭിനയിക്കുന്നവരായിരുന്നു അന്ന് മിക്ക കലാകൃത്തുക്ക ളും. അവരിലും ഒരു വലിയ വിഭാഗത്തെ സംബന്ധിച്ചിടത്തോളം അവർ നാടകമായി അവതരിപ്പിച്ചുകൊണ്ടിരുന്നത് തങ്ങളുടെ സ്വന്തം ജീവിതാ നുഭവങ്ങൾ തന്നെയായിരുന്നു. ഇല്ലായ്മകൾ മാത്രം ചേർത്ത് തുന്നിയ കുഞ്ഞു ചിറകുകളുമായി കലയുടെ ആകാശങ്ങളിലേക്ക് പറന്നുയരാൻ ശ്രമിച്ച് അപ്രത്യക്ഷരായവരും അതിന്റെ കടലുകൾ നീന്തിക്കടക്കാനിറ ങ്ങി ആഴങ്ങളിലലിഞ്ഞു ചേർന്നവരുമായ കുറേ സാമൂഹ്യപ്രതിബദ്ധരായ മനുഷ്യരുടെ പേരുകൾ ഒന്ന് രേഖപ്പെടുത്തി നോക്കാൻ മാത്രമാണ് ഇവിടെ ശ്രമിച്ചിട്ടുള്ളത്. ഇത് അപൂർണ്ണമാണ് എന്നുറപ്പാണ്.

ആമുഖത്തിൽ സൂചിപ്പിച്ച കാര്യം ഒന്നുകൂടി ആവർത്തിക്കട്ടെ. ലക്ഷ ക്കണക്കിന് മനുഷ്യർ പതിറ്റാണ്ടുകളായി പ്രവർത്തിച്ചുകൊണ്ടിരിക്കുന്ന ഒരു മേഖലയാണ് നമ്മുടെ നാടകരംഗം. ആ മഹാപ്രസ്ഥാനത്തിന്റെ ചരിത്രം തയ്യാറാക്കാൻ ഒരു കൂട്ടായ പരിശ്രമം കൊണ്ടേ കുറച്ചെങ്കിലും സാദ്ധ്യമാവുകയുള്ളൂ. മലപ്പുറം ജില്ലയെന്ന ഒരു പ്രദേശത്തിന്റേത് മാത്ര മാണെങ്കിലും അതങ്ങിനെത്തന്നെയാണ്. വ്യക്തിപരമായി നടത്തിയ

കുറേ അന്വേഷണങ്ങളുടെ ഒരു ഉൽപന്നം എന്ന ഒരു പരിമിതി ഈ കൃതിക്കുണ്ട്. ഇതിലെ ഓരോ അദ്ധ്യായങ്ങളും ഒന്നോ അതിലധികമോ ഗ്രന്ഥങ്ങൾക്കുള്ള സാദ്ധ്യതകൾ ഉൾക്കൊള്ളുന്ന മേഖലകളെക്കുറിച്ചുള്ളതാണ്. അതിന് വിശദവും വിപുലവുമായ തുടർ പഠനങ്ങൾ വേണം. അത്തരം തുടർ പഠനങ്ങൾക്കും ചിന്തകൾക്കും പ്രേരണയാകുമെന്ന് പ്രതീക്ഷിച്ചുകൊണ്ട് ഈ ശ്രമം ഇവിടെ അവസാനിപ്പിക്കുന്നു.

സഹായക ഗ്രന്ഥങ്ങൾ-രേഖകൾ

1. അഖില മലബാർ കേന്ദ്രകലാ സമിതി നാടക കലോത്സവം (1954 ഡിസംബർ 31 മുതൽ 1955 ജനുവരി 9) സ്മരണിക
2. "പി.എസ്. വാര്യരുടെ ജീവചരിത്രം"-സി.എ. വാര്യർ
3. "ടി.പി.ഗോപാലൻ സ്മരണിക"-അനശ്വര സാംസ്കാരികവേദി പാലൂർ (2004)
4. "മലയാള നാടകവേദിയുടെ സമുദ്ധാരകൻ" ലേഖനം-ഞായത്ത് ബാലൻ
5. "വണ്ടൂർ ഹൈസ്കൂൾ സുവർണ്ണ ജൂബിലി പതിപ്പ്" (2006-07)
6. "വണ്ടൂരിനാട്" -കാട്ടുമാടം നാരായണൻ ഷഷ്ടിപൂർത്തി ആഘോഷ സമിതി പെരുമ്പടപ്പ് (1994 മാർച്ച്)
7. "നാടകകാലം പൊന്നാനിയിൽ" ലേഖനം-ടി.ആർ. ചന്ദ്രൻ
8. "മലപ്പുറം ഗരിമ"-പുരോഗമന കലാസാഹിത്യസംഘം-മലപ്പുറം ജില്ല (2014)
9. "ജീവിതത്തിനും അരങ്ങിനും ഇടയിൽ"-നിലമ്പൂർ ആയിഷ (2017)
10. "ടി.എ. റസാഖ് സ്മരണിക" പുരോഗമന കലാസാഹിത്യസംഘം മലപ്പുറം ജില്ല (2017)
11. "ഹവിസ്സ്" നിലമ്പൂർ താലൂക്ക് കോ-ഓപ്പറേറ്റീവ് കോളജ് സ്മരണിക (2004)

12. "കനൽപാട്ടുകൾ"-സി.പി.ഐ.(എം) മലപ്പുറത്ത് നടത്തിയ സംസ്ഥാന സമ്മേളനത്തോടനുബന്ധിച്ച് പ്രസിദ്ധീകരിച്ച സ്മരണിക ഗ്രന്ഥം (2005)
13. "നാട്ടുകാഴ്ച" സ്മരണിക(കൊണ്ടോട്ടി)യിൽ ജാഫർ പാണാളിയുടെ ലേഖനം
14. "നിലമ്പൂർ ചരിത്രം"-സി.കെ. ഭാസ്കരൻ. നിലമ്പൂർ (2011)
15. "നിലിംബപുരത്തിന്റെ നാൾവഴികൾ" നിലമ്പൂർ കെ.ആർ.സി. (2012)
16. "മലയാള നാടക സാഹിത്യ ചരിത്രം 2005"-ഡോ. വയലാർ വാസുദേവൻ പിള്ള
17. "തിരിച്ചൊഴുകാത്ത പുഴ" (ആത്മകഥാപരമായ നോവൽ)-അബ്ദുള്ള പെരിയത്തൊടി-2014
18. കോഴിക്കോടിന്റെ ചരിത്രം-കെ.ബാലകൃഷ്ണക്കുറുപ്പ് (2000)
19. "നാടിന്നകങ്ങളിൽ നാടകം പൂക്കുമ്പോൾ" (ലേഖനം) അബ്ദുള്ളക്കുട്ടി എടവണ്ണ (വാരാദ്യമാധ്യമം-18.06.2017)
20. "മറന്നോ ഈ പ്രതിഭയെ (ലേഖനം) എ.ആർ. കാരങ്ങാടൻ (മാതൃഭൂമി 27.06.2017)
21. പരിസ്ഥിതി സൗന്ദര്യശാസ്ത്രത്തിന് ഒരു മുഖവുര -ഡോ. ടി.പി. സുകുമാരൻ
22. ചരിത്രം മറന്ന രണ്ട് യോഗക്ഷേമ നാടകങ്ങൾ (ലേഖനം) ഡോ. ആർ.ബി. രാജലക്ഷ്മി (സാഹിത്യസംഘം മാസിക 2017 നവംബർ)
23. കേരളീയ ദൃശ്യവേദിയും പി.എസ്. വാരിയരുടെ സംഗീത നാടകങ്ങളും-ഡോ. എൻ. ബിജിയുടെ ഗവേഷണ പ്രബന്ധം.
24. ചെറുകാടിന്റെ "മുത്തശ്ശി" എന്ന നോവലിന് പി. ഗോവിന്ദപിള്ള എഴുതിയ അവതാരിക.
25. "ജ്ജ് നല്ലൊരു മന്സനാകാൻ നോക്ക്" (നാടകം) ഇ.കെ. അയമു
26. ചിന്തിക്കുന്ന ഭാഷ-(കഥാസമാഹാരം)-ഇ.കെ. അയമു
27. പാലൂരിന്റെ അരങ്ങ്, അരങ്ങിലെ പാലൂർ (ലേഖനം)
റഷീദ് ആനപ്പുറം, ദേശാഭിമാനി വാരിക, 2014 സെപ്റ്റംബർ 30
28. 'വേവ്സ്'-2018 ഗ്ലോബൽ അലുംനി ഗാതറിംഗ്. എസ്.എസ്.എം. പോളി ടെക്നിക് കോളജ്, തിരൂർ

29. "അരുത് ഓർമ്മിക്കരുത് എന്ന് ഒസ്യത്തുണ്ടായിരുന്നു."-എസ്. ആർ. രവീന്ദ്രൻ ഓർമ്മ പുസ്തകം (2021 കൊണ്ടോട്ടി)

30. "കൊണ്ടോട്ടി ചരിത്രം സംസ്കാരം"-ഡോ. കെ. കെ. മുഹമ്മദ് അബ്ദുൾ സത്താർ

31. "പരിഷത്തിന്റെ ഇന്നലെകൾ, എന്റെയും"- എം.എസ്. മോഹനൻ

32. "മലയാളത്തിലെ സ്ത്രീപക്ഷ നാടകവേദി- ചരിത്രവും യാഥാർത്ഥ്യവും ഒരന്വേഷണം" സിജി പ്രദീപ്

വിവരങ്ങൾ നൽകി സഹായിച്ചവർ

1) പാലക്കീഴ് നാരായണൻ, 2) നിലമ്പൂർ ആയിഷ, 3) സി. വാസുദേവൻ, 4) ടി. നാരായണൻ-പാലൂർ, 5) പി.സി. ദേവകി, 6) ടി.ആർ.സി. എന്ന ടി.ആർ.ചന്ദ്രൻ, 7) കെ.എ. റഹീം-തിരൂർ, 8) മാനുമുഹമ്മദ്-നിലമ്പൂർ, 9) എം. കുഞ്ഞാലൻ-നിലമ്പൂർ, 10) പി.എൻ.കെ. മേനോൻ, മഞ്ചേരി, 11) എ.പി. വാസു-വെള്ളില, 12) ടി.ജെ. നിലമ്പൂർ, 13) നിലമ്പൂർ മണി, 14) കോട്ടക്കൽ പത്മനാഭൻ മാസ്റ്റർ, 15) വിപിൻ-മഞ്ചേരി, 16) വി.എം. കൊച്ചുണ്ണി-മങ്കട, 17) രാമു മുള്ളമ്പാറ, 18) റസാഖ് പയമ്പ്രാട്ട്-കൊണ്ടോട്ടി, 19) കെ.വി. രാവുണ്ണി-മഞ്ചേരി, 20) എം.പി.കേശവൻ നമ്പൂതിരി, 21) ദേവരാജൻ മാസ്റ്റർ-കരിക്കാട്, 22) തൃക്കുളം കൃഷ്ണൻകുട്ടി, 23) ടി.എം. സിദ്ദിഖ്-നിസരി, 24) കെ.വി. അബുട്ടി, 25) ഇ.സി. ദിനേശ് കുമാർ-തച്ചണ്ണ, 26) എം. പാർത്ഥസാരഥി-കൊളത്തൂർ, 27) ശ്രീധരൻ പാലൂർ, 28) ടി.എ. മടക്കൽ, 29) ലുക്മാൻ അരീക്കോട്, 30) എം.എ. സുഹൈൽ, 31) അഹമ്മദ്കുട്ടി പാറമ്മൽ, 32) സി.പി.എം. റഫീഖ്-കീഴ്പറമ്പ്, 33) ഹാരിഷ് പൊന്നാനി, 34) എം.ടി. മുസ്തഫ അരീക്കോട്, 35) നിലമ്പൂർ ഹഫ്സത്ത്, 36) കോട്ടക്കൽ മുരളി, 37) ഡോ. ബിജി, 38) കോട്ടക്കൽ പത്മനാഭൻ മാസ്റ്റർ, 39) സത്യഭാമ കോട്ടക്കൽ, 40) കെ.പി. ഭാസ്കരൻ-വണ്ടൂർ, 41) ജയ്പ്രകാശ് ടി.കെ, 42) സുരേഷ് തിരുവാലി, 43) വിജയൻ തിരുവാലി, 44) മനു കള്ളിക്കാട്, 45) മോഹനൻ കൊടിയാട്ട്, 46) സേൽറ്റി തിരൂർ, 47) കെ. എക്സ്. ആന്റോ, 48) ആസാദ് തിരൂർ, 49) വി.പി. ഉണ്ണികൃഷ്ണൻ തിരൂർ, 50) വേണു പാലൂർ, 51) സക്കീർ അകമ്പാടം, 52) ജിയോ മാറഞ്ചേരി, 53) റിയാസ് പനമ്പാട്, 54) റഫീഖ് മംഗലശ്ശേരി, 55) ഫസീല തരകത്ത്, 56) പ്രദീപൻ (എടപ്പാൾ), 57) ഡോ. ശശിധരൻ ക്ലാരി, 58) എ.പി. മോഹൻദാസ് എടവണ്ണപ്പാറ, 59) സിദ്ദീഖ് താമരശ്ശേരി,

60) ഡോ. സന്തോഷ് വള്ളിക്കാട്, 61)സന്തോഷ് തച്ചണ്ണ, 62) ജി.സി. കാരക്കൽ, 63) സി.പി. സുരേഷ് ബാബു, 64) ചന്ദ്രശേഖരൻ പുല്ലങ്കോട്, 65) എം.എസ്. മോഹനൻ, 66) നാസർ വർണിക- കൊണ്ടോട്ടി, 67) എ.പി. അഹമ്മദ്-കൊണ്ടോട്ടി, 68) ആതിര-പുല്ലങ്കോട് (ഗവേഷക വിദ്യാർത്ഥിനി), 69) സജിൻ നിലമ്പൂർ, 70) അഡ്വ. കെ.കെ. രാധാകൃഷ്ണൻ, 71) സുബ്രഹ്മണ്യൻ അരിയല്ലൂർ, 72) ദിവാകരൻ കൊട്ടേക്കാട്, 73) ജയ് സോമനാഥ്, 74) കെ. അരുൺകുമാർ, 75) എ. ശ്രീധരൻ മലപ്പുറം, 76) പി.ജി. സാഗരൻ പെരിന്തൽമണ്ണ.

www.ingramcontent.com/pod-product-compliance
Lightning Source LLC
LaVergne TN
LVHW090351051026
849518LV00006B/2110
* 9 7 8 9 3 5 5 1 7 3 7 3 7 *